AF663605

ಅಂಚೆಗೆ ಹೋಗದ ಪತ್ರ ಬದುಕನ್ನು ಸರಳ, ಆದರೆ ಅತಿ ಪ್ರಭಾವಶಾಲಿಯಾಗಿ ಪ್ರಸ್ತುತಪಡಿಸುತ್ತದೆ. ನಾವು ನಮ್ಮ ದೈನಂದಿನ ಉನ್ನತ ಮಟ್ಟದ ವ್ಯವಸ್ಥಾಪನಾ ಮೀಟಿಂಗ್‌ಗಳನ್ನು ಅಂಚೆಗೆ ಹೋಗದ ಪತ್ರದ ಒಂದು 'ವಿವೇಕಯುಕ್ತ ವಿಚಾರ'ದಿಂದ ಪ್ರಾರಂಭಿಸುತ್ತೇವೆ. ಅದರಿಂದ ಬದುಕಿನ ಬಗೆಗಿನ ನಮ್ಮ ನಿಲುವಿನಲ್ಲಿ ಮಹತ್ವಪೂರ್ಣ ಬದಲಾವಣೆಗಳು ಬಂದಿವೆ.

ಮುರುಗವೇಲ್ ಜಾನಕಿರಾಮನ್
ಸಿ.ಇ.ಒ. ಮ್ಯಾಟ್ರಿಮನಿ ಡಾಟ್ ಕಾಮ್

ಸಾಮಾನ್ಯವಾಗಿ ರಾತ್ರಿಯ ಹೊತ್ತು ನಾನು ಈ ಪುಸ್ತಕದ ಒಂದು ಲೇಖನವನ್ನು ಓದುತ್ತೇನೆ. ಇದರಲ್ಲಿನ ಸಂಕ್ಷಿಪ್ತ ಮತ್ತು ಶಕ್ತಿಶಾಲಿಯಾದ ವಿಚಾರ ಆಶ್ಚರ್ಯಕರವಾಗಿ ಆ ಸಮಯದಲ್ಲಿ ನಾನು ಇಚ್ಛಿಸಿದ ವಿಷಯದ ಬಗೆಗೆ ಸ್ಪಷ್ಟತೆಯನ್ನು ನೀಡುತ್ತದೆ. ಇದು ಗೂಗಲ್‌ಗೆ ಸಮಾನವಿದ್ದು, ನನಗೆ ತಕ್ಷಣ ಉತ್ತರ ನೀಡುತ್ತದೆ, ಆದರೆ ವ್ಯತ್ಯಾಸವಿಷ್ಟೇ ಈ ಉತ್ತರಗಳು ನನ್ನ ಪ್ರಿಯರಾದ ಮಹಾತ್ರಯರಿಂದ ಬಂದಿರುತ್ತವೆ.

ಜಿ.ಆರ್. 'ಆನಂದ್' ಅನಂತಪದ್ಮನಾಭನ್
ಜಿ.ಆರ್.ಟಿ.ಗ್ರೂಪ್

ಯಾವ ಸ್ರೋತ ನನ್ನ ವಿಚಾರಗಳ ಮೇಲೆ ಪ್ರಭಾವ ಬೀರುತ್ತದೆಯೋ, ಮತ್ತು ಯಾವ ವ್ಯಕ್ತಿ ನನ್ನ ಕೆಲಸಕಾರ್ಯಗಳ ಮಾಧ್ಯಮದ ಮೂಲಕ ಪರಿವರ್ತನೆಯನ್ನು ತರುತ್ತಾರೋ ಅವರೇ ಮಹಾತ್ರಯರು. ಯಾವನೇ ವ್ಯಕ್ತಿಯ ಅತಿಶಯವಾದ ಯಾತ್ರೆಗೆ ಈ ಪುಸ್ತಕ ನಾಂದಿ ಹಾಡುವುದರ ಜತೆಗೆ ಪರಿವರ್ತನೆ ತರುವುದನ್ನು ಪ್ರಮಾಣೀಕರಿಸುತ್ತದೆ. ಎಲ್ಲರೂ ಅದಕ್ಕೆ ಯೋಗ್ಯರೇ. ಇಂದೇ ನಿಮ್ಮ ಯಾತ್ರೆಯನ್ನು ಪ್ರಾರಂಭಿಸಿ.

ಅತುಲ್ ಎನ್. ಶಾಹ್,
ಎಂ.ಡಿ. ಎಫ್.ಎ.ಸಿ.ಎ.ಎ.ಐ, ಎಫ್.ಎ.ಎ.ಎ.ಎ.ಐ,
ಮೆಡಿಕಲ್ ಡೈರೆಕ್ಟರ್, ಸೆಂಟರ್ ಫಾರ್ ಅಸ್ತಮಾ ಅಂಡ್ ಅಲರ್ಜಿ,
ನ್ಯೂಯಾರ್ಕ್, ಯು.ಎಸ್.ಎ.

ಇನ್ಫಿನಿಥೀಸಮ್

ಯಾವುದೇ ಕ್ಷೇತ್ರದಲ್ಲಿ ಮನುಷ್ಯ ಪ್ರಯತ್ನದ ಮೂಲಕ ಯಾರು ಮಹತ್ವಪೂರ್ಣ ಸಮೃದ್ಧಿಯನ್ನು ಉತ್ಕಟವಾಗಿ ಬಯಸುತ್ತಾರೋ – ಅದು ಆಧ್ಯಾತ್ಮಿಕವಿರಲಿ, ಭಾವನಾತ್ಮಕವಿರಲಿ ಅಥವಾ ಭೌತಿಕವಿರಲಿ – ಅಂಥವರಿಗೆ ಅಧಿಕಕ್ಕಿಂತಲೂ ಅಧಿಕತಮ ಸಮೃದ್ಧಿಯನ್ನು ಪಡೆಯುವಂತೆ ಬಯಸುತ್ತದೆ ಇನ್ಫಿನಿಥೀಸಮ್. ಇದು ಮನುಷ್ಯನ ಆಶಾದಾಯಕ ಬೆಳವಣಿಗೆಗೆ ಕಾಯಕಲ್ಪವನ್ನು ಒದಗಿಸುತ್ತದೆ ಮಾತ್ರವಲ್ಲ ಮಾನವ ಚೈತನ್ಯದ ಸಮಷ್ಟಿಯ ಅಪಾರ ಅಂತಃಸತ್ವವನ್ನು ಅರುಹುತ್ತದೆ.

www.facebook.com/infinitheism

www.infinitheism.com

ಪ್ರಿಯ ಓದುಗರೇ,

**ಈ ಪುಸ್ತಕದ ಯಾವುದೇ ಪುಟವನ್ನು ತೆರೆಯಿರಿ.
ಜಿಜ್ಞಾಸುಗಳ ಜಿಜ್ಞಾಸೆಯನ್ನು ತಣಿಸುವಂತಹ
ಒಂದು ಉತ್ತರ ಅಲ್ಲಿ ಕಾದಿರುತ್ತದೆ.**

ಈ ಪುಸ್ತಕವನ್ನು ನಿಮಗೆ ಸಮರ್ಪಿಸುತ್ತಿದ್ದೇನೆ. ಇವು ನಿಮ್ಮದೇ ಪ್ರಶ್ನೆಗಳಾಗಿದ್ದವು. ಇವುಗಳ ಉತ್ತರ ನನ್ನ ಮೂಲಕ ತೆರೆದುಕೊಂಡಿವೆ ಅಷ್ಟೆ. ಹಾಗಾಗಿ ನೀವು ಈ ಹೊತ್ತಗೆಯ ಸಹಲೇಖಕರಿದ್ದೀರಿ.

ಈ ಪುಟಗಳಲ್ಲಿ ನೀವು ಎಂತಹ ಸಮಾಧಾನವನ್ನು ಪಡೆಯುತ್ತೀರಿ ಅಂದರೆ ನಿಮಗೆ ಮನುಷ್ಯನ ಅಂತರಾತ್ಮದ ವಿಸ್ತೃತ, ಹಾಗೂ ಅನಂತವಾದ ಸಂಭಾವ್ಯತೆಗಳನ್ನು ಗುರುತಿಸುವುದಕ್ಕೆ ಸಾಧ್ಯವಾಗುತ್ತದೆ. ಈ ಪುಸ್ತಕ ನಿಮ್ಮ ಎಲ್ಲಾ ಕಷ್ಟಗಳಿಗೆ–ಆಧ್ಯಾತ್ಮಿಕ, ಭಾವನಾತ್ಮಕ ಮತ್ತು ಭೌತಿಕತೆಯ–ಬಹಳಷ್ಟು ಸಂವೇದನೆಗಳನ್ನು ನೀಡುತ್ತದೆ. ನೀವು ಎಂತಹ ಕಾರ್ಯಕ್ಷಮತೆಯ ಉಪಾಯವನ್ನು ಅರಸಬಲ್ಲಿರಿ ಅಂದರೆ ಅದು ನಿಮ್ಮನ್ನು ಬದುಕಿನ ಅಧಿಕದಲ್ಲೂ ಅಧಿಕತಮದ ಕಡೆಗೆ ಒಯ್ಯಬಲ್ಲುದು...

ಮಹಾತ್ರಯ ರಾ

ಅಂಚೆಗೆ ಹೋಗದ ಪತ್ರ

ಅಂಚೆಗೆ ಹೋಗದ ಪತ್ರ

ಮಹಾತ್ರಯ ರಾ

ಅನುವಾದಕರು : ಡಾ। ಶಿವಾನಂದ ಬೇಕಲ್

MANJUL

ಮಂಜುಳ್ ಪಬ್ಲಿಷಿಂಗ್ ಹೌಸ್

First published in India by

MANJUL

Manjul Publishing House

Corporate and Editorial Office

• 2nd Floor, Usha Preet Complex, 42 Malviya Nagar, Bhopal 462 003 - India

Sales and Marketing Office

• C-16, Sector 3, Noida, Uttar Pradesh 201301 - India

Website: www.manjulindia.com

Distribution Centres

Ahmedabad, Bengaluru, Bhopal, Kolkata, Chennai,
Hyderabad, Mumbai, New Delhi, Pune

Kannada translation of *Unposted Letter* by *Mahatria Ra*

This edition first published in 2013
Third impression 2022

Copyright © 2009 by Mahatria Ra

ISBN 978-81-8322-384-3

Translation by Shivanand Bekal

Printed and bound in India by Parksons Graphics Pvt. Ltd.

All rights reserved. No part of this publication may be reproduced, stored in or introduced into a retrieval system, or transmitted, in any form, or by any means (electronic, mechanical, photocopying, recording or otherwise) without the prior written permission of the publisher. Any person who does any unauthorized act in relation to this publication may be liable to criminal prosecution and civil claims for damages.

ಅನುಕ್ರಮಣಿಕೆ

ಅನುಕ್ರಮಣಿಕೆ

ಅನುಕ್ರಮಣಿಕೆ

ಪುಟ

ನನ್ನ ಪ್ರಿಯ ಓದುಗರೇ,

ನನ್ನ ಬದುಕೇ ನನಗೆ ಬದುಕಿನ ಬಗೆಗೆ ಕಲಿಸಿದೆ. ಪರಿವರ್ತನೆಗಾಗಿ ನನ್ನ ಕಡೆ ಬಂದ ಪ್ರತಿಯೊಬ್ಬ ಸಾಧಕ, ನನ್ನನ್ನೇ ಪರಿವರ್ತಿಸಿದ್ದಾನೆ. ನನ್ನ ಪ್ರತಿಯೊಬ್ಬ ಶಿಷ್ಯನೂ ನನ್ನ ಗುರುವಾಗಿದ್ದಾನೆ. ಬದುಕಿನ ಬಗೆಗಿನ ಸಮಗ್ರತೆ ಮತ್ತು ತಿಳುವಳಿಕೆಯನ್ನು ನಾನು ಸಂರಕ್ಷಿಸ ಬಯಸುತ್ತೇನೆ. ಪುಸ್ತಕಗಳು, ಮೂಲಭೂತವಾಗಿ ಮುದ್ರಣದಲ್ಲಿ ಸಂರಕ್ಷಿಸಿದ ಯೋಚನೆಗಳು. ನಿಮ್ಮ ಕೈಯಲ್ಲಿ ಹಿಡಿದಿರುವ ಈ 'ಅಂಚೆಗೆ ಹೋಗದ ಪತ್ರ', ಎಂಬ ಪುಸ್ತಕದ ಮೂಲಕ ನಿಮ್ಮ ಮನಸ್ಸನ್ನೂ, ಹೃದಯವನ್ನೂ ಪ್ರವೇಶಿಸಲು ಬಯಸುತ್ತೇನೆ. ನಿಮ್ಮೊಳಗೆ ದಯವಿಟ್ಟು ನನಗೆ ಹೋಗಲು ಬಿಡಿ...

ಜಗತ್ತಿಗೆ ಕೆಲವು ಪ್ರತಿಪಾದನೆಗಳನ್ನು ನೀಡುವ ಸಲುವಾಗಿ ಐನ್‌ಸ್ಟೀನ್ ತಮ್ಮ ಪೂರ್ತಿ ಬದುಕನ್ನು ಮುಡಿಪಾಗಿಟ್ಟರು ಮತ್ತು ಜಗತ್ತು ಆ ಬಳಿಕ ಇದ್ದ ಹಾಗೇ ಇರಲಿಲ್ಲ. ಎಡಿಸನ್ ಬದುಕು ಜಗತ್ತಿನ ಜೀವನ ಶೈಲಿಯನ್ನೇ ಬದಲಿಸಿತು. ಮಹಾತ್ಮಾ ಗಾಂಧಿ ಮತ್ತು ನೆಲ್ಸನ್ ಮಂಡೇಲಾರ ಬದುಕು ಒಂದು ಹೊಸ ಮನ್ವಂತರಕ್ಕೇ ನಾಂದಿ ಹಾಡಿತು. ಮಿಲ್ಟನ್ ಮತ್ತು ಠಾಗೋರ್ ಕವಿತೆಯನ್ನು ಮತ್ತೆ ನಿರ್ವಚಿಸಿದರು. ತ್ಯಾಗಯ್ಯ ಸಂಗೀತವನ್ನು ಮತ್ತೆ ಪುನರುಜ್ಜೀವನ-ಗೊಳಿಸಿದರು. ಝಕೀರ್ ಹುಸೇನ್ ತಬ್ಲಾಕ್ಕೆ ಹೊಸ ಆಯಾಮ ನೀಡಿದರು. ರೋಜರ್ ಬನ್ನಿಸ್ಟರ್ ಮತ್ತು ಎಡ್ಮಂಡ್ ಹಿಲಾರಿ ಮಾನವ ಕ್ಷಮತೆಯನ್ನು ಮತ್ತೆ ಎತ್ತಿಹಿಡಿದರು. ಸಾಕ್ರೆಟೀಸ್, ಅರಿಸ್ಟೋಟಲ್ ಮತ್ತು ಪ್ಲೇಟೋ ಜಗತ್ತಿನ ಚಿಂತನೆಯನ್ನು ಬದಲಿಸಿದರು. ಪ್ರತಿ ಮಾನವ ಬದುಕು ತನ್ನನ್ನೇ ಎತ್ತರಿಸಿಕೊಳ್ಳಲು ಶಕ್ತವಷ್ಟೇ ಅಲ್ಲ, ಮಾನವತೆಯ ಮಾನವೀಯ ಪ್ರಜ್ಞೆಯನ್ನೇ ಸಾಮೂಹಿಕವಾಗಿ ಎತ್ತರಿಸಲು ಶಕ್ತವಾಗಿದೆ.

ಮಾನವ ಪ್ರಜ್ಞೆಯ ವಿಕಸನದಲ್ಲಿ ನಮ್ಮ ಅನೇಕ ಪೂರ್ವಜರು ತಮ್ಮ ಪಾತ್ರವನ್ನು ನಿರ್ವಹಿಸಿದ್ದಾರೆ ಮತ್ತು ನಾವು ಅದರ ಪ್ರತಿಫಲವನ್ನು ಅನುಭವಿಸುತ್ತಿದ್ದೇವೆ. ನಾವು ಯಾವ ಬಗೆಯ ಪಾತ್ರವನ್ನು ನಿರ್ವಹಿಸಲು ಉದ್ಯುಕ್ತರಾಗಿದ್ದೇವೆ?

ಈ ದಿಶೆಯಲ್ಲಿ ಇದೊಂದು ನನ್ನ ನಮ್ರತೆಯಿಂದ ಕೂಡಿದ ಪ್ರಯತ್ನ.... ನನ್ನ ಪ್ರೀತಿಯ ಓದುಗರಿಗೆ ಒಂದು ವ್ಯತ್ಯಸ್ತ ಅನುಭವ ನೀಡುವ ಪ್ರಯತ್ನ.

ಮಹಾತ್ರಯ ರಾ

'ಇಂದಿನ ದಿನ' ಭಗವಂತ ನಿಮಗೆ ಕೊಟ್ಟಿರುವ ಉಡುಗೊರೆ.

ಒಂದು ವಸ್ತುವಿನ ಹಿಂದಿರುವ ಭಾವನೆಯನ್ನು ಗುರುತಿಸುವುದರಿಂದ ಅದೊಂದು ಉಡುಗೊರೆಯಾಗಿ ಮಾರ್ಪಡುತ್ತದೆ. ಆ ಉಡುಗೊರೆಯ ಹಿಂದಿರುವ ಭಾವನೆಯನ್ನು ಕಾಣದೆ ಹೋದರೆ ಅದೊಂದು ಜಡ ವಸ್ತುವಾಗಿಯೇ ಪರಿಣಮಿಸಿ ಬಿಡುತ್ತದೆ.

ಒಂದು ಲೇಖನಿ ಉಡುಗೊರೆಯಾಗಬೇಕಾದರೆ, ಅದನ್ನು ನೀಡಿರುವ ವ್ಯಕ್ತಿಯ ಭಾವನೆಯನ್ನು ಗುರುತಿಸಬೇಕು. ನಿಮ್ಮ ಹೆತ್ತವರು ನಿಮ್ಮನ್ನು ಬೆಳೆಸಿದ ವಿಧಾನವನ್ನು ಗುರುತಿಸುತ್ತ ನೀವು ಹೇಳುತ್ತೀರಿ, "ನಾನೊಬ್ಬ ಸುದೈವೀ ಮಗು." ಯಾವಾಗ ಶಿಕ್ಷಣ ನೀಡಿರುವ ಗುರುಗಳ ಹಿಂದಿರುವ ಹೃದಯವನ್ನು ಗುರುತಿಸುತ್ತೀರಿ ಆವಾಗ ಅದೊಂದು ನೈಜ ಪಾರಿತೋಷಕವಾಗಿರುತ್ತದೆ ನಿಮಗೆ. ನಿಮ್ಮ ಅಭ್ಯುದಯದಲ್ಲಿ ನಿಮ್ಮ ಉದ್ಯೋಗಪತಿ ನೀಡಿರುವ ಆಸರೆಯನ್ನು ಗುರುತಿಸಿದಾಗ, ನಿಮ್ಮ ಜೀವನಶೈಲಿ ಅದೊಂದು ಉಡುಗೊರೆಯಾಗಿ ಪರಿಣಮಿಸುತ್ತದೆ. ನಿಮ್ಮ ನೌಕರರ ಹೃದಯವಂತಿಕೆಯನ್ನು ಗುರುತಿಸಿದಾಗ ಸಂಸ್ಥೆಯ ಅಭಿವೃದ್ಧಿ ಒಂದು ಉಡುಗೊರೆಯಾಗಿ ಮಾರ್ಪಡುತ್ತದೆ.

ಉಡುಗೊರೆ ಒಂದು ವಸ್ತುವಲ್ಲ, ಅದೊಂದು ದೃಷ್ಟಿಕೋನ–ವಸ್ತುವಿನ ಹಿಂದಿರುವ ಭಾವನೆಯನ್ನು ಗುರುತಿಸುವ ದೃಷ್ಟಿಕೋನ.

ಆ ದೃಷ್ಟಿಯಿಂದ 'ಇಂದಿನ ದಿನ' ಅದೊಂದು ದೈವೀ ಉಡುಗೊರೆ. ಉಡುಗೊರೆ ನಾನಾ ರೀತಿಯಲ್ಲಿ ಬಂದರೂ, 'ಇಂದಿನ ದಿನ' ಎನ್ನುವ ಈ ಅಮೂಲ್ಯವಾದಂಥ ಉಡುಗೊರೆ ನಿಮಗೆ ಭಗವಂತನ ಕಡೆಯಿಂದ ಸಿಕ್ಕ ಉಡುಗೊರೆ ಅಥವಾ ನೀವು ನಿಮ್ಮ ಹಿಂದಿನ ದಿನವನ್ನು ಜೀವಿಸಿದ್ದೀರಿ ಎನ್ನುವ ಅರ್ಥಕೊಡುವ ಉಡುಗೊರೆ.

ನಿನ್ನೆ ದಿನ ನಿದ್ದೆ ಹೋದ ಎಲ್ಲರೂ ಇಂದು ಎದ್ದಿದ್ದಾರೆ ಎನ್ನಲಾಗದು. ನೀವು ನಿಜಕ್ಕೂ ಎಚ್ಚರಗೊಂಡಿರುವುದರಿಂದ ನೀವು ಇಂದಿಗೆ ಸಂದಿದ್ದೀರಿ ಎಂದು ಯಾವುದೋ ಶಕ್ತಿ ಇನ್ನೂ ತಿಳಿದುಕೊಂಡಿದೆ. 24 ಗಂಟೆಗಳ ಈ ವಿಷಯದ ಹಿಂದಿರುವ ದೈವೀ ಹೃದಯವನ್ನು ಗುರುತಿಸಿ. 'ಇಂದಿನ ದಿನ' ಅದೊಂದು ದೈವಾನುಗ್ರಹದ ಉಡುಗೊರೆ ಎಂದು ತಿಳಿಯಿರಿ. ಈ ಉಡುಗೊರೆಯನ್ನು ನಿಂದಿಸಿದರೆ, ಅದನ್ನು ನೀಡಿದವರನ್ನು ನಿಂದಿಸಿದಂತೆ. ಒಂದು ದಿನವನ್ನು ವ್ಯರ್ಥ ಕಳೆದರೆ, ಅದನ್ನು ನೀಡಿದವರನ್ನು ಅವಹೇಳನ ಮಾಡಿದಂತೆ. ಯಾವಾಗ ಉಡುಗೊರೆಯ ಮೌಲ್ಯವನ್ನು ತಿಳಿಯುತ್ತೀರಿ, ಆಗ ಉಡುಗೊರೆಯ ಪ್ರಾಶಸ್ತ್ಯ ಮನಗಾಣುತ್ತೀರಿ. 'ಇಂದಿನ ದಿನ'ದ ಮೌಲ್ಯವನ್ನು ತಿಳಿದು ಅದನ್ನು ಅಮೂಲ್ಯವಾಗಿಸಿ.

ನಿಮ್ಮ ಬದುಕಿನ ಒಂದು ದಿನವನ್ನು ವಿಕ್ರಯ ಮಾಡಿದರೆ ಅದಕ್ಕೆ ಬದಲಾಗಿ ನಿಮಗೆ ಏನು ಸಿಗಬಲ್ಲುದು? ಆದ್ದರಿಂದ ಇಂದನ್ನು ಎಷ್ಟು ಫಲದಾಯಕವನ್ನಾಗಿಸಲು ಸಾಧ್ಯವೋ ಅಷ್ಟನ್ನು ಮಾಡಿ. ನಿಮ್ಮ ಬಾಕಿ ಉಳಿದ ಬದುಕಿನಲ್ಲಿ ಇಂದು ಮೊದಲ ದಿನ. ನಿಮ್ಮ ಕಳೆದು ಹೋದುದಕ್ಕೆ ಒಂದು ಗೆರೆ ಎಳೆದು, ನಿನ್ನೆ ನಿನ್ನೆಗೇ ಮುಗಿಯಿತು ಅಂತ ನಿಮ್ಮ ಭವಿಷ್ಯದ ವೇಗದ ಗುಂಡಿಯನ್ನು ಒತ್ತಿ. ಕಳೆದು ಹೋದ ದೋಷಗಳತ್ತ ಇಂದು ನೋಡುವುದಿಲ್ಲ, ಇಲ್ಲವೇ, ಭವಿಷ್ಯದ ಅನಿಶ್ಚಿತತೆ ತಗಲುವುದಿಲ್ಲ– ಅದರಷ್ಟಕ್ಕೇ ಇದೊಂದು ದಿನ, ಅದರಷ್ಟಕ್ಕೇ ಇದೊಂದು ಅವಕಾಶ ಮತ್ತು ಬದುಕಿನ ಒಂದು ಭಾಗವೆಂದು ತಿಳಿಯಿರಿ. ಆ ಮೂಲಕ, ನಿಮ್ಮ ಇಂದನ್ನು ಪಾಲಿಸಿಕೊಂಡು ಬನ್ನಿ, ಅದರಿಂದ ನಿಮ್ಮ ಬದುಕನ್ನು ಹಸನಾಗಿಸಿ.

ಬುದ್ಧ ಹೇಳಿದ್ದು, "ನಾವು ಎಚ್ಚರಗೊಳ್ಳೋಣ ಮತ್ತು ಕೃತಜ್ಞರಾಗೋಣ. ನಾವು ಸಾಕಷ್ಟು ಇಂದಿನ ದಿನ ಕಲಿಯದಿದ್ದರೂ, ಒಂದಿಷ್ಟು ಕಲಿತೆವು ಅಂತ, ಅಷ್ಟು ಕಲಿಯದಿದ್ದರೂ, ನಾವು ಬೇನೆ ಬೀಳಲಿಲ್ಲವಲ್ಲ ಅಂತ, ಬೇನೆ ಬಿದ್ದರೂ, ನಾವು ಸಾಯಲಿಲ್ಲವಲ್ಲ ಅಂತ, ನಾವೆಲ್ಲ ಕೃತಜ್ಞರಾಗೋಣ."

ಪ್ರಾರ್ಥಿಸಿ, "ಓ ನನ್ನ ಪ್ರಭುವೇ, ಇಂದಿನ ದಿನ ನನಗೆ ನೀನು ನೀಡಿದ ಉಡುಗೊರೆ. ಈ ದಿನವನ್ನು ನಾನು ಹೇಗೆ ಜೀವಿಸುವೆನೋ, ಅದು ನಾನು ನಿನಗೆ ನೀಡುವ ಉಡುಗೊರೆ."

ತುತ್ತ ತುದಿ ತಲಪುವುದಕ್ಕೆ ಸುಲಭ ಮಾರ್ಗವಿಲ್ಲ.

ಇದನ್ನೊಂದು ತಿಳಿದುಕೊಳ್ಳಿರಿ– ನೀವು ಡ್ರೈವ್ ಮಾಡುವುದಿದ್ದಲ್ಲಿ ಟ್ರಾಫಿಕ್ ಜ್ಯಾಮ್ ಆಗುವುದನ್ನು ಸಹಿಸಬೇಕಾಗುತ್ತದೆ. ನೀವು ಆರೋಗ್ಯದ ಕಾಳಜಿಯನ್ನು ಮಾಡುವುದಿದ್ದಲ್ಲಿ, ನಿಮ್ಮ ನಾಲಗೆಯ ಚಾಪಲ್ಯವನ್ನು ಬಿಟ್ಟುಬಿಡಬೇಕಾಗುತ್ತದೆ. ಆದಾಯದೊಂದಿಗೆ ಆದಾಯ ತೆರಿಗೆಯೂ ಬರುತ್ತದೆ.

ನೀವು ಬದುಕಿನಲ್ಲಿ ಯಾವುದನ್ನೇ ಆಯ್ದುಕೊಳ್ಳಿ, ಅದರ ಜತೆಗೆ ಆಂತರಿಕವಾಗಿ ಧನಾತ್ಮಕ ಮತ್ತು ಋಣಾತ್ಮಕ ಎರಡೂ ಬಂದೇ ಬರುತ್ತದೆ. ಮುಳ್ಳುಗಳೇ ಇಲ್ಲದ ಗುಲಾಬಿ ಪೊದೆಯನ್ನು ಹುಡುಕುವುದರಲ್ಲಿ ಅದೇನು ತಪ್ಪಿದೆ? ನಾಣ್ಯದ ಒಂದು ಮುಖವನ್ನು ಆಯ್ದುಕೊಂಡಾಗ ಅದರ ಇನ್ನೊಂದು ಮುಖವನ್ನೂ ಆಯ್ದು ಕೊಂಡಂತಾಯ್ತು ಅಲ್ಲವೇ? ತೊಂದರೆಗಳಿಲ್ಲದ ಅನುಗ್ರಹಿತ ಬದುಕನ್ನು ಕೇಳಲೇ ಬೇಡಿ. ಮಹಾತ್ಮರು ಕೂಡಾ ದುರಿತಗಳಿಲ್ಲದ ಸುಂದರ ಬಾಳನ್ನು ಆತುಕೊಳ್ಳಲಿಲ್ಲ. ಅಂತಹ ಒಂದು ಬದುಕೇ ಇಲ್ಲ.

ಮಹಾತ್ವಾಕಾಂಕ್ಷೆ ದೊಡ್ಡದಾದಷ್ಟು ತೊಂದರೆಗಳು ಬೃಹತ್ತಾಗುತ್ತವೆ. ನೀವು ನಡೆಯುವಾಗ ಕಡಿಮೆ ತೊಂದರೆಯಿರುತ್ತದೆ, ಆದರೆ ಮ್ಯಾರಥಾನ್ ಓಟವನ್ನು ಆಯ್ದುಕೊಂಡಾಗ ಬಹಳಷ್ಟು ವಿಷಮತೆಗಳನ್ನು ಎದುರಿಸಬೇಕಾಗುತ್ತದೆ. ನೀವು ನಿಮ್ಮ ಅಸ್ತಿತ್ವಕ್ಕಷ್ಟೇ ಸೀಮಿತಗೊಂಡರೆ, ಬಹಳ ಕಡಿಮೆ ತೊಂದರೆ. ನಿಮ್ಮ ಮಟ್ಟಕ್ಕೆ ಬದುಕನ್ನು ಬದುಕುವುದಕ್ಕೆ ಆಯ್ದುಕೊಂಡರೆ, ಹೆಚ್ಚಿನ ಸಮಸ್ಯೆಗಳನ್ನು ಎದುರಿಸಬೇಕಾಗುತ್ತದೆ. ಬಡಿಗೆಯ ಒಂದು ತುದಿಯನ್ನು ಎತ್ತಿದರೆ, ಅದರ ಇನ್ನೊಂದು ತುದಿಯನ್ನೂ ಎತ್ತಿದಂತೆಯೇ. ನೀವು ಉಳಿಯ ಹೊಡೆತಕ್ಕೆ ಅನುವಾದರೆ, ಆರಾಧನೆಗೆ ಯೋಗ್ಯವಾದ ಮೂರ್ತಿಯಾಗುತ್ತೀರಿ. ತುತ್ತ ತುದಿಗೆ ಏರುವುದಕ್ಕೆ ಸುಲಭ ಮಾರ್ಗವಿಲ್ಲ. ಅಂತೆಯೇ, ಅದನ್ನು ಸಾಧಿಸಿದವರಿಗೆಲ್ಲ ಅದು ಸುಲಭವಾಗಿರಲಿಲ್ಲ.

ಏನಿದ್ದರೂ, ಚರಿತ್ರೆಯನ್ನು ಓದುವವನಿಗೂ, ಚರಿತ್ರೆಯನ್ನು ನಿರ್ಮಾಣ ಮಾಡುವವನಿಗೂ ವ್ಯತ್ಯಾಸ ಇದ್ದೇ ಇರುತ್ತದೆ.

ಬೈಬಲ್ ಅಧ್ಯಯನ ತಂಡವೊಂದರಲ್ಲಿ ದೇವ ಸಂದೇಶ 3:3ನ್ನು ಓದಲಾಯಿತು: "ಅವನು (ಭಗವಂತ) ಬೆಳ್ಳಿಯನ್ನು ಸಂಸ್ಕರಿಸಿ ಶುದ್ಧೀಕರಿಸುತ್ತಾನೆ." ಭಗವಂತನ ವ್ಯಕ್ತಿತ್ವ ಮತ್ತು ನಡವಳಿಕೆಗೆ ಇದು ಹೇಗೆ ಅನ್ವಯವಾಗುತ್ತದೆ? ಆ ವಾರ, ಓರ್ವ ಮಹಿಳೆ ಒಬ್ಬ ಅಕ್ಕಸಾಲಿಗನ ಕಾರ್ಯಾಗಾರದ ಮೇಲೆ ನಿಗಾ ಇಡುವಂತೆ ನಿಯುಕ್ತಿಗೊಂಡಿದ್ದಳು. ಆಕೆ ನೋಡುತ್ತಿದ್ದಂತೆಯೇ ಅಕ್ಕಸಾಲಿಗ ಒಂದು ಬೆಳ್ಳಿಯ ತುಂಡನ್ನು ಬೆಂಕಿಯ ಮೇಲೆ ಹಿಡಿದು ಕಾಯಿಸುತ್ತಿದ್ದ. ಬೆಳ್ಳಿಯಲ್ಲಿನ ಕಶ್ಮಲಗಳು ಉರಿದು ಹೋಗಲು ಅದನ್ನು ಜ್ವಾಲೆಯ ಮಧ್ಯಭಾಗದಲ್ಲಿ ಹಿಡಿಯಬೇಕೆಂದು ಆತ ವಿವರಿಸಿದ. ಅಂದರೆ ಆತ ಎಲ್ಲಾ ಸಮಯ ಅದನ್ನು ಬೆಂಕಿಯ ಎದುರು ಹಿಡಿದುಕೊಂಡೇ ನಿಲ್ಲಬೇಕೇ ಎಂದು ಕೇಳಿದಳು ಆಕೆ. ಬರೀ ಹಿಡಿದುಕೊಂಡು ಇರುವುದು ಮಾತ್ರವಲ್ಲ, ಅವನ ನೋಟ ಬೆಳ್ಳಿಯ ಮೇಲೆಯೇ ಕದಲದೆ ಇರಬೇಕೆಂದು ಅವನು ಹೇಳಿದ. ಬೆಳ್ಳಿಯನ್ನು ಒಂದರೆಗಳಿಗೆ ಹೆಚ್ಚು ಕಾಲ ಜ್ವಾಲೆಯ ಮೇಲೆ ಇರಿಸಿದ್ದೇ ಆದಲ್ಲಿ ಅದು ಉರಿದು ಹೋಗಬಹುದೆಂದೂ ಹೇಳಿದ. ಮಹಿಳೆ ಕೇಳಿದಳು, "ಹಾಗಾದರೆ, ಬೆಳ್ಳಿ ಪೂರ್ತಿಯಾಗಿ ಶುದ್ಧವಾಯಿತು ಅಂತ ಹೇಗೆ ತಿಳಿಯುತ್ತದೆ?" ಅವನು ನಕ್ಕು ಹೇಳಿದ, "ಓ ಅದು ತುಂಬಾ ಸುಲಭ. ಬೆಳ್ಳಿ ಶುದ್ಧವಾದಾಗ ಅದರಲ್ಲಿ ನನ್ನ ಪ್ರತಿಬಿಂಬ ಕಾಣಿಸುತ್ತದೆ."

ನೀವೂ ಬದುಕಿನ ಶಾಖ ಅನುಭವಿಸುತ್ತಿದ್ದಲ್ಲಿ, ನೆನಪಿಡಿ, ಭಗವಂತನ ಕಣ್ಣು ನಿಮ್ಮ ಮೇಲೆಯೇ ಇರುತ್ತದೆ. ನಿಮ್ಮಲ್ಲಿ ತನ್ನ ಪ್ರತಿಬಿಂಬ ಕಾಣುವ ತನಕ ಅವನು ನಿಮ್ಮ ಮೇಲೆ ತನ್ನ ಕಣ್ಣಿಟ್ಟು ನೋಡುತ್ತಲಿರುತ್ತಾನೆ. ಪ್ರತಿಯೊಬ್ಬ ಮನುಷ್ಯನಲ್ಲೂ ಆಧ್ಯಾತ್ಮಿಕ ಗುರುವೊಬ್ಬ ಸುಪ್ತವಾಗಿರುತ್ತಾನೆ. ದೇವರು ಮನುಷ್ಯನಾದ ಯಾಕಂದರೆ ಅವನು ಮತ್ತೆ ದೇವರಾಗಲು ಸಾಧ್ಯವಿದೆ. ಬದುಕು ನಿಮ್ಮನ್ನು ಸುಡುವ ಒಂದು ಕುಲುಮೆ ಏನೂ ಅಲ್ಲ. ಅದು ನಿಮ್ಮನ್ನು ಹೊಳೆಯುವ ಬೆಳ್ಳಿಯನ್ನಾಗಿ ಪರಿವರ್ತಿಸುವ ಮಾಧ್ಯಮವಾಗಿದೆ.

ನಿಮ್ಮನ್ನು ಅತಿಯಾಗಿ ಕಾಡುವ ಒಂದು ಸಂಬಂಧ...

ಈಗ ನಿಮ್ಮ ಬದುಕು ಸುಖಕರವಾಗಿದೆ ಅಂತಾದರೆ, ನಿಮ್ಮ ಬದುಕಿನಲ್ಲಿ ಎಲ್ಲವೂ ಅನಿವಾರ್ಯವಾಗಿ ಸರಿಯಾಗಿದೆ ಅಂತ ಅಲ್ಲ, ನಿಮ್ಮನ್ನು ಸದಾ ಕಾಡುವ ಸಂಬಂಧವೊಂದು ವಿಶೇಷವಾಗಿ ಮುನ್ನಡೆಸುತ್ತದೆ ಎಂದು ಅರ್ಥ. ನೀವು ಈಗ ಖಿನ್ನತೆಯನ್ನು ಅನುಭವಿಸುತ್ತಿದ್ದಲ್ಲಿ, ನಿಮ್ಮ ಬದುಕಿನಲ್ಲಿ ಎಲ್ಲವೂ ತಪ್ಪಾಗಿ ಹೋಗಿದೆ ಅಂತ ಅಲ್ಲ, ನಿಜಕ್ಕೂ ನಿಮ್ಮನ್ನು ಕಾಡುವ ಒಂದು ಸಂಬಂಧ ವಿಶೇಷವಾಗಿ ನಡೆಯುತ್ತಿಲ್ಲ ಎಂಬುದೇ ಆಗಿದೆ.

ಸಂಬಂಧಗಳು ಬೀಜಗಳ ಹಾಗೆ. ಅವುಗಳನ್ನು ಪಾಲಿಸಿ ಪೋಷಿಸಬೇಕು. ನಿರೀಕ್ಷೆಗಳು

ಕಳೆಗಳ ಹಾಗೆ. ಅವು ಅವುಗಳಷ್ಟಕ್ಕೆ ಬೆಳೆದು ಬಿಡುತ್ತವೆ. ಒಂದು ಸಂಬಂಧವನ್ನು ಬೆಳೆಸುವಾಗ ಸಾಕಷ್ಟು ಬಂಡವಾಳವನ್ನು ಹಾಕಿದ್ದಾದಲ್ಲಿ, ಆ ಸಂಬಂಧದ ನಿರೀಕ್ಷೆಗಳನ್ನು ಹತೋಟಿಯಲ್ಲಿಟ್ಟುಕೊಳ್ಳಲು ಸಾಧ್ಯ. ಯಾವಾಗ ಸಂಬಂಧವನ್ನು ಅವಗಣನೆ ಮಾಡುತ್ತೇವೆ, ಆವಾಗ ಆ ಸಂಬಂಧದ ನಡುವೆ ಇರುವ ನಿರೀಕ್ಷೆಗಳು, ಸಂಬಂಧದ ಬೇರನ್ನೇ ಅಲುಗಾಡಿಸಬಹುದು. ನಮ್ಮ ದೊಡ್ಡ ಸಮಸ್ಯೆ ಅಂದರೆ, ಸ್ಥಿರವಾದ ಸಂಬಂಧದಲ್ಲಿ ನಿರೀಕ್ಷೆಗಳ ಬೆಳೆಯುವಿಕೆ.

ಉಳಿತಾಯ ಖಾತೆಯ ಒಂದು ರೂಪಕವನ್ನು ಇಲ್ಲಿ ಬಳಸುವ. ಒಂದು ಖಾತೆಯಲ್ಲಿ ಹಣವನ್ನು ಜಮಾ ಮಾಡಿದರೆ, ನಾವೆಷ್ಟು ಇರಿಸಿದ್ದೇವೋ ಅಷ್ಟು ಹಣವನ್ನು ತೆಗೆಯಬಹುದು. ಹಣ ಎಷ್ಟು ತೆಗೆಯಬಹುದೆಂದರೆ, ನಾವೆಷ್ಟು ಕಾದಿರಿಸಿದ್ದೇವೋ ಅಷ್ಟನ್ನು ಮಾತ್ರ. ಅಂತೆಯೇ, ಒಂದು ಸಂಬಂಧವನ್ನು ನಾವೆಷ್ಟು ವಿನಿಯೋಗಿಸಬಹುದೆಂದರೆ, ಆ ಸಂಬಂಧದಲ್ಲಿ ನಾವೆಷ್ಟು ಜಮಾ ಮಾಡಿದ್ದೇವೋ ಅಷ್ಟನ್ನು ಮಾತ್ರ.

ಯಾವ ಸಂಬಂಧದಲ್ಲಿ ಸಾಕಷ್ಟು ಭಾವನಾತ್ಮಕ ನಿಧಿ ಜಮಾ ಇದೆಯೋ, ಅಲ್ಲಿ ತಪ್ಪುಗಳನ್ನು ಸಹಿಸಲಾಗುತ್ತದೆ ಮತ್ತು ಕ್ಷಮಿಸಲಾಗುತ್ತದೆ. ಸಂಪರ್ಕ ಸಮರ್ಪಕವಾಗಿಲ್ಲವಾದರೂ, ಅದರ ಅರ್ಥವನ್ನು ತಿಳಿಯಲಾಗುತ್ತದೆ. ನಿಮ್ಮ ಕಾರ್ಯವನ್ನು ಪ್ರಶಂಸಿಸಲಾಗುವುದು. ಒಟ್ಟಿನಲ್ಲಿ ನೀವು ಒಳ್ಳೆಯವರೆಂದು ಪರಿಗಣಿಸಲಾಗುವುದರಿಂದ, ಸಂಬಂಧ ಒಳಿತಾಗಿರುತ್ತದೆ. ಆ ಸಂಬಂಧದಲ್ಲಿ ನೀವು ತೊಡಗಿಸಿದ ಸದ್ಭಾವನೆಯ ಹೂಡಿಕೆ ಸಾಕಷ್ಟು ಬೆಳೆದಿರುವುದರಿಂದ ನಿಮ್ಮನ್ನು ಒಳ್ಳೆಯವರೆಂದು ಪರಿಗಣಿಸಲಾಗುತ್ತದೆ.

ಏನಿದ್ದರೂ, ಕೆಲವು ಸಂಬಂಧಗಳನ್ನು ಪೂರ್ವನಿರ್ಧಾರಿತವೆನ್ನುವಂತೆ ಪರಿಗಣಿಸಲಾಗುತ್ತದೆ. ಸಂಬಂಧದ ಸ್ಥಿರತೆಯನ್ನು ಊಹಿಸಲಾಗಿರುತ್ತದೆ ಮತ್ತು ಸಂಬಂಧವನ್ನು ಪೋಷಿಸಲು ಏನೇನೂ ಕ್ರಮ ಕೈಗೊಂಡಿರುವುದಿಲ್ಲ. ನಿರೀಕ್ಷೆಗಳು ಮುಂದುವರಿದರೂ, ಸಂಬಂಧ ಬೆಳೆಸಲು ಬೇಕಾಗಿರುವ ಹೂಡಿಕೆಗಳು ಭಾವನಾತ್ಮಕ

ಕಾದಿರಿಸುವಿಕೆಯನ್ನು ಮೀರಿರುತ್ತದೆ. ಅಂತಹ ಸನ್ನಿವೇಶದಲ್ಲಿ ನೀವು ಮಾತನಾಡುವ ಪ್ರತಿ ಶಬ್ದಕ್ಕೂ ನೀವೊಬ್ಬ ತಪ್ಪಿತಸ್ಥ ಎನ್ನುವ ರೀತಿಯಲ್ಲಿ ಅರ್ಥೈಸಲಾಗುವುದು. ನಿಮ್ಮ ಪ್ರತಿ ಹೆಜ್ಜೆಯನ್ನು ಪರೀಕ್ಷಿಸಲಾಗುವುದು; ಮಾತಿನ ಚಕಮಕಿ ಮತ್ತು ನೂಕಿದ ಬಾಗಿಲ ಸದ್ದುಗಳು ನಿರಂತರವೆನ್ನುವಂತೆ ಸಾಮಾನ್ಯವಾಗಿರುತ್ತದೆ. ನಿಮ್ಮ ಯಾವುದೇ ನಡತೆಯನ್ನು ಪ್ರಶಂಸಿಸಲಾಗುವುದಿಲ್ಲ ಅಥವಾ ನಿಮ್ಮ ಯಾವುದೇ ಆಲೋಚನೆಯನ್ನು ಗೌರವಿಸಲಾಗುವುದಿಲ್ಲ. ಅಂತಹ ಸಂಬಂಧ ಗಣಿಯೊಂದರ ಮೇಲೆ ನಡೆದ ಹಾಗೆ– ಅದು ಯಾವ ಸಮಯದಲ್ಲೂ ಸ್ಫೋಟಿಸಲು ಸಾಧ್ಯ–ಹೇಳಲು ಬಾರದು ಕೂಡಾ.

ಪರಿಹಾರ ಸರಳವಾದದ್ದರಲ್ಲಿ ಸರಳವಾಗಿದೆ. ಜಮೆ ಮಾಡಬೇಕು, ಹೆಚ್ಚು ಜಮೆ ಮತ್ತು ಮತ್ತಷ್ಟು ಜಮೆ ಮಾಡಬೇಕು. ಯಾವುದೇ ರಚನಾತ್ಮಕ ಸಂಬಂಧದಲ್ಲಿ ಹಿಂದೆಗೆತ ಇದ್ದೇ ಇರುತ್ತದೆ. ಆದರೆ ನೀವು ಯಾವಾಗಲೂ ಎಷ್ಟು ಬೇಕಾದರೂ ಜಮೆ ಮಾಡಬಹುದು. ಹಾಗಿದ್ದಾಗ ಮಾತ್ರ ನೀವು ಹೂಡಿಕೆ ಮಾಡಿದ್ದು ಸಮಯ ಕಳೆದಂತೆ ಬೆಳೆಯಬಹುದು. ಸಂಬಂಧಗಳನ್ನು ಪೋಷಿಸಬೇಕಾದರೆ, ಗುಣಾತ್ಮಕ ಸಮಯದಲ್ಲಿ ಹೂಡಿಕೆ ಮಾಡಬೇಕು. ಆಲಿಸುವುದಕ್ಕೂ, ಅರಿತುಕೊಳ್ಳಲೂ ಸಮಯ ತೆಗೆದುಕೊಳ್ಳಿ.

ಪರಸ್ಪರ ತಿಳುವಳಿಕೆಗಾಗಿ ಸಾಧ್ಯವಾದರೆ ಆಗಿಂದಾಗ್ಯೆ ಸಂಪರ್ಕದಲ್ಲಿರಿ. ನಿಮ್ಮ ಪ್ರೀತಿ ಅಭಿವ್ಯಕ್ತವಾಗಲಿ ಮತ್ತು ಪ್ರತಿಪಾದನೆಯ ಮೂಲಕ ಗೋಚರವಾಗುವಂತೆ ಮಾಡಿ. ಕೊಡುವುದಕ್ಕೆ ಕೇಳಿ ಮತ್ತು ಪಡೆಯುವುದರಲ್ಲಿ ನಯಗಾರಿಕೆ ಇರಲಿ. ಪಡೆಯುವುದು ನೀಡುವವರಿಗೆ ಗೌರವ ಸೂಚಿಸುವುದರ ದ್ಯೋತಕವಾಗಿರುತ್ತದೆ ಮತ್ತು ಅದೊಂದು ದೊಡ್ಡ ಜಮೆಯಾಗಿರುತ್ತದೆ. ಜಮೆಯ ಮೇಲೆ ಜಮೆ ಮಾಡುತ್ತ, ಅದ್ಭುತ ಸಂಬಂಧವನ್ನು ಬೆಳೆಸಿ ಮತ್ತು ಆ ಮೂಲಕ ನಿಮ್ಮ ಬದುಕಿನಲ್ಲಿ ಸಂತಸವನ್ನು ಸಂಪಾದನೆ ಮಾಡಿ.

ಪುರಾಣಗಳನ್ನು ಅವಲೋಕಿಸಿದರೆ, ದೇವತೆಗಳಲ್ಲೂ ಸಂಬಂಧಗಳ ಸಮಸ್ಯೆಗಳಿದ್ದವು ಎಂಬುದು ವೇದ್ಯವಾಗುತ್ತದೆ. ಅದಕ್ಕೂ ಮಿಗಿಲಾದ ರೀತಿಯ ಅವಕಾಶ ನಿಮ್ಮ ಪಾಲಿನದು.

• • •

ನಮ್ಮ ಮಕ್ಕಳಿಗೆ ಅವರ
ಬದುಕಿನುದ್ದಕ್ಕೂ ಓದುವ ಖುರಾನ್
ಅಂದರೆ ನಾವು; ಅದುವೇ ಅವರು ಮನನ
ಮಾಡುವ ಏಕೈಕ ವೇದ; ಅವರ ಅನುಭವಕ್ಕೆ
ಬರುವ ಏಕೈಕ ಬೈಬಲ್ ಮತ್ತು ಅವರು
ಅನುಸರಿಸುವ ಏಕೈಕ ಧರ್ಮ.

ನಿಮ್ಮ ಮತ್ತು ನನ್ನ ಬದುಕು ಅವರಿಗೆ
ಒಂದು ಎಚ್ಚರಿಕೆ ನೀಡುವುದೂ ಆಗಿರಬಹುದು,
ಆದರ್ಶ ನೀಡುವುದೂ ಆಗಿರಬಹುದು.

ಇದೊಂದು ಗಂಭೀರವಾದ ಜವಾಬ್ದಾರಿ
ಅಂತ ನನಗೆ ಗೊತ್ತು, ಆದರೆ ನೀವು ಭೂಮಿಗೆ
ಅವರಿಗಿಂತ ಮೊದಲು ಯಾಕೆ ಬಂದಿರಿ
ಅಂತ ಹೇಗೆ ವಿವರಿಸಬಲ್ಲಿರಿ?

• • •

ನಿಮ್ಮ ಬದುಕಿನಲ್ಲಿ ಬಂದಿರುವ ಎಲ್ಲ ವಿಷಯಕ್ಕಿಂತ ನೀವೇ ಮುಖ್ಯ.

ಒಂದು ಹೊಸ ಕಾರನ್ನು ಹೆಂಡತಿಯ ಹುಟ್ಟು ಹಬ್ಬಕ್ಕೆ ಗಂಡ ಉಡುಗೊರೆಯಾಗಿ ನೀಡಿದ. ಮೊದಲು ಆತ ಕಾರಿನ ಬೀಗದ ಕೈಯನ್ನೂ, ನಂತರ ಚಾಲನೆಯ ಪರವಾನಗಿ ಮುಂತಾದ ಕಾಗದ ಪತ್ರಗಳ ಒಂದು ಚೀಲವನ್ನೂ ಆಕೆಗೆ ನೀಡಿ, ದೀರ್ಘ ಆಲಿಂಗನ ಮಾಡಿದ. ಮಕ್ಕಳನ್ನು ನೋಡಿಕೊಳ್ಳುವ ಜವಾಬ್ದಾರಿಯನ್ನು ತಾನು ವಹಿಸಿಕೊಂಡು, ಆಕೆಗೆ ದೀರ್ಘ ಪಯಣವೊಂದನ್ನು ಕೈಗೊಳ್ಳುವಂತೆ ಹೇಳಿದ. ಆಕೆ ಆತನನ್ನು ಚುಂಬಿಸುವ ಮೂಲಕ ಧನ್ಯವಾದ ಹೇಳುತ್ತ, ವಾಹನದೊಂದಿಗೆ ತೆರಳಿದಳು. ಒಂದು ಕಿಲೋಮೀಟರ್ ಸಾಗುವುದರ ಒಳಗಾಗಿ ಕಾರು ಒಂದು ಅಡ್ಡೆಗೆ ಬಡಿಯಿತು. ಆಕೆ ಸುರಕ್ಷಿತಳಾಗಿದ್ದರೂ, ಕಾರು ನಜ್ಜುಗುಜ್ಜಾಯಿತು. ಅವಳು ತಪ್ಪಿತಸ್ಥಳಂತೆ, "ನಾನು ಅವನಿಗೆ ಏನು ಹೇಳಲಿ, ಇದನ್ನು ಆತ ಹೇಗೆ ಸ್ವೀಕರಿಸಬಹುದು?" ಎಂದು ಮುಂತಾದ ಯೋಚನೆಗಳಿಂದಲೂ ಭಾವನೆಗಳಿಂದಲೂ ಗಾಬರಿಗೊಂಡಳು. ಅಪಘಾತದ ಸ್ಥಳಕ್ಕೆ ಪೋಲೀಸರು ತಕ್ಷಣ ಧಾವಿಸಿ ಬಂದರು. "ನಿಮ್ಮ ಚಾಲನೆಯ ಪರವಾನಗಿ ಪತ್ರವನ್ನು ನಾವು ನೋಡಬಹುದೇ?"

ಎಂದು ಅವರು ಕೇಳಿದರು. ನಡುಗುವ ಕೈಗಳಿಂದ ತನ್ನ ಗಂಡ ನೀಡಿದ ಚೀಲವನ್ನು ತೆರೆಯುವುದಕ್ಕೆ ಅನುವಾದಳು. ಕೆನ್ನೆಗಳಲ್ಲಿ ಕಂಬನಿ ಹರಿಯುತ್ತಲೇ ಚೀಲದಿಂದ ಪರವಾನಗಿ ಪತ್ರವನ್ನು ಹೊರತೆಗೆಯುವಾಗ, ಅದರಲ್ಲಿ ಒಂದು 'ಅಂಚೆಗೆ' ಎಂದು ಬರೆದಿರುವ ಗಂಡನ ಬರವಣಿಗೆಯ ಪತ್ರವೊಂದು ಸಿಕ್ಕಿತು. "ಪ್ರಿಯೆ, ಅಪಘಾತವೇನಾದರೂ ಸಂಭವಿಸಿದಾಗ ನೆನಪಿಡು, ನಾನು ಪ್ರೀತಿಸುವುದು ನಿನ್ನನ್ನು, ಕಾರನ್ನಲ್ಲ. ನಿನಗಿದೋ ನನ್ನ ಪ್ರೀತಿ" ಎಂದು ಅದರಲ್ಲಿ ಬರೆದಿತ್ತು!

ಮನುಷ್ಯರನ್ನು ಪ್ರೀತಿಸಿ ವಸ್ತುಗಳನ್ನು ಉಪಯೋಗಿಸುವುದು ಮುಖ್ಯವೇ ಹೊರತು ವಸ್ತುಗಳನ್ನು ಪ್ರೀತಿಸಿ, ಮನುಷ್ಯರನ್ನು ಉಪಯೋಗಿಸುವುದಲ್ಲ ಎಂಬುದನ್ನು ಅರಿತುಕೊಂಡವರೇ ಧನ್ಯರು.

ಕಾರಿನ ಮೇಲಿನ ಒಂದು ಸಣ್ಣ ಗೀಚು ನಮ್ಮ ರಕ್ತದೊತ್ತಡ ಏರುವುದಕ್ಕೆ ಸಾಕು... ಆದರೆ, ನಮ್ಮ ಹೃದಯಕ್ಕೆ ತಾಕಿದ ಗೀಚನ್ನು ಅಳಿಸುವುದಕ್ಕೆ ಬರುವುದಿಲ್ಲ. ಒಂದು ಕಲಾಕೃತಿಯನ್ನು ಉದ್ದೇಶಪೂರ್ವಕವಾಗಿ ನೆಲಕ್ಕೆ ಎಸೆದು ಪುಡಿ ಪುಡಿ ಮಾಡಿದ ಒಬ್ಬ ಮಹಾನುಭಾವನನ್ನು ನಾನು ಬಲ್ಲೆ. ಮತ್ತೆ ಆತ ಹೇಳಿದ್ದು, "ಕಳೆದ 18ವರ್ಷಗಳಿಂದ ಇದು ನನಗೆ ಒತ್ತಡ ಕೊಡುತ್ತಿದೆ–ಇದು ಕೆಳಗೆ ಬಿದ್ದರೆ, ಪುಡಿ ಪುಡಿಯಾದರೆ ಅಂತ. ಇದರ ಯಜಮಾನ ಯಾರು ಎಂಬುದನ್ನು ತೋರಿಸಿಕೊಡುವುದಕ್ಕೆ ಇದು ಸೂಕ್ತ ಸಮಯ. ಈಗಲಾದರೂ ನನ್ನ ಮನಸ್ಸಿಗೆ ನೆಮ್ಮದಿಯಾಯ್ತು!" ಇನ್ನೊರ್ವ ವ್ಯಕ್ತಿಯ ಬಗ್ಗೆಯೂ ನನಗೆ ಗೊತ್ತು. ಅವನು ತನ್ನ ಮರ್ಸಿಡಿಸ್ ಬೆನ್ಸ್ ಕಾರು ಅಪಘಾತವೊಂದರಲ್ಲಿ ಸಿಲುಕಿ, ನಜ್ಜುಗುಜ್ಜಾದ ಸಂದರ್ಭದಲ್ಲಿ ಸಂತೋಷ ಕೂಟವೊಂದನ್ನು ಏರ್ಪಡಿಸಿದ್ದ. ಅವನ ವಿವರಣೆ ಹೀಗಿತ್ತು, "ಕಾರು ಪೂರ್ತಿಯಾಗಿ ಹಾನಿಗೊಂಡಿದೆ. ಆದರೆ ಕಾರಿನ ಒಳಗಿದ್ದ ನನಗೆ ಏನೂ ಆಗಲಿಲ್ಲ. ನಾನು ಸುರಕ್ಷಿತವಾಗಿರುವುದರಿಂದ ಇನ್ನೊಂದು ಕಾರನ್ನು ಕೊಂಡುಕೊಳ್ಳಬಲ್ಲೆ. ಬದಲಾಗಿ, ಕಾರು ಸುರಕ್ಷಿತವಾಗಿದ್ದು, ನಾನು ಹೊರಟುಹೋಗಿದ್ದರೆ, ಇದಕ್ಕೆ ಯಾವುದೇ ಅರ್ಥವಿರುತ್ತಿರಲಿಲ್ಲ.

ನಮ್ಮ ಬದುಕು 60 ರೂಪಾಯಿಯ ಆಟಿಕೆ ಕಾರಿನೊಂದಿಗೆ ಮೊದಲಾಯಿತು. ಅದು ತುಂಡಾದಾಗ ನಾವು ಅತ್ತೆವು. ಆ ಮೇಲೆ 2000 ರೂಪಾಯಿಯ ರಿಮೋಟ್ ಕಂಟ್ರೋಲ್‌ನ ಕಾರಿಗೆ ನಮ್ಮ ಭಡ್ತಿಯಾಯಿತು. ಅದು ಹಾಳಾದಾಗಲೂ ನಾವು ಅತ್ತೆವು. ಆ ಮೇಲೆ 20,000 ಬೆಲೆಯ ಬ್ಯಾಟರಿ ಚಾಲಿತ ಕಾರು ಉಡುಗೊರೆಯಾಗಿ ಬಂತು. ಅದು ಕೆಲಸ ಮಾಡುವುದು ನಿಂತಾಗ ನಾವು ಖಿನ್ನರಾದೆವು. ಆ ಮೇಲೆ 4ಲಕ್ಷದ ಕಾರು, ಮತ್ತೆ 22ಲಕ್ಷದ ಎಸ್‌ಯುವಿ, ತದನಂತರ 86ಲಕ್ಷದ ಲಕ್ಷುರಿ ಸೇಡನ್... ಮತ್ತು ಪ್ರತಿ ಸಲ ಈ ವಾಹನಗಳಿಗೆ ಗೀಚು ಬಿದ್ದರೆ, ಇಲ್ಲವೇ ಅವು ನಜ್ಜುಗುಜ್ಜಾದರೆ ನಮ್ಮ ರಕ್ತದೊತ್ತಡದ ಪಾದರಸ ಊರ್ಧ್ವಕ್ಕೇರಿ, ಚಿಂತೆ ಉಲ್ಬಣಗೊಂಡವು. ಒಟ್ಟಿನಲ್ಲಿ ನಮ್ಮ ಆಟಿಕೆಗಳಲ್ಲಿ ಬೆಳವಣಿಗೆ ಆಯಿತೇ ಹೊರತು, ನಮ್ಮಲ್ಲಿ ಆಗಲಿಲ್ಲ. ನಾವು ಯಾವುದಕ್ಕಾಗಿ ಅಳುತ್ತಿದ್ದೆವೋ ಅದರಲ್ಲಿ ಬದಲಾವಣೆ ಆಯಿತೇ ಹೊರತು, ನಮ್ಮ ಅಳು ನಿಲ್ಲಲೇ ಇಲ್ಲ. ನಮ್ಮ ಅಳುವಿನ ವಿಧಾನದಲ್ಲಿ ಐಷಾರಾಮಿತ್ವ ಆಗಿದೆ ಅಷ್ಟೆ. ಅದಕ್ಕೆ ಬೇರೆ ಹೊಸ ಶಬ್ದಗಳು ಸೇರಿಕೊಂಡಿವೆ ಅಷ್ಟೆ– ಸಿಟ್ಟು, ನಿರಾಶೆ, ಆತಂಕ, ಒತ್ತಡ, ಹತಾಶೆ ಇತ್ಯಾದಿ.

ಆಟಿಕೆಗಳು ಮನರಂಜನೆಗೆ ಅಷ್ಟೆ. ಆಟಿಕೆಗಳು ಒಂದೇ ಉದ್ದೇಶಕ್ಕಾಗಿ, ನಮ್ಮ ಉಪಯೋಗಕ್ಕಾಗಿ. ನಿಮ್ಮ ಕಡಲಕರೆ ಮನೆಯಿಂದ ನಿಮ್ಮ ಎಸ್‌ಯುವಿನಿಂದ ಅತ್ಯಾಧುನಿಕ ....ಮತ್ತು ಇನ್ನಷ್ಟು... ಎಲ್ಲದರ ಅಸ್ತಿತ್ವವೂ ನಮ್ಮ ಬದುಕು ಸುಖಮಯ ಮಾಡುವುದಕ್ಕೆ... ನೀವು ನಿಮ್ಮಲ್ಲಿರುವ ಎಲ್ಲ ವಸ್ತುಗಳಿಗಿಂತ ದೊಡ್ಡವರು. ನೀವು ನಿಮ್ಮ ಒಡೆತನದ ಎಲ್ಲಕ್ಕಿಂತಲೂ ಅಮೂಲ್ಯರು. ನಿಮ್ಮ ಬದುಕಿನಲ್ಲಿ ಬಂದಿರುವ ಎಲ್ಲಕ್ಕಿಂತಲೂ ನೀವು ಪ್ರಾಮುಖ್ಯರು.

ಆಟಿಕೆ ಒಂದು ಆಟಿಕೆ ಅಷ್ಟೆ. ಹೆಚ್ಚು ಹೆಚ್ಚು ಆಟಿಕೆಗಳನ್ನು ನೀವು ಖರೀದಿಸುತ್ತೀರಿ. ಆದರೆ ಅದಕ್ಕೆ ಅದರ ಸೂಕ್ತ ಸ್ಥಾನ ಮಾತ್ರ ನೀಡಬೇಕು. ಅವು ನಿಮ್ಮ ಉಪಯೋಗಕ್ಕೆ ಅಷ್ಟೆ; ನಿಮ್ಮ ಅನುಕೂಲಕ್ಕೂ, ಮನರಂಜನೆಗೂ ಇರುವಂಥದ್ದು. ಒಂದು ಆಟಿಕೆಗಾಗಿ ಒಂದು ಬಿಂದು ಕಂಬನಿಯನ್ನು ನಷ್ಟ ಮಾಡಿಕೊಳ್ಳಬೇಡಿ, ಅದೆಷ್ಟೇ ನಿಮಗೆ ಆಪ್ತವಾಗಿರಲಿ. ಏನಿದ್ದರೂ, ಅವುಗಳೆಲ್ಲಕ್ಕಿಂತ ನೀವು ತಾನೆ ನಿಮಗೆ ಆಪ್ತರು.

• • •

ನಿಜವೆಂದರೆ "ನಾವು ಮಾಡುವುದಿಲ್ಲ"
ಹೊರತು "ನಮ್ಮಿಂದ ಸಾಧ್ಯವಿಲ್ಲ" ಅಂತ ಅಲ್ಲ.

ನಮ್ಮಲ್ಲಿ ಎಷ್ಟಿದೆ ಎಂಬುದು ಮುಖ್ಯವಲ್ಲ,
ಬದಲಾಗಿ ನಮ್ಮಲ್ಲಿ ಇರುವುದನ್ನು ನಾವು
ಹೇಗೆ ವಿನಿಯೋಗಿಸುತ್ತೇವೆ ಎಂಬುದು
ನಿಜಕ್ಕೂ ಮುಖ್ಯ ವಿಷಯ.

ನಮ್ಮಲ್ಲಿ ಇರುವುದರಲ್ಲಿ ನಾವೇನು ಬಹಳ
ಬದಲಾವಣೆ ತರಲು ಸಾಧ್ಯವಿಲ್ಲ, ಆದರೆ
ನಮ್ಮಲ್ಲಿರುವುದರ ಬಳಕೆಯ ವಿಧಾನವನ್ನು
ಬದಲಾಯಿಸಲು ಸಾಧ್ಯವಿದೆ.

ಸರಿಯಾದ ರೀತಿಯಿಂದ ಬಳಸಿದರೆ
ಚದುರಂಗದಾಟದಲ್ಲಿ ಒಬ್ಬ ಸೈನಿಕ ಕೂಡಾ
ರಾಣಿಯಾಗಬಹುದು.

ಮಹತ್ವದ ಕೆಲವು ಮತ್ತು ಕ್ಷುಲ್ಲಕ ಹಲವು.

ವಿಲ್ಫ್ರೆಡೋ ಪರೇಟೋ, ಇಟಲಿಯ ಅರ್ಥಶಾಸ್ತ್ರಜ್ಞ, 1897ರಲ್ಲಿ 80/20 ಎಂಬ ಸಿದ್ಧಾಂತವನ್ನು ಕಂಡುಹಿಡಿದ. ಅದನ್ನು ಪರೇಟೋನ ಸಿದ್ಧಾಂತ ಎಂದೇ ಕರೆಯಲಾಗುತ್ತದೆ. 20ಶೇಕಡಾ ತೊಡಗಿಸುವಿಕೆಯಿಂದ 80ಶೇಕಡಾ ಹುಟ್ಟುವಳಿ ಸಿಗುತ್ತದೆ ಎಂದೂ, 20% ಕಾರಣಗಳಿಂದ 80% ಪರಿಣಾಮ ಉಂಟಾಗುತ್ತದೆ ಮತ್ತು 20% ಪ್ರಯತ್ನದಿಂದ 80% ಫಲ ಬರುತ್ತದೆ ಎಂದೂ ಕಂಡುಹಿಡಿದ. ಜೋಸೆಫ್ ಜುರಾನ್ ಇದರಲ್ಲಿ 20%ವನ್ನು ಮಹತ್ವದ ಕೆಲವು ಎಂದೂ, 80%ವನ್ನು ಕ್ಷುಲ್ಲಕ ಹಲವು ಎಂದೂ ಪ್ರತಿಪಾದಿಸಿದ. ಸರ್ ಐಸಾಕ್ ಪಿಟ್‌ಮ್ಯಾನ್ ಎಂಬ ಶೀಘ್ರಲಿಪಿಯ ಸಂಶೋಧಕ, ಬರೀ 700 ಸಾಮಾನ್ಯ ಶಬ್ದಗಳು ನಮ್ಮ ಸಂಭಾಷಣೆಯ ಮೂರನೇ ಎರಡು ಅಂಶವನ್ನು ಒಳಗೊಂಡಿರುತ್ತದೆ ಎಂದಿದ್ದಾನೆ. ಆತನ ಪ್ರಕಾರ ಈ ಶಬ್ದಗಳು ಸಾಮಾನ್ಯ ಮಾತಿನ 80%ದಷ್ಟು ಇರುತ್ತವೆ.

ಒಬ್ಬ ವಿದ್ಯಾರ್ಥಿ ತನ್ನ 20ಶೇಕಡಾ ಅಧ್ಯಯನ ಸಮಯದಲ್ಲಿ 80ಶೇಕಡಾದಷ್ಟು ಸಿಲೆಬಸ್‌ನ್ನು ಪೂರ್ತಿಮಾಡುತ್ತಾನೆ. ಪರೀಕ್ಷೆಯಲ್ಲಿ 80%ದಷ್ಟು ಪ್ರಶ್ನೆಗಳು 20% ಸಿಲೆಬಸ್‌ನಿಂದ ಬಂದಿರುತ್ತವೆ. 20% ಉತ್ಪಾದನೆ ಮತ್ತು ಸೇವೆಗಳು 80% ವಹಿವಾಟಿಗೆ ಕಾರಣವಾಗಿರುತ್ತದೆ. 20%ದಷ್ಟು ನೌಕರರು 80%ದಷ್ಟು ಉತ್ಪಾದನೆಗೆ ಕಾರಣರಾಗಿರುತ್ತಾರೆ. 20% ಅಭಿಪ್ರಾಯ ಸಮಾಜವನ್ನು ಪ್ರತಿನಿಧಿಸುತ್ತದೆ; ಜನಸಂಖ್ಯೆಯ 20%ದಷ್ಟು ಜನರು ಮಾಡುವ ಉತ್ಪಾದನೆ ದೇಶದ ಆರ್ಥಿಕತೆಯನ್ನು ನಿರ್ಧರಿಸುತ್ತದೆ.

ನಿಮ್ಮಲ್ಲಿ 20ಜನ ಸೇಲ್ಸ್‌ಮೆನ್‌ರಿದ್ದರೆ, ಅವರಲ್ಲಿ ನಾಲ್ವರು ಶ್ರೇಷ್ಠರು, ಆರು ಮಂದಿ ಮಧ್ಯಮದವರು ಮತ್ತು ಮಿಕ್ಕುಳಿದ 10 ಜನ ಬರೀ ತೂಗಾಡುವವರಿರುತ್ತಾರೆ. ಮಾರಾಟ ಪ್ರಬಂಧಕರು ಏನು ತಪ್ಪು ಮಾಡುತ್ತಾರೆ ಅಂದರೆ, ಯಾರು ಕನಿಷ್ಟ ಉತ್ಪಾದಕರು ಮತ್ತು ಕಳಪೆ ನಿರ್ವಾಹಕರಿರುತ್ತಾರೆ ಅವರಿಂದ ಹೆಚ್ಚು ಉತ್ಪನ್ನ ಪಡೆಯಲು ಯತ್ನಿಸುತ್ತಾರೆ. ಅದೇ ವೇಳೆ ಶ್ರೇಷ್ಠ ನಿರ್ವಾಹಕರನ್ನು ಕಡೆಗಣಿಸುತ್ತಾರೆ ಮತ್ತು ಸುಮ್ಮನೆ ಬಿಟ್ಟುಬಿಡುತ್ತಾರೆ. ಅಲ್ಪ ಉತ್ಪಾದಕ ನಿರ್ವಾಹಕರ ಪರವಾಗಿ ಯತ್ನಿಸುತ್ತ ಮಹತ್ವದ ಮಾರಾಟ ನಿರ್ವಾಹಕರನ್ನು ಕಡೆಗಣಿಸುತ್ತ ಅವರನ್ನು ಕಳೆದುಕೊಳುತ್ತಾರೆ. ಯಾರು ಸಮರ್ಥರಿರುತ್ತಾರೆ ಅವರ ಸಾಮರ್ಥ್ಯವನ್ನು ಇನ್ನಷ್ಟು ಹೆಚ್ಚಿಸುವಂತೆ ಆ ಕಡೆ ಗಮನ ಕೇಂದ್ರೀಕರಿಸಬೇಕು.

ಅಲ್ಪದಿಂದ ಮಹತ್ವವನ್ನು ಸಾಧಿಸುವುದರ ರಹಸ್ಯ 80/20ರ ಆಲೋಚನೆಯಲ್ಲಿದೆ. ಸಾಮಾನ್ಯ ಪ್ರಯತ್ನದಿಂದ ಮೇಲೆ ಬರುವುದರ ಬದಲು ಅಸಾಧಾರಣ ಉತ್ಪಾದನೆಯನ್ನು ಕೊಂಡಾಡಲು ತೊಡಗಬೇಕು. ಹಲವು ವಿಷಯಗಳಲ್ಲಿ ಸಾಮಾನ್ಯ ಸಾಧನೆ ಮಾಡುವ ಬದಲು, ಕೆಲವೇ ವಿಷಯಗಳಲ್ಲಿ ಶ್ರೇಷ್ಠತೆಯನ್ನು ಸಾಧಿಸಿರಿ.

ಎಲ್ಲೆಡೆಯೂ ವಿಷಾದಕರ ರೀತಿಯ ವ್ಯರ್ಥಾಲಾಪ ಕೇಳಿಬರುತ್ತದೆ. ನಿಮ್ಮ ಜೀವನದಲ್ಲಿ ಹೆಚ್ಚುಕಡಿಮೆ ಐದರಲ್ಲಿ ನಾಲ್ಕಂಶ ಸಂಭವಿಸುವುದೆಲ್ಲ ಬಹಳ ಕಡಿಮೆ ಫಲಕೊಡುತ್ತದೆ. 20% ಮಾತ್ರ ಫಲ ನೀಡುವ 80%ದ ಮೇಲೆ ಅತಿಯಾದ ಗಮನವಿರುತ್ತದೆ. ನಿಮ್ಮ ಆಲೋಚನೆಯನ್ನು ಬದಲಿಸಿರಿ. ನಿಮ್ಮ ದೃಷ್ಟಿಕೋನವನ್ನು ಬದಲಿಸಿರಿ. ನಿಮ್ಮ ಸಂಪನ್ಮೂಲವನ್ನು 'ಕ್ಷುಲ್ಲಕ ಹಲವು'ಗಳಿಂದ 'ಮಹತ್ವದ ಕೆಲವ'ಕ್ಕೆ ಪರಿವರ್ತಿಸಿರಿ. 80% ಏನಾಗುತ್ತದೆ ಎಂಬುದು ಮುಖ್ಯವಲ್ಲ, 20%ವನ್ನು ನೀವು ಹೇಗೆ ನಿರ್ವಹಿಸುತ್ತೀರಿ, ನಿರ್ವಚಿಸುತ್ತೀರಿ ಮತ್ತು ವಿನಿಯೋಗಿಸುತ್ತೀರಿ ಎಂಬುದು ಮಹತ್ವಪೂರ್ಣ. 20 ಶೇಕಡಾದಷ್ಟು ನಿಮ್ಮ ಸಮಯ ನಿಜವಾಗಿಯೂ ನಿಮ್ಮ ಬದುಕಿನಲ್ಲಿ ನೀವೇನಿದ್ದೀರಿ ಮತ್ತು ನೀವೇನು ಆಗಬಲ್ಲಿರಿ ಎಂಬುದನ್ನು ನಿರ್ಧರಿಸುತ್ತದೆ.

ನಿಮ್ಮ ಬದುಕಿನಲ್ಲಿ ನೀವು 20 ಶೇಕಡಾದ ಮೇಲೆ ನಿಮ್ಮ ಗಮನವನ್ನು ಕೇಂದ್ರೀಕರಿಸಿದರೆ, ಉಳಿದ 80% ತನ್ನಿಂದ ತಾನೇ ನಿರ್ವಹಿಸಲ್ಪಡುತ್ತದೆ.

• • •

ಮಾರ್ಗದರ್ಶನದ ಅವಶ್ಯಕತೆಗಿಂತ ಗೌರವಿಸುವ ಅಗತ್ಯತೆ ಹೆಚ್ಚಿದೆ.

ಅವಳು ಗಳಿಸಲು ಕಲಿಯುವುದಕ್ಕಿಂತ ಮೊದಲೇ ಹಂಚಿಕೊಳ್ಳುವಂತೆ ಅವಳಿಗೆ ಕೇಳಲಾಯಿತು. ಅವಳು ಐದು ವರ್ಷಕ್ಕೂ ಚಿಕ್ಕವಳಿದ್ದಾಗ, ಎರಡು ವರ್ಷದ ಅವಳ ತಮ್ಮನಿಗಾಗಿ ತ್ಯಾಗ ಮಾಡುವಂತೆ ಕೇಳಲಾಯಿತು. ಇನ್ನೂ ಮಗುವಿದ್ದಾಗಲೇ, ಅವಳ ಹೆತ್ತವರು ಅವಳನ್ನು ಹಿರಿಯ ಅಕ್ಕನ ಜವಾಬ್ದಾರಿ ವಹಿಸುವಂತೆ ಆಗ್ರಹಿಸಿದರು. ಮೂವತ್ತು ವರ್ಷಗಳ ಬಳಿಕ, ಅವಳಿಗೆ ಅವಳದೇ ಆದ ಒಂದು ಕುಟುಂಬವಿತ್ತು. ಮತ್ತು ಅವಳ ತಮ್ಮನಿಗೂ

ಅಷ್ಟೆ. ಅವಳ ತಮ್ಮನ ಜವಾಬ್ದಾರಿ ಇನ್ನೂ ಅವಳಿಗೆ ಇದ್ದಂತೆ ಇದೆ. ಅವಳು ಈಗಲೂ ಆತನಿಗೆ ತಿಳಿಹೇಳುತ್ತಾಳೆ... ಅವಳ ತಮ್ಮನ ವಿವಾಹ ಸಂಬಂಧದಲ್ಲಿ ಏರುಪೇರಾದಾಗ ಮಧ್ಯ ಪ್ರವೇಶಿಸುತ್ತಾಳೆ. ತಮ್ಮನ ಹೆಂಡತಿಗೆ, ಹೇಗೆ ಮಗುವಿಗೆ ಉಣಿಸುವುದು, ಹೇಗೆ ಸಲಹುವುದು ಎಂಬ ವಿಷಯದಲ್ಲಿ ತಿಳಿಹೇಳುತ್ತಾಳೆ. ಈಗಲೂ ಅವಳು ತ್ಯಾಗ ಮಾಡುತ್ತಾಳೆ–ಆದರೆ ಪ್ರತಿಫಲ? ಎದೆನೋವು, ನಿದ್ದೆಯಿಲ್ಲದ ರಾತ್ರಿಗಳು ಮತ್ತು ವ್ಯತಿರಿಕ್ತ ಉಪಚಾರದಿಂದ ಹೇರಳ ಕಣ್ಣೀರು. ಯಾಕೆ? ಅವನಷ್ಟಕ್ಕೆ ತೀರ್ಮಾನ ತೆಗೆದುಕೊಳ್ಳಲು ಅವಳ ತಮ್ಮ ವಯಸ್ಸಿಗೆ ಬಂದಿದ್ದಾನೆ. ಕೆಲವು ತೀರ್ಮಾನಗಳು ತಪ್ಪಾದರೂ ಅವನ್ನು ತಪ್ಪಾಗಿ ಎಸಗುವ ಹಕ್ಕು ತನಗಿದೆ, ಅವೆಲ್ಲ ತನ್ನ ಕಲಿಕೆಯ ಸಮಯವೆಂದು ಪರಿಗಣಿಸುತ್ತಾನೆ. ಅವಳ ವೈವಾಹಿಕ ಜೀವನದಲ್ಲಿ ಅನುಚಿತ ಮಧ್ಯಪ್ರವೇಶವೆಂದು ನಾದಿನಿ ಹಳಿಯುತ್ತಾಳೆ. ಅವಳಿಗೆ ತನ್ನ ಮಕ್ಕಳನ್ನು ಸಾಕುವುದಕ್ಕೆ ಸಾಕಷ್ಟು ಸ್ವಾತಂತ್ರ್ಯವಿದೆ ಎಂದು ಭಾವಿಸುತ್ತಾಳೆ ಮತ್ತು ಹಿರಿಯವಳೆಂಬ ಕಾರಣದಿಂದ ತನ್ನ ವಿಷಯಗಳಲ್ಲಿ ಮಧ್ಯಪ್ರವೇಶಿಸುವುದನ್ನು ಉಪೇಕ್ಷಿಸುತ್ತಾಳೆ.

ಮೊದಲ ಶಬ್ದ ಉಚ್ಚರಿಸುವುದರಿಂದ ತೊಡಗಿ, ಮೊದಲ ಶಬ್ದ ಬರೆಯುವುದರಿಂದ, ಅವನ ನಡೆಯ ಮೊದಲ ಹೆಜ್ಜೆ ಇಡುವವರೆಗೆ..... ತಂದೆ ಸಕ್ರಿಯ ಪಾತ್ರವನ್ನು ವಹಿಸಿದ್ದಾನೆ. ಮಗನಿಗೆ ಅವನ ತಂದೆ ಯಾವಾಗಲೂ ಸೂಪರ್‌ಮ್ಯಾನ್, ಒಬ್ಬ ಹೀರೋ ಮತ್ತು ತಾನು ಅನುಸರಿಸಲು ಯತ್ನಿಸುವ ಓರ್ವ ಆದರ್ಶ ವ್ಯಕ್ತಿ. ಮಗನ ವೃತ್ತಿಗೆ ಸಂಬಂಧಿಸಿದ ಮಾರ್ಗದರ್ಶನವೂ ತಂದೆಯಿಂದಲೇ ಆಯಿತು. ಮಗ ಪ್ರಥಮ ದರ್ಜೆಯ ಉದ್ಯಮಿಯಾಗಿ ಹೊರಬರಲೂ ಅವನ ತಂದೆಯೇ ಮಾರ್ಗದರ್ಶಕರಾದರು. ಇಂದು, ಮಗ ಒಬ್ಬ ಪ್ರಖ್ಯಾತ ಉದ್ಯಮಿ. ಈವೊತ್ತಿಗೂ, ತಂದೆ ಪ್ರತಿ ದಿನ ಸಂಜೆ ಅವನ ಉದ್ಯೋಗದಲ್ಲಿ ಏನೇನಾಯಿತು ಅಂತ ತಿಳಿಯಲು ಕಾದು ಕುಳಿತಿರುತ್ತಾನೆ. ಆದರೆ ಮಗ ಇದೊಂದು ಅತಂತ್ರ ಸ್ಥಿತಿ ಎಂದು ತಿಳಿಯಲು ಆಸ್ಪದವಾಗುತ್ತದೆ. ಅವನಿಗೆ ಹೆಚ್ಚು ಅವಕಾಶ ಬೇಕು ಎಂದು ಭಾವಿಸುತ್ತಾನೆ. ತಂದೆ ಖಿನ್ನತೆಯನ್ನು ಅನುಭವಿಸುತ್ತಾನೆ ಯಾಕಂದರೆ ಮಗ ಹಿಂದೆ ತನ್ನತ್ತ ತೋರುತ್ತಿದ್ದ ಶ್ರದ್ಧೆಯನ್ನು ಈಗ ನೀಡುವುದಿಲ್ಲ. ಇನ್ನು ಮುಂದೆ ತಾನು ಬೇಕಾಗಿಲ್ಲ ಎನ್ನುವಂತೆ ತಂದೆ ಭಾವಿಸುತ್ತಾನೆ. ಇದು ಅವನ ವಯಸ್ಸಿನ ಮೇಲೆ ಪರಿಣಾಮ ಬೀರಿ, ವಯಸ್ಸು ವೇಗವಾಗಿ ಸಾಗಲು ತೊಡಗುತ್ತದೆ.

ನೀವು ಯಾವತ್ತೂ ಓರ್ವ ಸೋದರಿಯಾಗಿರಬಹುದು, ಆದರೆ ಸದಾ ಕಾಲ ಸೋದರಿಯ ಪಾತ್ರವನ್ನು ನಿರ್ವಹಿಸಲು ಸಾಧ್ಯವಿಲ್ಲ. ನೀವೊಬ್ಬ ಪ್ರೀತಿಯ ತಂದೆಯಾಗಿರಬಹುದು, ಆದರೆ ಸದಾಕಾಲ ನೀವೊಬ್ಬ ತಂದೆಯ ಪಾತ್ರವನ್ನು ನಿರ್ವಹಿಸಲು ಸಾಧ್ಯವಿಲ್ಲ. ಒಂದು ಹಂತದ ಬಳಿಕ, ಎಲ್ಲರೂ 'ತಮ್ಮಷ್ಟು ಪಾವಿತ್ರ್ಯ'ದ ಅನುಸಂಧಾನವನ್ನು ಮಾಡಲು ಸಾಧ್ಯವಿಲ್ಲ.

ಒಂದು ಮೂರು ವರ್ಷದ ಮಗು ಒಂದು ಬಗೆಯ ಗೌರವವನ್ನು ನಿರೀಕ್ಷಿಸುತ್ತದೆ ಮತ್ತು ಆ ಬಗೆಯಲ್ಲಿಯೇ ಆ ಗೌರವ ಅದಕ್ಕೆ ಬೇಕಾಗುತ್ತದೆ. ತನ್ನ ಬಟ್ಟೆಯ ಆಯ್ಕೆಯನ್ನು, ಮೂರು ವರ್ಷದ ಅವಳಿಗೆ ಆಯ್ದುಕೊಳ್ಳುವುದಕ್ಕೆ ತಡೆಯೊಡ್ಡಿದರೆ, ತನ್ನ ಭಾವನೆಗೆ ಗೌರವವಿಲ್ಲವೆಂದು ಆ ಮಗು ಭಾವಿಸುತ್ತದೆ. ಹತ್ತರ ವಯಸ್ಸಿನಲ್ಲಿ ಮಗ ತಾನು 'ಮೆನು ಕಾರ್ಡ್'ನ್ನು ತೆಗೆದುಕೊಂಡು ತಾನೇ ಊಟಕ್ಕೆ ಆರ್ಡರ್ ಕೊಡಬೇಕೆಂದು ಬಯಸುತ್ತಾನೆ. ಆಗ ಅವನ ಭಾವನೆಯನ್ನು ಗೌರವಿಸಿದಂತಾಗುತ್ತದೆ. ಷೋಡಷಿಯೊಬ್ಬಳು ತನ್ನ ಗೆಳೆಯನನ್ನು ಆಯ್ದುಕೊಳ್ಳಲು ಬಯಸುತ್ತಾಳೆ; ಹೆತ್ತವರು ಅವಳ ಆಯ್ಕೆಯನ್ನು ಗೌರವಿಸಿದರೆ, ಅವಳನ್ನು ಗೌರವಿಸಿದಂತೆಯೇ ಸರಿ. ಆತ ನಿಮ್ಮ ಜತೆ ಇಷ್ಟೊಂದು ವರ್ಷ ಕೆಲಸ ಮಾಡಿದ ಬಳಿಕ ಕೆಲವು ನಿರ್ಣಯಗಳನ್ನು ತಾನೇ ತೆಗೆದುಕೊಳ್ಳುವ ಹಾಗೆ ಬಯಸುತ್ತಾನೆ ಮತ್ತು ಆ ನಿರ್ಣಯಗಳನ್ನು ನೀವು ಅಂಗೀಕರಿಸಿದರೆ ಆತನನ್ನು ಗೌರವಿಸಿದಂತಾಗುತ್ತದೆ. ಪ್ರತಿ ವಯಸ್ಸಿನಲ್ಲಿ ಮತ್ತು ಬದುಕಿನ ಪ್ರತಿ ಹಂತದಲ್ಲಿ, ಯಾವುದಾದರೊಂದು ಗೌರವ ಭಾವನೆ ಅದರೊಂದಿಗೆ ಸೇರಿಕೊಂಡಿದ್ದು ಅದನ್ನು ನೀವು ಗೌರವಿಸಬೇಕಾಗುತ್ತದೆ.

ನಿಮ್ಮ ಉದ್ಧೇಶ ಎಷ್ಟೇ ಉದಾತ್ತವಾಗಿರಲಿ, ಜನರಿಗೆ ಮಾರ್ಗದರ್ಶನ ಮಾಡುವ ನಿಮ್ಮ ಪ್ರಯತ್ನ, ಪ್ರತ್ಯೇಕವಾಗಿ, ಅವರು ಕೇಳದೆಯೇ ಕೊಡುವಂಥದ್ದು ಗೌರವ ಭಾವನೆಯನ್ನು ಮೂಡಿಸುವುದಿಲ್ಲ. ಮಾರ್ಗದರ್ಶನದ ಅವಶ್ಯಕತೆಗಿಂತ ಗೌರವಿಸುವ ಅಗತ್ಯತೆ ಹೆಚ್ಚಿದೆ.

ಅನ್ಯರು ಗೌರವಿಸಲ್ಪಡುವಂತೆ ನಡೆದುಕೊಳ್ಳಿರಿ.... ಇದು ನಿಮ್ಮ ಆಯ್ಕೆಯಾಗಿರಲಿ. ಅವರು ನಿಮ್ಮ ಮಾರ್ಗದರ್ಶನ ಪಡೆಯುತ್ತಾರೆ... ಅದು ಅವರ ಆಯ್ಕೆಯಾಗಿರಲಿ.

• • •

ಜೀವಿಸುವುದೆಂದರೆ

ಭಯರಹಿತವಾಗಿ ಜೀವಿಸಬೇಕು.

ನಿಮಗೆ ಮರೆಮಾಚಲು

ಏನೂ ಇಲ್ಲದಾಗ, ಕಣ್ತಪ್ಪಿಸುವಂಥದ್ದೂ

ಏನೂ ಇರುವುದಿಲ್ಲ.

ಪಾರದರ್ಶಕವಾಗಿ ಜೀವಿಸುವುದರಲ್ಲೇ

ನಿಜವಾದ ಸ್ವಾತಂತ್ರ್ಯವಿದೆ.

"ನಾನೊಂದು ತೆರೆದಿಟ್ಟ ಪುಸ್ತಕ"

ಎಂದು ಘೋಷಿಸುವಾಗಲೇ,

ಅವನು ಸ್ವತಃ ಬಹುದೊಡ್ಡ

ಅಭಿನಂದನೆಗೆ ಪಾತ್ರನಾಗುತ್ತಾನೆ.

ನಮ್ಮ ಸಾವನ್ನು ಬದುಕು ಮುಂದಕ್ಕೆ ಹಾಕದು, ಅಂತ ನಮ್ಮ ಬದುಕನ್ನು ಮುಂದಕ್ಕೆ ಹಾಕಲಾಗದು.

ಆಡಳಿತಾತ್ಮಕ ಒತ್ತಡಕ್ಕೆ ಕಾರಣವೇನು? ಒಂದು ಕೆಲಸವನ್ನು ಮಾಡಬೇಕಾದುದಕ್ಕೂ ಮತ್ತು ಅದನ್ನು ನಿಜಕ್ಕೂ ಮಾಡಿದುದಕ್ಕೂ ಇರುವ ಅಂತರವೇ ಅದು. ತಾಂತ್ರಿಕ ಅಂತರವೆಂದರೇನು? ನೀವಿನ್ನೂ ಅಳವಡಿಸದೆ ಇರುವ ಕ್ಷೇತ್ರಕ್ಕೆ ಉದ್ಯಮ ಈಗಾಗಲೇ ಕಾಲಿಟ್ಟು ಉತ್ತಮ ಸುಧಾರಣೆಯನ್ನು ಮಾಡಿರುವಂಥ ಸ್ಥಿತಿ.

ಯಾವುದನ್ನು ಮಾಡಬೇಕೋ ಅದನ್ನು ಮಾಡಲೇಬೇಕಾದ ಪ್ರಮೇಯವಿರುವಾಗ, ಯಾಕಾಗಿ ನೀವು ಅದನ್ನು ಈವೊತ್ತೇ ಮಾಡಿ ಒತ್ತಡವನ್ನು ತಡೆಯಬಾರದು? ಒಂದು ಕೆಲಸವನ್ನು ಬೇರೆಯವರು ಅಳವಡಿಸಿಕೊಂಡು ಅದರ ಫಲವನ್ನು ಅನುಭವಿಸುವುದಕ್ಕೆ ಮುಂಚಿತವಾಗಿ, ನೀವೇ ಯಾಕೆ ಅದನ್ನು ಅಳವಡಿಸಿ ಕೊಳ್ಳಬಾರದು?.... ಹತ್ತರೊಟ್ಟಿಗೆ ಹನ್ನೊಂದು ನೀವೇಕೆ ಆಗಬೇಕು? ಒಂದು ವಿಷಯ ಕೆಟ್ಟದ್ದು ಅಂತ ತಿಳಿದ ಮೇಲೂ ಅದನ್ನು ಯಾಕಾಗಿ ಈಗಲೇ ಬಿಟ್ಟುಬಿಡಬಾರದು? ಹೊಸ ವರ್ಷಕ್ಕಾಗಿ ಯಾಕೆ ಕಾಯಬೇಕು? ಇನ್ನೊಂದು ದಿನಕ್ಕಾಗಿ ಯಾಕೆ ಕಾಯಬೇಕು?

'ಜಾಗತಿಕ ಗುಣಮಟ್ಟ'ವನ್ನು ನೀವು ಕಾಯ್ದುಕೊಳ್ಳಬೇಕೇ? ಈ ಕ್ಷಣದಿಂದಲೇ 'ಜಾಗತಿಕ ಗುಣಮಟ್ಟ'ದ್ದಕ್ಕಿಂತ ಕಳಪೆ ಮಟ್ಟದ್ದಕ್ಕೆ ತಿಲಾಂಜಲಿ ಅರ್ಪಿಸಿ. ಹಿಂದೊಮ್ಮೆ ಮಾಡಿದ ತಪ್ಪಿನ ಅರಿವು ನಿಮಗೆ ಈಗ ಆಗಿ ಅದಕ್ಕೆ ಕ್ಷಮೆಯಾಚಿಸಬೇಕೆನಿಸಿದರೆ,

ತಕ್ಷಣ ಅದಕ್ಕೆ ಕ್ಷಮೆಯಾಚಿಸಿ, ಇಲ್ಲವಾದರೆ ನೀವು ತಪ್ಪಿತಸ್ಥ ಎಂಬುದರಲ್ಲೇ ಮುಂದುವರಿಯುತ್ತೀರಿ. ಅದ್ಭುತ ಕಲ್ಪನೆ ಮಿಂಚಿತೋ, ತಕ್ಷಣ ಅದನ್ನು ಕಾರ್ಯರೂಪಕ್ಕೆ ತನ್ನಿ, ಇಲ್ಲವಾದರೆ ಬೇರೊಬ್ಬರು ಅದನ್ನು ಅಳವಡಿಸಿದಾಗ, ನೀವು ಅವರನ್ನು ಅನುಸರಿಸಬೇಕಾಗುತ್ತದೆ.

ಮೂಢರೂ ಜ್ಞಾನಿಗಳೂ ಒಂದೇ ವಿಷಯವನ್ನು ಮಾಡುತ್ತಾರೆ, ಆದರೆ ಅದರಲ್ಲಿ ಸಮಯದ ಅಂತರವಿರುತ್ತದೆ. ಜ್ಞಾನಿಗಳು ಅದನ್ನು ತಕ್ಷಣ ಮತ್ತು ಮೂಢರು ಅದನ್ನು ಕೊನೆಗೆ ಮಾಡುತ್ತಾರೆ. ನಾಳೆ ಇಂದೇ ಎನ್ನುವ ಹಾಗೆ ಜೀವಿಸಿರಿ.

ಆರೋಗ್ಯ ಮತ್ತು ದೈಹಿಕ ಅರ್ಹತೆಯ ಪ್ರಾಮುಖ್ಯತೆಯ ಕುರಿತಂತೆ ನಮಗೆ ತಿಳಿದಿದೆ, ಆದರೆ ಆ ದಿಶೆಯಲ್ಲಿ ನಮ್ಮ ಪ್ರಯತ್ನವನ್ನು ಮುಂದಕ್ಕೆ ಹಾಕುತ್ತೇವೆ. ಆರ್ಥಿಕ ಯೋಜನೆ ಮತ್ತು ಬಂಡವಾಳ ಹೂಡಿಕೆಯ ಮಹತ್ವ ನಮಗೆ ತಿಳಿದಿದೆ, ಆದರೆ ಆ ದಿಶೆಯಲ್ಲಿ ಕಾರ್ಯಪ್ರವೃತ್ತರಾಗುವುದಕ್ಕೆ ಕಾಲಹರಣ ಮಾಡುತ್ತೇವೆ. ಬೋರ್ಡ್ ಪರೀಕ್ಷೆಯ ಮಹತ್ವವನ್ನು ನಾವು ಪರಿಗಣಿಸುತ್ತೇವೆ, ಆದರೆ ನಮ್ಮ ತಯಾರಿ ಮುಂದೂಡುತ್ತೇವೆ. ಅತ್ಯಂತ ಅನುಕೂಲಕರ ಆಯ್ಕೆಯಂತೆ ನಾವು ಇತ್ಯರ್ಥಕ್ಕೆ ಕಾದಿರುವ ಕಾಗದಪತ್ರಗಳನ್ನು ಫೋಲ್ಡರ್‌ಗಳಲ್ಲಿ ತುರುಕಿಸಿ ಇಟ್ಟುಬಿಡುತ್ತೇವೆ.

ಯಾವುದನ್ನು ಸಕಾಲಕ್ಕೆ ಮಾಡದೆ, ಕಾಲಕ್ರಮದಲ್ಲಿ ಮಾಡುವ ಪ್ರಕ್ರಿಯೆಗಳ ನಡುವಿನ ಅಂತರವೇ ಬದುಕಿನ ಎಲ್ಲ ಮಾನಸಿಕ ಒತ್ತಡ ಮತ್ತು ಉದ್ವೇಗಗಳ ಸಾರಸಂಗ್ರಹಕ್ಕೆ ಕಾರಣವಾಗಿರುತ್ತದೆ. ಮುಂದಕ್ಕೆ ಹಾಕುವ ಪ್ರವೃತ್ತಿಯೇ ಕಳಪೆ ಸಾಧಕರ ಸಹಿಯಾಗಿರುತ್ತದೆ.

ಬದುಕು ನಮ್ಮ ಮೃತ್ಯುವನ್ನು ಮುಂದಕ್ಕೆ ಹಾಕದು. ಆದ್ದರಿಂದ ನಮ್ಮ ಬದುಕನ್ನು ಮುಂದಕ್ಕೆ ಹಾಕುವುದು ತರವಲ್ಲ.

'ಇದೊಂದು ಪ್ರತ್ಯೇಕ ದಿನ' ಎನ್ನುವಂಥ ಯಾವುದೇ ದಿನವಿಲ್ಲ. ಇಂದಿನ ದಿನವೇ ಸುದಿನ. ನಾಳೆ ಬಂದಾಗ, ನಾನು ನಾಳೆಗೆ ಹೇಳುವೆ, 'ನಾನು ಅದನ್ನು ನಿನ್ನೆಯೇ ಮುಗಿಸಿದ್ದೇನೆ' ಅಂತ.

• • •

ಮನುಷ್ಯನ ಜವಾಬ್ದಾರಿ ಎಲ್ಲಿ ಕೊನೆಗೊಳ್ಳುತ್ತದೆಯೋ ಅಲ್ಲಿ ಅಸ್ತಿತ್ವದ ಜವಾಬ್ದಾರಿ ಶುರುವಾಗುತ್ತದೆ.

ಅದು ಹೇಗೆ 'ಕಾಯುವುದು' ಮತ್ತು 'ಕಾಯುವಿಕೆ'ಗಳಲ್ಲಿ ವ್ಯತ್ಯಾಸವಿದ್ದಂತೆ ತೋರುತ್ತದೆಯೋ ಹಾಗೆಯೇ 'ಶಾಂತಿಯುತ ಮುನ್ನಡೆ', ಮತ್ತು 'ಒತ್ತಡ ಪೂರ್ವಕ ಯಶಸ್ಸಿ'ನಲ್ಲೂ ವ್ಯತ್ಯಾಸ ಕಂಡುಬರುತ್ತದೆ.

ರೈತ ನೆಲವನ್ನು ಉತ್ತು ಬೀಜವನ್ನು ಬಿತ್ತಿದ್ದಾನೆ... ಈಗ ಅವನು ಕಾಯಬೇಕು... ಇಲ್ಲಿ ಮನುಷ್ಯನ ಜವಾಬ್ದಾರಿ ಮುಗಿದಿದೆ, ಅಸ್ತಿತ್ವದ ಜವಾಬ್ದಾರಿ ಶುರುವಾಗುತ್ತದೆ. ರೈತ 'ಕಾಯುವ' ಕಲೆಯನ್ನು ಕರಗತಮಾಡಿಕೊಂಡಿದ್ದಲ್ಲಿ, ಆತ ಶಾಂತಿಯುತವಾಗಿ ಕಾಯುತ್ತಾನೆ. ಬದಲಾಗಿ, ಆತ ಮೊಳಕೆಯೊಡೆಯುವುದನ್ನು, ಹಾಗೆಯೇ ಮುಂದಿನ ಪ್ರತಿಯೊಂದು ಹಂತವನ್ನೂ ನಿರೀಕ್ಷಿಸುತ್ತಲೇ ಇದ್ದಾಗ ಆತ ತಳಮಳಗೊಂಡು ಒತ್ತಡಕ್ಕೆ ಬಲಿಯಾಗುತ್ತಾನೆ. ಅವನ ಮನಸ್ಸು ದಡಬಡಿಸುತ್ತಲೇ ಇರುತ್ತದೆ– "ಅದು ಯಾಕೆ ಆಗ್ತಾ ಇಲ್ಲ?", "ಈ ವರೆಗೆ ಯಾಕಾಗಿಲ್ಲ?" ಇತ್ಯಾದಿ. ಅದು ಸ್ವಾಭಾವಿಕವಾಗಿ ಮೊಳಕೆಯೊಡೆದರೂ, ಆತ ತನ್ನ ಯಶಸ್ಸಿನ ನೆಮ್ಮದಿಯನ್ನು ಅದಾಗಲೇ ಕಳಕೊಂಡಿರುತ್ತಾನೆ. ಹಾನಿ ಅದಾಗಲೇ ಸಂಭವಿಸಿರುತ್ತದೆ.

ಎಲಿವೇಟರ್‌ನ ಒತ್ತು ಗುಂಡಿಯನ್ನು ನೀವು ಒತ್ತಿದ್ದೀರಿ ತಾನೆ....ಈಗ ಕಾಯಿರಿ...ಅದು ಬರುವಾಗ ಬಂದೇ ಬರುತ್ತದೆ. 'ಕಾಯುವಿಕೆ'ಯ ದಾರಿ ಹಿಡಿದಿರಿ ಎಂದರೆ, ಎಲಿವೇಟರ್ ಅಂತಸ್ತುಗಳ ನಡುವೆ ಓಡಾಡುವ ಹಂತದಲ್ಲಿ ನಿಮ್ಮ ಕಣ್ಣುಗೊಂಬೆಗಳು ಮೇಲಕ್ಕೂ ಕೆಳಕ್ಕೂ ಓಡಾಡುತ್ತವೆ.... ಎಲಿವೇಟರ್ ವೇಗವಾಗಿ ಓಡುವಂತೆಯೂ, ನಿಮ್ಮ ಅಂತಸ್ತಿಗೆ ಬೇಗನೆ ಬರುವಂತೆಯೂ ಮಾಡಲು ನಿಮ್ಮ ನೋಟದಿಂದ ಸಾಧ್ಯವಿಲ್ಲ. ವೈಟರ್ ಬಳಿ ನಿಮ್ಮ ಆಯ್ಕೆಯ ತಿನಿಸಿಗೆ ಆರ್ಡರ್ ಕೊಟ್ಟಿದ್ದೀರಿ ತಾನೆ... ಸ್ವಲ್ಪ ತಾಳಿ... ವೈಟರ್‌ಗೆ ನೀವು ಕಾಯುವುದಾದರೆ, ಅದೊಂದು ತೀವ್ರವಾದ ಅನುಭವ ನಿಮಗಾಗುತ್ತದೆ. ಆಗಬೇಕಾದ ತೀರ್ಮಾನ ಕೈಗೊಂಡಾಗಿದೆಯೇ... ಮಾಡಬೇಕಾದ ಕಾರ್ಯಗಳನ್ನು ಮಾಡಿದ್ದಾಗಿದೆಯೇ... ನಿಮ್ಮಿಂದ ಸಾಧ್ಯವಾದುದನ್ನು ನೀವು ಮಾಡಿ ಆಗಿದೆಯೇ.. ಈಗ ಸ್ವಲ್ಪ ಕಾಯಿರಿ.. ಸುಮ್ಮನೆ ಕಾಯಿರಿ... 'ಅದಕ್ಕೋ' 'ಇದಕ್ಕೋ' ಅಥವಾ 'ಯಾವುದಕ್ಕೋ' ಅಂತ ಅಲ್ಲ, ಸುಮ್ಮನೆ ಕಾಯಿರಿ... ಅದರಲ್ಲೇ ನಿಮಗೆ ಶಾಂತಿಯುತ ಮಾರ್ಗವಿರುವಾಗ, ಒತ್ತಡಪೂರ್ಣದ ಮಾರ್ಗವನ್ನೇಕೆ ಅನುಸರಿಸಬೇಕು?

ಆಧ್ಯಾತ್ಮಿಕ ಮುನ್ನಡೆಗೆ ಅತ್ಯಂತ ಅನಿವಾರ್ಯ ಯೋಗ್ಯತೆ ಅಂದರೆ, ತನ್ನ ಪಾಲಿನ ಕರ್ತವ್ಯವನ್ನು ನಿರ್ವಹಿಸುವ ಕ್ಷಮತೆ ಮತ್ತು ಸುಮ್ಮನೆ ಕಾಯುವುದು... ಹೆಚ್ಚಿನ ಜನರು ಆಧ್ಯಾತ್ಮಿಕ ಅನುಭವಕ್ಕಾಗಿ ಬೊಬ್ಬಿಡುತ್ತಲೇ, ನಿಜವಾಗಿಯೂ ಸಂಕಟ ಪಡುತ್ತಾರೆ, ಯಾಕಂದರೆ– ಈ ಬಗೆಯ 'ಕಾಯುವಿಕೆ'ಯ ರೋಗದಿಂದ ಅವರು ಬಳಲುತ್ತಿರುತ್ತಾರೆ. 'ಕಾಯುವಿಕೆ'ಯ ಅನುಭವದಿಂದ, ನೀವು ನಿಮ್ಮ ವಿರುದ್ಧವೇ ಸಾಗುವ ಪ್ರಕ್ರಿಯೆಗೆ ಸಾಕ್ಷಿಯಾಗುತ್ತೀರಿ ಹೊರತು, ನಿಮ್ಮ ಅನುಭವಕ್ಕೆ ಸಾಕ್ಷಿಯಾಗುವುದಿಲ್ಲ. 'ಕಾಯುವ ಸಾಕ್ಷಿಗೆ' ಆಧ್ಯಾತ್ಮಿಕ ಅನುಭವ ತನ್ನಿಂದ ತಾನೆ ತೆರೆದುಕೊಳ್ಳಬೇಕು.

'ಕಾಯುವಿಕೆ'ಯ ಪ್ರಕ್ರಿಯೆಯನ್ನು ಬಿಟ್ಟುಬಿಟ್ಟಲ್ಲಿ ನೀವು ಒತ್ತಡಪೂರ್ಣ ಯಶಸ್ಸಿನಿಂದ ಮುಕ್ತರಾಗುತ್ತೀರಿ. ನಿಮ್ಮ ಪಾಲಿನದ್ದನ್ನು ಮಾಡಿ ಮತ್ತು ಕಾಯಿರಿ... ಅದು ಶಾಂತಿಯುತ ಮುನ್ನಡೆಗೆ ದಾರಿಯಾಗುತ್ತದೆ.

• • •

ಬದುಕು ಅನುಭವವೆಂಬ ಮಾರುವೇಷದಲ್ಲಿ ಗುರುವೊಂದನ್ನು ಕಳುಹಿಸಿದೆ.

ಬದುಕಿನಲ್ಲಾಗುವ ನಮ್ಮ ಹೊಸ ಅನುಭವಕ್ಕಿಂತ ಒಂದು ಮಟ್ಟ ಕೆಳಗಿರುತ್ತದೆ ನಮ್ಮ ಪ್ರಬುದ್ಧತೆ. ಬದುಕಿನಲ್ಲಾಗುವ ಅನುಭವಕ್ಕಿರುವ ಕಾರಣವೆಂದರೆ ನಮ್ಮಲ್ಲಿ ಪ್ರಭುದ್ಧತೆಯನ್ನು ತರುವುದೇ ಆಗಿದೆ.... ಆದರೆ ಪ್ರತಿಯೊಂದು ಅನುಭವದಿಂದಲೂ ನಮ್ಮ ಪಕ್ವತೆಯ ಮಟ್ಟ ಸ್ವಲ್ಪ ಮಟ್ಟಿಗೆ ಏರುವುದಿಲ್ಲವೇ?.... ನಾವು ಎದುರಿಸುವ ಪಂಥಾಹ್ವಾನವೂ ಎತ್ತರಿಸಲ್ಪಡುತ್ತದೆ. ಹೀಗೆ ಬದುಕಿನ ಸುರುಳಿಯ ಏರುನಡಿಗೆ ಬೆಳವಣಿಗೆಯತ್ತ ಸಾಗುತ್ತದೆ.

ನಾವೆಷ್ಟು ಜಾಣರು ಎಂಬುದು ನಗಣ್ಯ ಅಥವಾ ನಾವೆಷ್ಟು ಬದುಕನ್ನು ನೋಡಿದ್ದೇವೆ ಎಂಬುದೂ, ಅಥವಾ ನಾವು ಮಾಡುವ ಕಾರ್ಯದಲ್ಲಿ ಅತ್ಯಂತ ಚಾಣಾಕ್ಷರು ಎಂಬುದೂ– ಬದುಕಿನ ನಾವೊಂದು ಜ್ಞಾನಕೋಶವೇ ಆಗಿರಲಿ....ಒಂದು ಬೀಳು, ಒಂದು ಮುಗ್ಗರಿಸುವಿಕೆ, ಒಂದು ಕುಸಿತ ಅನತಿ ದೂರದಲ್ಲೇ ಕಾದುಕೊಂಡಿರುತ್ತದೆ. ಬದುಕು ಯಾವಾಗಲೂ ಲಯಬದ್ಧವಾದ ಸಾಗುವಿಕೆಗೆ ತಡೆಯೊಡ್ಡುತ್ತಲೇ ಇರುತ್ತದೆ...

ಆದರೆ ನೆನಪಿಡಿ, ಪ್ರತೀಕ ಕಂಬದ ಬೆಳವಣಿಗೆಗೆ ಹೋಲಿಸಿದರೆ, ಹತ್ತನೇ ಗ್ರೇಡ್‌ನಲ್ಲಿ ಸೋಲು ಅನುಭವಿಸುವುದು ಎಂಟನೇ ಗ್ರೇಡ್‌ನಲ್ಲಿ ಗೆಲುವು ಸಾಧಿಸುವುದಕ್ಕಿಂತ ಹೆಚ್ಚಿನದು. ಮೌಂಟ್ ಎವರೆಸ್ಟ್ ಪರ್ವತವನ್ನು ತಲಪುವುದು ಸ್ವಲ್ಪದರಲ್ಲೇ ಗುರಿತಪ್ಪುವುದು, ಒಂದು ಸ್ಥಳೀಯ ಗುಡ್ಡವನ್ನೇರಿ ವಿಜಯ ಸಾಧಿಸುವುಕ್ಕಿಂತ ಎಷ್ಟೋ ಮೇಲು. ಪಕ್ವತೆ ಏರಿದಂತೆ ಪಂಥಾವ್ವಾನವೂ ಏರುತ್ತದೆ......... ಬದುಕು

ಮನುಷ್ಯನನ್ನು ರೂಪಿಸುವುದೇ ಹಾಗೆ.

ಎರಡು ಹೆಜ್ಜೆ ಮುಂದಕ್ಕೆ ಚಲಿಸಿ, ಒಂದು ಹೆಜ್ಜೆಯನ್ನು ಹಿಂದಕ್ಕೆ ಇಡುವುದು ಬದುಕಿನ ಯಾತ್ರೆಯಲ್ಲ. ಬದುಕಿನ ಅರಿವಿಲ್ಲದೆ ಬಾಳುವವನಲ್ಲಿ ಮಾತ್ರ ಹಾಗಾಗುತ್ತದೆ.... ಅನುಭವದಿಂದ ಆತ ಕಲಿಯುವುದಿಲ್ಲ. ಪ್ರತಿ ಅನುಭವದ ಅರಿವಿನಿಂದ ತರಬೇತಿ ಹೊಂದಿ ಯಾವಾತ ಬಾಳುತ್ತಾನೋ, ಆತ ಅದೊಂದು ಟ್ರಾಂಪೋಲಿನ್‌ನ ಮೇಲಿರುವಂತಿರುತ್ತಾನೆ– ಬೀಳುವುದಕ್ಕೆ ಏಳುವುದು ಮತ್ತು ಏಳುವುದಕ್ಕೆ ಬೀಳುವುದು.... ಆದರೆ ಪ್ರತಿ ಬೀಳುವಿಕೆಯ ನಂತರ ಏಳು ಉಚ್ಛ ಮಟ್ಟದ್ದಾಗಿರುತ್ತದೆ. ಅವನ ಪಕ್ವತೆಯೂ, ಪಂಥಾಹ್ವಾನದ ಮಟ್ಟವೂ, ಮುಂದಿನ ಎತ್ತರದ ಮಟ್ಟಕ್ಕೆ ಏರಿರುತ್ತದೆ.

ನಿಮ್ಮ ಯಶಸ್ಸಿಗಿರುವ ಕಾರಣವೇನು? "ಉತ್ತಮ ನಿರ್ಣಯಗಳು." ಉತ್ತಮ ನಿರ್ಧಾರಗಳನ್ನು ತೆಗೆದುಕೊಳ್ಳಲು ಹೇಗೆ ಸಾಧ್ಯವಾಗುತ್ತದೆ? "ಬದುಕಿನ ಅನುಭವಗಳಿಂದ." ಬದುಕಿನ ಅನುಭವಗಳನ್ನು ಹೇಗೆ ಸಂಪಾದಿಸುತ್ತೀರಿ? "ಕೆಟ್ಟ ನಿರ್ಣಯಗಳಿಂದ."

ಬದುಕಿನ ಅನುಭವಗಳ ಟ್ರಾಂಪೋಲಿನ್‌ನ ಮೇಲೆ ಸಾಗುತ್ತ ನಾನು ಅನುಭವಗಳ ಮೇಲೆ ಅನುಭವ ಹೊಂದುತ್ತೇನೆ. ಪ್ರತಿಯೊಂದು ಅನುಭವ ಒಂದೋ ನನಗೆ ಬೇಕಾದುದನ್ನು ನೀಡುತ್ತದೆ, ಅಥವಾ ನನ್ನಲ್ಲಿ ಅರಿವನ್ನು ಮೂಡಿಸುತ್ತದೆ– ನನಗೆ ಬೇಕಾದುದು ಯಾಕೆ ಸಿಗಲಿಲ್ಲ ಅಂತ.

ಮುಂದೊಮ್ಮೆ ನಿಮ್ಮ ಗುರಿಯನ್ನು ಒಂದು ಹಿನ್ನಡೆ ಕದಡಬಹುದು....ಇಷ್ಟೇ ನೆನಪಿಡಿ, ನಿಮ್ಮ ಪಕ್ವತೆಯ ಮಟ್ಟವನ್ನು ಹೆಚ್ಚಿಸುವುದಕ್ಕಾಗಿಯೇ ಬದುಕು ಅನುಭವವೆಂಬ ಮಾರುವೇಷದಲ್ಲಿ ಒಂದು ಗುರುವನ್ನು ಕಳುಹಿಸಿಕೊಟ್ಟಿದೆ ಅಂತ. ನಿಮ್ಮ ಅರಿವು ಅನುಭವದಿಂದ ಪಕ್ವತೆಯನ್ನು ಗಳಿಸುವುದಷ್ಟಕ್ಕೇ ಸೀಮಿತವಲ್ಲ, ಗುರಿಯನ್ನು ತಿರುಗಿ ಪಡೆಯಲೂ ಸಹಾಯಮಾಡುತ್ತದೆ. ಉನ್ನತ ಪಂಥಾಹ್ವಾನಕ್ಕಾಗಿ ಸನ್ನದ್ಧರಾಗಿ. ನಾವು ನಶ್ವರರು ಏಳುವುದಕ್ಕೆ ಬೀಳಬೇಕು... ಅನುಗ್ರಹ ಅಂತಂದರೆ, ನಮ್ಮ ಏಳಿಗೆ ಕೊಂಚ ಉನ್ನತ ಮಟ್ಟಕ್ಕೆ ಹೋಗಿರುತ್ತದೆ.

• • •

‘ನಿನ್ನ’ ಬದುಕು ಮತ್ತು ‘ನನ್ನ’ ಬದುಕು ಸೇರಿದರೆ ‘ನಮ್ಮ’ ಬದುಕು ಆಗುತ್ತದೆ.

ಅಸ್ತಿತ್ವ ಉದ್ಧೇಶಪೂರ್ವಕವಾಗಿಯೇ ಪುರುಷ ಮತ್ತು ಮಹಿಳೆಯನ್ನು ಅಪೂರ್ಣರನ್ನಾಗಿ ಮಾಡಿದೆಯೇನೋ, ಯಾಕಂದರೆ, ಅದನ್ನು ಪೂರ್ತಿಗೊಳಿಸುವುದಕ್ಕೆ ಅವರು ಪರಸ್ಪರ ಸೇರುವಂತಾಗುತ್ತಾರೆ. ಏನಿದ್ದರೂ, ಶತಮಾನಗಳಿಂದಲೂ ಸಾಗಿದ ಈ ವಿದ್ಯಮಾನದಿಂದಾಗಿಯೇ ಪತಿಪತ್ನಿಯರೆಂದು ಕರೆಯಲ್ಪಟ್ಟು ಅವರಿಬ್ಬರ ನಡುವೆ ನವಿರಾದ ಸಂಬಂಧ ಹೊರಹೊಮ್ಮಿದೆ. ಇದು ಕೇವಲ ಸಂಬಂಧದ ಪರಿಮಿತಿಗಿಂತ ಸೂಕ್ಷ್ಮವಾಗಿದೆ. ಪತಿಪತ್ನಿ ಎಂಬುದನ್ನು ನಿಮ್ಮ ಶಬ್ದಕೋಶದಿಂದ ತೆಗೆದು, ‘ಆಜೀವ ಗೆಳೆಯರು’ ಎಂದು ಕರೆಯೋಣ. ಹಾಗಾದಾಗ, ಪುರುಷ ಮತ್ತು ಮಹಿಳೆ ಇಬ್ಬರೂ ಕೆಲವೊಮ್ಮೆ ತಾಯಿಯಾಗಿ, ಕೆಲವೊಮ್ಮೆ ತಂದೆಯಾಗಿ, ಕೆಲವೊಮ್ಮೆ ತುಂಟ ಮಗುವಾಗಿ, ಸಲಹೆಗಾರನಾಗಿ, ಗುರುವಾಗಿ, ದರ್ಪಣವಾಗಿ.... ಮತ್ತು ಹೇಗಿದ್ದರೂ ಕೆಲವೊಮ್ಮೆ ಸತಿಪತಿಯಾಗಿ ಕೂಡಾ ಗೋಚರಿಸಬಹುದು. ಈ ಸಂಬಂಧದ ನಿರ್ವಚನೆಯನ್ನು ವಿಸ್ತರಿಸಿ ಮತ್ತು ಆಯ್ಕೆ ಮುಕ್ತವಾಗಿರಲಿ.

ದಾಂಪತ್ಯ ಸಂಬಂಧದಲ್ಲಿ ನಿಮ್ಮ ಸಂಗಾತಿಯನ್ನು ಓರ್ವ ಪರಿಪೂರ್ಣ ವ್ಯಕ್ತಿ ಎಂದು ಕಾಣುವುದರಲ್ಲೇ ಔಚಿತ್ಯವಿದೆ ಹೊರತು ಅದೊಂದು ಬರೀ ದೇಹವೆಂದು ಪರಿಗಣಿಸುವುದರಿಂದ ಅಲ್ಲ. ಪರಸ್ಪರ ಚಿಂತನೆಯ ಬಗೆಯನ್ನು ಪರಿಶೀಲಿಸಿ, ವೈಯಕ್ತಿಕ ಮೌಲ್ಯಗಳನ್ನು, ನಿಲುವುಗಳನ್ನು ಮತ್ತು ಧೋರಣೆಗಳನ್ನು ಚರ್ಚಿಸಿ; ಪರಸ್ಪರ ಸಂವೇದನೆಗಳನ್ನು ಉತ್ತೇಜಿಸಿ, ಭಾವನಾತ್ಮಕ ಹೊಂದಾಣಿಕೆಯನ್ನು ಬೆಳೆಸಿಕೊಳ್ಳಿ ಮತ್ತು ಮೌನವಾಗಿ ಜತೆಯಲ್ಲಿ ಕುಳಿತು ಆಧ್ಯಾತ್ಮಿಕ ಸತ್ಸಂಗವನ್ನು ಅನುಭವಿಸಿ. ವೈಯಕ್ತಿಕ ಸಮಗ್ರತೆಯನ್ನು ಗೌರವಿಸಿ ಮತ್ತು ಅದನ್ನು ಪೂರ್ಣತಮವಾಗಿ ಕಾಣಿರಿ ಹೊರತು ಕೇವಲ ಬಾಹ್ಯ ರೂಪದ ದೇಹವಾಗಿ ಅಲ್ಲ.

ಹತ್ತು ವರ್ಷದಲ್ಲಿ ಮಾಡಬಲ್ಲುದನ್ನು ಒಂದೇ ವರ್ಷದಲ್ಲಿ ಮಾಡಿ ಮುಗಿಸಲು ಯತ್ನಿಸಬೇಡಿ ಮತ್ತು ಒಂದು ವರ್ಷದಲ್ಲಿ ಮಾಡಬೇಕಾದುದನ್ನು ಒಂದು ತಿಂಗಳಲ್ಲಿ ಮಾಡಿ ಮುಗಿಸುವುದು ಸಲ್ಲ. ವಿವಾಹಿತರಾದ ಹೆಚ್ಚಿನ ದಂಪತಿಗಳು ಪರಸ್ಪರ ಯೋಜಿಸಿಕೊಂಡು ಪ್ರಾರಂಭದ ಕೆಲವೇ ತಿಂಗಳುಗಳಲ್ಲಿ ಎಲ್ಲವನ್ನೂ ಅತಿಯಾಗಿ ಮಾಡಿ ಮುಂದಿನ ದಿನಗಳಲ್ಲಿ ಆ ಸಂಬಂಧದ ಬದುಕಿನಲ್ಲಿ ಏನೂ ಉಳಿದಿರದಂತೆ ಮುಗಿಸಿಬಿಡುತ್ತಾರೆ. ಅವರು ಸತ್ತ ಸಂಬಂಧದಲ್ಲಿ ಜತೆಗಿರುತ್ತಾರೆ ಅಷ್ಟೆ. ಮರವಾಗಿ ಬೆಳೆಯಬೇಕಾದದ್ದು ಗಿಡವಾಗಿ ಸಾಯಬಾರದು. ನಿಧಾನವಾಗಿ ಸ್ವೀಕರಿಸಿ ಮತ್ತು ಅದನ್ನು ದೀರ್ಘವಾಗಿಸಿ.

ಬದುಕಿನಲ್ಲಾಗಲೀ, ಉತ್ತಮ ಸಂಬಂಧದಲ್ಲಾಗಲೀ, ಕಳೆದು ಹೋದದ್ದು ಅಪ್ರಸ್ತುತ. ವರ್ತಮಾನವಷ್ಟೇ ಕಟ್ಟುವ ಕಲ್ಲುಗಳು. ಭವಿಷ್ಯ ಬಹಳ ಪ್ರಾಮುಖ್ಯ, ಅದರಿಂದಾಗಿಯೇ ನೀವು ಜತೆಯಾಗಿ ಪಯಣಿಸಬಲ್ಲಿರಿ. ದೈನಂದಿನ ಲಘು ಹರಟೆಯಲ್ಲಿಯೇ ನಿಮ್ಮೊಳಗಿನ ಪರಸ್ಪರ ಪ್ರೀತಿ ಬೆಳೆಯುವುದಕ್ಕೆ ಸಾಧ್ಯ. ಭವಿಷ್ಯದ ಬಗ್ಗೆ ಚರ್ಚಿಸಿ, ಕನಸುಗಳನ್ನು ಕಟ್ಟಿ, ಮಹತ್ವಾಕಾಂಕ್ಷೆಯ ಕುರಿತು ಮಾತಾಡಿ, ಗುಣಾತ್ಮಕವಾಗಿ ಮತ್ತು ಹಸ್ತಕ್ಷೇಪ ರಹಿತ ಪರಸ್ಪರ ಬೆಳವಣಿಗೆಗೆ ಬೇಕಾದ ಪಾತ್ರವನ್ನು ನಿರ್ವಹಿಸುವ ನಿರ್ಣಯವನ್ನು ತೆಗೆದುಕೊಳ್ಳಿರಿ. ಪ್ರೀತಿ ಬೆಳೆಯುವುದಕ್ಕೆ ಇದೊಂದೇ ದಾರಿ.

ವಿವಾಹದ ಬಳಿಕ ಪ್ರಾಪಂಚಿಕ ಕಲ್ಪನೆಯೊಂದಿದೆ, ಈರ್ವರೂ ಒಂದೇ ಆಗಿರಬೇಕು ಮತ್ತು ಅವರಿಬ್ಬರೂ ಒಂದೇ ಬದುಕನ್ನು ಬಾಳಬೇಕು ಅಂತ. ಫಲಸ್ವರೂಪವಾಗಿ ಮದುವೆಯ ಹೆಸರಿನಲ್ಲಿ ಮಹಿಳೆಯರು ಬಲವಂತವಾಗಿ ಪುರುಷನ ನೆರಳಾಗಿ ಬಾಳಬೇಕಾಗುತ್ತದೆ. ಮಹಿಳೆ ಹೊಂದಾಣಿಕೆಯಿಂದ, ಹತಾಶಳಾಗಿ, ಸ್ವಾನುಕಂಪದಿಂದ, ವೈಯಕ್ತಿಕ ತ್ಯಾಗದಿಂದ, ಶೋಷಿತಳೆಂದು ಭಾವಿಸುವುದಿದೆ. ನಿಜವೆಂದರೆ, 'ನಿನ್ನ' ಬದುಕು ಮತ್ತು 'ನನ್ನ' ಬದುಕು ಪ್ರತ್ಯೇಕವಾಗಿಯೇ ಉಳಿಯುತ್ತದೆ. 'ನಮ್ಮ' ಬದುಕು ವಿವಾಹ ಎಂಬ ವಿಭಾಗಿಸುವ ಅಂತರವಾಗಿರುತ್ತದೆ. ನಮ್ಮ ನಡುವಿನ ಅಂತರವನ್ನು ಹೇಗೆ ನಿಭಾಯಿಸುತ್ತೇವೆ ಎಂಬುದರ ಮೇಲೆ ವೈವಾಹಿಕ ಬದುಕಿನ ನಲಿವು ಅಡಗಿರುತ್ತದೆ ಮತ್ತು ಈ ಅಂತರ ವರ್ಷ ಕಳೆದಂತೆ ಬೆಳೆಯುತ್ತಲೇ ಹೋಗುತ್ತದೆ. ಏನಿದ್ದರೂ, ಅವನು ತನ್ನ ಬದುಕನ್ನು ಅವನಷ್ಟಕ್ಕೇ ಮುಂದುವರಿಸಿದ ಹಾಗೆ ಅವಳು ತನ್ನ ಬದುಕನ್ನು ಮುಂದುವರಿಸಬೇಕಾಗುತ್ತದೆ. ಅವಳು ತನ್ನ ಅಂತರಕ್ಕೆ ಹೋಗುವಾಗ 'ನಮ್ಮ' ಅಂತರದಲ್ಲಿ ಶ್ರೇಷ್ಠಳಾಗುತ್ತಾಳೆ ಮತ್ತು 'ನಮ್ಮ' ಅಂತರಕ್ಕೆ ಬರುತ್ತಾಳೆ; ಅವನಿಗೂ ಇದು ಅನ್ವಯವಾಗುತ್ತದೆ. ಇದು ನಿಮ್ಮಿಬ್ಬರ ಅಂತರವನ್ನು ಗೌರವಿಸುವಂತೆಯೂ, ಇಬ್ಬರ ವೈಯಕ್ತಿಕ ಇಚ್ಛೆ ಮತ್ತು ಅನಿಚ್ಛೆಗಳನ್ನು ಹಾಗೂ ಆದ್ಯತೆಗಳನ್ನು ಗೌರವಿಸುವಂತೆಯೂ ಆಗುತ್ತದೆ. ಮುಖ್ಯವಾಗಿ ಪ್ರೀತಿಯ ಹೆಸರಿನಲ್ಲಿ ಪರಸ್ಪರ ಉಸಿರುಗಟ್ಟುವ ವಾತಾವರಣದಲ್ಲಿರುವಂತಾಗುವುದಿಲ್ಲ.

ನಿಜ ಹೇಳಬೇಕಂದರೆ, ವಿವಾಹ ಈರ್ವರ ಬೆಸೆದ ಬದುಕಿನ ಗುಣಮಟ್ಟವನ್ನು ಎತ್ತರಿಸಬೇಕು. ವಿವಾಹ, ಬದುಕನ್ನು ಮುಂದೊಯ್ಯಬಹುದು ಮತ್ತು ಮುಂದೊಯ್ಯಬೇಕು ಹಾಗೂ ಈರ್ವರ ಅವಕಾಶಗಳನ್ನು ಮಹತ್ತರವಾಗಿಸಬೇಕು.

ಉತ್ತಮ ದಾಂಪತ್ಯ ಪೋಷಿಸಲ್ಪಡಬೇಕಲ್ಲದೆ, ವಿಕಸನಗೊಳ್ಳುವಂತಾಗಬೇಕು. ಮಹತ್ತರವಾದ ಒಂದು ದಾಂಪತ್ಯವನ್ನು ಕಟ್ಟುವುದೆಂದರೆ ಅದೊಂದು ಕಲೆ; ಆದ್ದರಿಂದ ನೀವೊಬ್ಬ ಕಲಾವಿದರಾಗಿ.

• • •

ಒಂದು ಸಂಬಂಧದಲ್ಲಿ ಯಾರ ತಪ್ಪು
ಎಂಬುದು ಮುಖ್ಯವಲ್ಲ;
ಯಾರ ಬದುಕು ಎಂಬುದು ಮುಖ್ಯ!

ನೀವು ಹೇಗಿದ್ದೀರಿ ಎಂಬುದನ್ನು
ಸ್ವೀಕರಿಸುವ ಬದಲು ಮತ್ತು
ಜಗತ್ತು ಇರುವ ಹಾಗೆ ಸ್ವೀಕರಿಸಲು
ಬದಲಾಗ ತೊಡಗಿರಿ.

ಜಗತ್ತಿನ ಕಾರಣದಿಂದಾಗಿ
ಬದುಕು ಸುಂದರವಾಗಿರಲಿ.

ಜಗತ್ತಿನ ಹೊರತಾಗಿಯೂ
ಬದುಕು ಸುಂದರವಾಗಿರಲಿ.

ನೀವು ಯಾವ ಗಿರಾಕಿಗಳನ್ನು ಜರೆಯಲು ಹಂಚಿಕೆ ಹೂಡಿದ್ದೀರಿ?

ಒಂದು ಸಂಸ್ಥೆ ಅತ್ಯಂತ ಸುಸ್ಥಿತಿಯಿಂದ ಅಭಿವೃದ್ಧಿ ಹೊಂದುತ್ತಿದ್ದಾಗ್ಯೂ, ಅಲ್ಲಿರುವ ಎಲ್ಲ ಸಿಬ್ಬಂದಿಗಳು ಸಮರ್ಥರು ಮತ್ತು ಬದ್ಧತೆಯಿಂದ ಕಾರ್ಯ ನಿರ್ವಹಿಸುತ್ತಾರೆ ಎಂದು ಹೇಳಲು ಬರುವುದಿಲ್ಲ. ಅವರಲ್ಲಿ ಕೆಲವರು ಸಾಧಾರಣವಾಗಿಯೂ, ಕೆಲವರು ತೊಂದರೆ ಉಂಟು ಮಾಡುವವರೂ ಇರುತ್ತಾರೆ.... ಅವರೆಲ್ಲ ಒಂದು ಸಮಗ್ರ ಸ್ವರೂಪದಲ್ಲೇ ಬಂದಿರುತ್ತಾರೆ. ತೊಂದರೆ ಉಂಟು ಮಾಡುವವರನ್ನು ಹದ್ದು ಬಸ್ತಿನಲ್ಲಿಡಬೇಕಾದರೆ ವ್ಯವಸ್ಥಾಪಕರು ವಿನಿಯೋಗಿಸಬೇಕಾದ ಶಕ್ತಿ, ಸಮಯ ಮತ್ತು ಪ್ರಯಾಸ ಅಧಿಕಾಂಶದ ಸಮರ್ಥರು ಮತ್ತು ಬದ್ಧತೆಯುಳ್ಳ ಕೆಲಸಗಾರರಿಗೆ ವ್ಯಯಿಸುವುದಕ್ಕಿಂತಲೂ ಅಧಿಕವಾಗಿರುತ್ತದೆ. ಹಾಗಾದರೆ, ಆ ಅಲ್ಪ ಸಂಖ್ಯಾತರಿಗೆ ಅಷ್ಟೊಂದು ನಿಗಾ ಯಾಕೆ? ಅಂಥವರನ್ನು ಬೈದು ಭಂಗಿಸಿ ಆದಾಯ ತರುವ ಮಿಕ್ಕವರ ಮೇಲೇಕೆ ನಿಮ್ಮ ಸಂಪನ್ಮೂಲವನ್ನು ವಿನಿಯೋಗಿಸಬಾರದು?

ಒಂದು ಕೊಳೆತ ಟೊಮೆಟೋ ಮಿಕ್ಕೆಲ್ಲ ಟೊಮೆಟೋಗಳನ್ನು ಹಾಳುಮಾಡುತ್ತದೆ. ಮೈಗಳ್ಳನಾದ ಒಬ್ಬ ಕೆಲಸಗಾರ ಮಿಕ್ಕೆಲ್ಲ ಮೈಗಳ್ಳರೊಂದಿಗೆ ಸೇರಿ ಒಂದು ಗುಂಪು ಮಾಡುವುದನ್ನು ನೀವು ನೋಡಿಲ್ಲವೆ? ಅವರನ್ನು ಸರಿದಾರಿಗೆ ತರಲು ಸಾಧ್ಯವಾಗದಿದ್ದರೆ, ಅವರನ್ನು ಹೊರಹಾಕಿ. ಕೊಳೆತ ಟೊಮೆಟೋವನ್ನು ಎಸೆದು ಉತ್ತಮವಾದುದನ್ನು ಉಳಿಸಿ. ನಾನು ನಿಷ್ಠುರವಾದಿ ಎಂದು ತೋರುತ್ತಿದೆಯೇ? ಮೈಗಳ್ಳರ ಬಗೆಗೆ ಸಹಾನುಭೂತಿ ತೋರುವ ಸಂಸ್ಥೆಗಳ ಕುರಿತು ನಮಗೇ ಸಹಾನುಭೂತಿ ಇದೆ.

ಇದರಲ್ಲಿ ಅಂಥದ್ದೇನೂ ಕ್ರಾಂತಿಕಾರೀ ವಿಷಯವಿಲ್ಲ.... ಅನೇಕ ಸಂಸ್ಥೆಗಳು ಇದನ್ನು ಕಾರ್ಯಗತಗೊಳಿಸಿವೆ.

"ಕೆಲವೊಂದು ನಿಮ್ಮ ಗಿರಾಕಿಗಳನ್ನು ಯಾಕಾಗಿ ನೀವು ಹೊರಕ್ಕಿಡಬಾರದು?" ಎಂಬುದು ನನ್ನ ಪ್ರಶ್ನೆ. ಪ್ರಾಮಾಣಿಕ ನಿಷ್ಠಾವಂತರಿಗೆ ಮೀಸಲಿಡುವ ಬಹುಮಂದಿ ಗಿರಾಕಿಗಳಿಗೆ ವಿನಿಯೋಗಿಸುವ ಶಕ್ತಿ, ಸಮಯ ಮತ್ತು ಪ್ರಯತ್ನಗಳಿಗಿಂತ ಕೆಲವೇ ತ್ರಾಸ ಕೊಡುವ ಗಿರಾಕಿಗಳಿಗೆ ನಿಮ್ಮ ಸಮಯವನ್ನು ಮೀಸಲಿಡುತ್ತಿದ್ದೀರಿ ಎಂದು ನಿಮಗೆ ಅನಿಸುವುದಿಲ್ಲವೆ? ನೀವು ಎಷ್ಟೇ ಮಾಡಿರಿ, ಕೆಲವರು ಯಾವಾಗಲೂ ಅತೃಪ್ತಿಯನ್ನು ತೋರಿಸುತ್ತಲೇ ಇರುತ್ತಾರೆ. ನೀವು ಹೇಗೆ ಸೇವೆ ಮಾಡಿದರೂ, ಅವರು ನಿಮ್ಮ ಮಾರಾಟದ ವಸ್ತುವನ್ನೂ, ಸೇವೆಯನ್ನೂ ವಿಮರ್ಶಿಸುತ್ತಲೇ ಇರುತ್ತಾರೆ. ನಿಮಗೆ ಪಾವತಿ ಮಾಡುವ ವೇಳೆ ನೀವು ಅಂಗಲಾಚುವ ಮಟ್ಟಕ್ಕೆ ಇಳಿಯುವಂತೆ ಅಪೇಕ್ಷಿಸುವ ಗಿರಾಕಿಗಳೂ ಇರುತ್ತಾರೆ. ಕೊನೆಗೆ ಪಾವತಿಸಿದಾಗ, ಅಂತಹ ವ್ಯಾಪಾರದಲ್ಲಿ ನಿಮಗೆ ಯಾವುದೇ ಲಾಭ ಬಂದಿರುವುದಿಲ್ಲ... ನೀವು ವ್ಯಯಿಸಿದ ಸಮಯದಿಂದಾಗಿ ನಿಮ್ಮ ಲಾಭಾಂಶ ಅದಾಗಲೇ ಹೊರಟು ಹೋಗಿರುತ್ತದೆ. ನಿಮ್ಮ ಪಟ್ಟಿಯಲ್ಲಿರುವ ಅಂತಹ ಗಿರಾಕಿಗಳನ್ನು ಯಾಕಾಗಿ ನೀವು ಜರೆದು ಭಂಗಿಸಬಾರದು ಮತ್ತು ಅದೇ ಸಮಯ ಸಂಪನ್ಮೂಲಗಳ ಗಳಿಕೆಯನ್ನು ಉತ್ತಮ ದರ್ಜೆಯ ಗಿರಾಕಿಗಳಿಗೆ ವಿನಿಯೋಗಿಸಬಾರದು?

ಗಿರಾಕಿಗಳು ಯಾವತ್ತೂ ಸರಿ– ಸರಿಯೇ? ಅಲ್ಲ! ಗಿರಾಕಿಯೇ ದೊರೆ– ಹೌದೇ? ಯಾವಾಗಲೂ ಅಲ್ಲ... ಯಾವ ಬಗೆಯ ಗಿರಾಕಿ ಎಂಬುದರ ಮೇಲೆ ಅದು ಅವಲಂಬಿಸಿರುತ್ತದೆ. ಉತ್ತಮ ಗಿರಾಕಿಗಳಿಗಾಗಿ ಹುಡುಕಾಟವಿರಲಿ ಹೊರತು ಗಿರಾಕಿಗಳಿಗಾಗಿಯೇ ಹುಡುಕಾಟ ಬೇಡ. ಉತ್ತಮ ಗಿರಾಕಿಗಳಿಗೆ ನೀವು ಸಮಸ್ಯೆ ನಿವಾರಕರೂ ಆದಾಗ, ಅವರು ನಿಮ್ಮ ಬೆಳವಣಿಗೆಯಲ್ಲಿ ಪಾಲುದಾರರೂ ಆಗುತ್ತಾರೆ. ನಿಜಕ್ಕೂ, ಗೆಲವು ಗೆಲವಿನ ಸನ್ನಿವೇಶ.

ಆದ್ದರಿಂದ ಈ ತಕ್ಷಣವೇ ಯಾವ ಗಿರಾಕಿಗಳನ್ನು ನೀವು ಜರೆಯಲು ತಯಾರಿ ನಡೆಸಿದ್ದೀರಿ? ಒಹ್, ಅದೊಂದು ಕ್ರಾಂತಿಕಾರೀ ಕಲ್ಪನೆಯೇ ಸರಿ.

ಜನರಿಗಿಂತ ಮುಂದಿರಿ.
ಜನರ ಸಮ ಸಮ ಬೇಡ.

ಒಂದು ಅನಾಥ ಮಕ್ಕಳ ಆಶ್ರಮಕ್ಕೆ ನಾನು ನನ್ನ ಗೆಳೆಯನ ಜತೆಯಲ್ಲಿ ಹೋಗಿದ್ದೆ. ಅಲ್ಲಿನ ಓರ್ವ ಅತ್ಯಂತ ಸಭ್ಯನೆನಿಸಿದ ಸಿಬ್ಬಂದಿಯಲ್ಲಿ ನಾವು ಆಶ್ರಮಕ್ಕೆ ಏನಾದರೂ ವಸ್ತುವನ್ನು ದಾನ ಮಾಡಬೇಕೆಂದು ಕೇಳಿಕೊಂಡೆವು. ಆಶ್ರಮಕ್ಕೆ ನೀಡುವ ದಾನದ ಕುರಿತು ಅದರ ಉಸ್ತುವಾರಿ ನೋಡಿಕೊಳ್ಳುವ ಓರ್ವ ಸಮಾಜ ಕಾರ್ಯಕರ್ತೆಯ ಜತೆಗೆ ನಾವು ವ್ಯವಹರಿಸಬೇಕೆಂದು ಆತ ನಮಗೆ ಹೇಳಿದರು. ನಾವು ಕುಳಿತಿರುವಾಗಲೇ ಒಬ್ಬ ಮಹಿಳೆ ಒಳಗಡೆ ಬಂದರು. ಅಡೋಲ್ಫ್ ಹಿಟ್ಲರ್ ಕೂಡಾ ಸತ್ತಲ್ಲಿಂದ ಎದ್ದು ಬರುವ ಹಾಗೆ ದೊಡ್ಡ ಕರ್ಕಶ ಸ್ವರದಲ್ಲಿ ಆಕೆ, "ನೀವು ದಾನ ಕೊಡಲು ಬಂದಿದ್ದೀರಾ! ನನಗೆ 500ಕಿಲೋ ಅಕ್ಕಿ ಬೇಕು... ಅದು ನನಗೆ ತಕ್ಷಣ ಬೇಕು. ಬೇರೇನೂ ತೆಗೆದುಕೊಳ್ಳಲು ನಾನು ತಯಾರಿಲ್ಲ. ಅಷ್ಟು ನಿಮಗೆ ಕೊಡಲು ಸಾಧ್ಯವಾಗದೆ ಹೋದಲ್ಲಿ 5ಕಿಲೋ ಅಕ್ಕಿಯಾದರೂ ಸಾಕು... ಅಕ್ಕಿ ಹೊರತು ನನಗೆ ಬೇರೇನೂ ಬೇಡ. ನಾನು ಹೋಗುತ್ತೇನೆ." ಆದರವಿಲ್ಲ, ಮಧುರತೆ ಇಲ್ಲ, ನಗುವಾದರೂ ಇದೆಯಾ, ಅದೂ ಇಲ್ಲ... ಬಂದಳು, ಕರ್ಕಶವಾಗಿ ಕೆಲವು ಶಬ್ದಗಳನ್ನು ಒದರಿ ಹಾಗೆಯೇ ಹೊರಟು ಹೋದಳು. "ದಾನ ಸ್ವೀಕರಿಸುವ ವಿಭಾಗಕ್ಕೆ ಆಕೆಯದೇ

ಉಸ್ತುವಾರಿ!? ಆಶ್ರಮದ ಮಕ್ಕಳನ್ನು ಆ ದೇವರೇ ಕಾಪಾಡಬೇಕು" ಎಂದುಕೊಂಡೆ.

ಸ್ವಲ್ಪ ಹೊತ್ತು ನಾನೂ ನನ್ನ ಗೆಳೆಯನೂ ಏನೂ ಅನ್ನಲಿಲ್ಲ... ಅನಾದರಣೆ ಮತ್ತು ಅವಮಾನದ ಅನುಭವದಿಂದ ನಾವು ಹೊರಬರಲು ಯತ್ನಿಸುತ್ತಿದ್ದೆವು. ಕೊನೆಗೆ "500 ಕೆ.ಜಿ. ಅಕ್ಕಿಯನ್ನು ನಾವು ಕೊಡೋಣ, ಆ ಮಕ್ಕಳಿಗಾಗಿ ಹೊರತು ಆ ಮಹಿಳೆಗಾಗಿ ಅಲ್ಲವಲ್ಲ. ಆಕೆಯ ನಡವಳಿಕೆ, ಮಕ್ಕಳ ಹೊಟ್ಟೆ ಮತ್ತು ನಮ್ಮ ಹೃದಯಗಳ ನಡುವೆ ಒಂದು ಗೋಡೆಯಾಗಿ ಪರಿಣಮಿಸುವುದು ಬೇಡ" ಎಂದು ನಾನಂದೆ.

ನೀವು ರೋಗದಿಂದ ಗುಣಮುಖರಾಗುವ ವೇಳೆ, ಡಾಕ್ಟರ್ ಹೇಳುವುದಿದೆ, "ನೀವು ಔಷಧಕ್ಕೆ ಸ್ಪಂದಿಸುವಂತೆ ತೋರುತ್ತಿದೆ." ನಿಮ್ಮ ಆರೋಗ್ಯ ಕೆಡುವ ಸಮಯದಲ್ಲಿ ಡಾಕ್ಟರ್ ಹೇಳುತ್ತಾರೆ, "ಔಷಧ ನಿಮ್ಮ ಮೇಲೆ ಪ್ರತಿಕ್ರಿಯೆ ಬೀರುತ್ತಿದೆ." ಸ್ಪಂದನ ಗುಣಾತ್ಮಕ; ಪ್ರತಿಕ್ರಿಯೆ ಋಣಾತ್ಮಕ. ಬದುಕಿನಲ್ಲಿ ಯಾವುದೇ ಸನ್ನಿವೇಶಕ್ಕೂ ಪ್ರತಿಕ್ರಿಯಿಸದೆ, ಕೇವಲ ಸ್ಪಂದನಕ್ಕಾಗಿ ಕಾಯಿರಿ. ಬಾಹ್ಯ ಶಕ್ತಿಗಳು ನಮ್ಮ ಗುಣನಡತೆಯನ್ನು ಪ್ರಚೋದಿಸದಿರಲಿ, ಅಂತರಂಗದಲ್ಲಿ ಮೌಲಿಕ ಆಯ್ಕೆಯ ಮೂಲಕ ನಮ್ಮ ಗುಣನಡತೆ ಹೊರಹೊಮ್ಮಲಿ. ನಮ್ಮ ಒಳ್ಳೆಯತನದ ಮೇಲೆ ಹೊರ ಜಗತ್ತಿನ ಯಾವನೇ ಸ್ತ್ರೀ ಪುರುಷ ಸವಾರಿ ಮಾಡದಿರಲಿ.

ಜಗತ್ತು ಹೇಗೆ ನಡೆದುಕೊಳ್ಳುತ್ತದೆ ಎಂಬುದರ ಉಸಾಬರಿ ನಮಗೆ ಬೇಡ. ನಿಮ್ಮ ಒಳಗಣ್ಣನ್ನು ತೆರೆದುಕೊಳ್ಳುವುದರಲ್ಲಿ ನಿಮ್ಮ ಶ್ರೇಷ್ಠತೆ ಇದೆ. ನೀವೆಷ್ಟೇ ಸಲ ಪರೀಕ್ಷೆಗೆ ಒಳಗಾಗಿ, ಎಲ್ಲಿಯೇ ಇರಿ, ಏನೇ ಮಾಡುತ್ತಲಿರಿ.... ನಿಮ್ಮ ಸ್ವಂತಿಕೆಯ ಚಾರಿತ್ರ್ಯದಲ್ಲಿಯೇ ಜೀವಿಸಿ.

ಇತರ ವ್ಯಕ್ತಿಗಳ ಮಿತಿ ನಮ್ಮ ಮಿತಿಯಾಗದಿರಲಿ. 'ಕೆಲವರು ತಪ್ಪಿಸಗುತ್ತಾರೆ' ಎಂಬುದು ನಮ್ಮ ತಪ್ಪಿಗೆ ರಕ್ಷೆಯಾಗದಿರಲಿ. ತಪ್ಪಿಗೆ ತಪ್ಪೇ ಸ್ಪಂದಿಸುವ ದಾರಿ ನಮಗೆ ಬೇಡ. ನಮ್ಮ ಒಳ್ಳೆಯತನವನ್ನು ಹರಾಜಿಗಿಡುವುದು ಬೇಡ. ಯಾವುದೇ ಸಂದರ್ಭದಲ್ಲಿ, ನಾವು ಜನರಿಗಿಂತ ಮುಂದಿರೋಣ, ಅವರ ಸಮ ಸಮವಾಗಿರುವುದು ಬೇಡ.

ಭಾವನೆಗಳು- ಸರಿ. ಭಾವನಾತ್ಮಕ ನಾಟಕ- ಬೇಡ!

ಒಂದು ಹೊಸ ಕಾರನ್ನು ಗಂಡಹೆಂಡತಿ ತಮ್ಮ ಮೊದಲ ವಿವಾಹ ವಾರ್ಷಿಕದ ನೆನಪಿಗಾಗಿ ಕೊಂಡುಕೊಂಡರು. ಪೇಟೆಯ ಸುತ್ತ, ಬೀಚ್‌ನ ದಾರಿಯಾಗಿ ಸಾಗಿದರು.... ಒಂದು ಡ್ರೈವ್-ಇನ್ ಥಿಯೇಟರ್‌ನಲ್ಲಿ ಸಿನಿಮಾ ನೋಡಿದರು, ಮತ್ತೆ ಕೊನೆಗೆ ಮನೆಗೆ ಹಿಂದಿರುಗಿ ಬಂದರು. ಅವರಿಗೆ ಪ್ರತ್ಯೇಕವಾದ ಗ್ಯಾರೇಜು ಇಲ್ಲದ ಕಾರಣ, ಕಾರನ್ನು ದಾರಿ ಬದಿಯಲ್ಲೇ ಇರಿಸಿದರು. ಮರುದಿನ ಎದ್ದಾಗ, ಕಾರು ಕಾಣೆಯಾಗಿದ್ದು ಕಂಡು ದಿಗ್ಭ್ರಮೆಗೊಂಡರು. ಅದನ್ನು ಯಾರೋ ಕದ್ದಿದ್ದರು. ಅವರ ಮೊದಲ ಕಾರು, ಮೊದಲ ವಾರ್ಷಿಕಕ್ಕೆ ಉಡುಗೊರೆ ರೂಪದಲ್ಲಿ ಕೊಂಡುಕೊಂಡದ್ದನ್ನು ಅವರು ಒಂದು ದಿನ ಪೂರ್ತಿಯೂ ಅನುಭವಿಸಿದ್ದಿರಲಿಲ್ಲ. ಹೆಂಡತಿ ಅದನ್ನು ಅರಗಿಸಿಕೊಳಲಿಲ್ಲ. ತುಂಬಿದ ಕಣ್ಣುಗಳಿಂದ ಅವಳು ಸೋಫಾದಲ್ಲಿ ಕುಸಿದು ಬಿದ್ದಳು. ಗಂಡನೂ ವಿಚಲಿತನಾಗದೆ ಇರಲಿಲ್ಲ, ಆದರೆ, ಆ ಕ್ಷಣ ಹೆಂಡತಿಯ ಬಗೆಗಿನ ಪ್ರೀತಿಗಾಗಿ ಅದನ್ನು ತೋರಗೊಡಲಿಲ್ಲ. ಅವಳನ್ನು ಹಿಂದಿನಿಂದ ಬರಸೆಳೆದು ಅವನು ಹೇಳಿದ, “ಕಾರನ್ನು ಕಳೆದುಕೊಂಡಿದ್ದೇವೆ

ನಿಜ. ನೀನು ಚಿಂತಿತಳಾಗಿದ್ದೀಯಾ. ಕಾರು ಕಳೆದು ಹೋಗಿದೆ. ಅದನ್ನು ಸುಲಭವಾಗಿ ತೆಗೆದುಕೋ: ಎರಡು ಬಗೆಯಲ್ಲೂ, ಕಾರಂತೂ ಕಳೆದು ಹೋಗಿದೆ, ಮತ್ಯಾಕೆ ಸುಲಭವಾಗಿ ತೆಗೆದುಕೊಳ್ಳಬಾರದು?" ಅವಳು ಅವನನ್ನು ನಿರುಕಿಸಿದಳು ಮತ್ತು ಆ ಕ್ಷಣ ಹಾಗೆಯೇ ಕಳೆಯಿತು. ಎರಡು ತಿಂಗಳ ಬಳಿಕ , ಕಾರುಕಳ್ಳರ ಹಿಂಡಿನಿಂದ ಕಾರನ್ನು ಜಪ್ತಿ ಮಾಡಿ ಪೊಲೀಸರು ಅದನ್ನು ಗಂಡನಿಗೆ ಹಿಂದಿರುಗಿಸಿದರು. ಅದೇ ಸಂಜೆ, ಪೊಲೀಸ್ ಸ್ಟೇಷನ್‌ನಿಂದ ಕಾರನ್ನು ಮನೆಯತ್ತ ಸಾಗಿಸುವಾಗ, ಗಂಡನಿಂದ ಅಚಾತುರ್ಯ ನಡೆದು ಅದೊಂದು ಟ್ರಕ್ಕಿಗೆ ಬಡಿಯಿತು. ಈಗ ಅವನ ಸರದಿ. ಅವನಿಗೆ ಸಂದರ್ಭವನ್ನು ಅರಗಿಸಿಕೊಳ್ಳಲು ಸಾಧ್ಯವಾಗಲಿಲ್ಲ. ಮನೆಗೆ ಹಿಂದಿರುಗಿದ ಬಳಿಕ ಆತ ತುಂಬಿದ ಕಣ್ಣುಗಳಿಂದ ಸೋಫಾದ ಮೇಲೆ ಕುಸಿದು ಕುಳಿತ. ಹೆಂಡತಿಯೂ ವಿಚಲಿತಳಾದಳು. ಅವನ ಮೇಲಿನ ಪ್ರೀತಿಯಿಂದ ಆ ಕ್ಷಣವನ್ನು ಸಮಭಾವದಿಂದ ನಿಭಾಯಿಸಿದಳು. ಈ ಸಾರಿ ಆಕೆ ಅವನ ಹಿಂದಿನಿಂದ ಬಂದು ಬರಸೆಳೆದು ಮುದ್ದಿಸಿ ಹೇಳಿದಳು, "ಕಾರು ಹೇಗಿದ್ದರೂ ಶಿಥಿಲವಾಗಿದೆ. ಅದರ ಬಗ್ಗೆ ನೀವು ಚಿಂತಿತರಾಗಿದ್ದೀರಿ ಸಹಜವಾಗಿ. ಕಾರು ಶಿಥಿಲವಾಗಿದೆ. ಅದನ್ನು ಶಾಂತ ರೀತಿಯಿಂದ ತೆಗೆದುಕೊಳ್ಳಿ. ಎರಡು ರೀತಿಯಿಂದಲೂ, ಏನಿದ್ದರೂ ಕಾರು ಶಿಥಿಲವಾಗಿದೆ. ಯಾಕಾಗಿ ಅದನ್ನು ಶಾಂತ ರೀತಿಯಿಂದ ತೆಗೆದುಕೊಳ್ಳಬಾರದು.?"

ಒಂದು ತರ್ಕಬದ್ಧವಾದ ಪ್ರಶ್ನೆ: ಕಾರೊಂದು ಕಳೆದು ಹೋದಾಗ ಅಥವಾ ಜಜ್ಜಲ್ಪಟ್ಟಾಗ, ಅದನ್ನು ಶಾಂತ ರೀತಿಯಿಂದ ಹೇಗೆ ಸ್ವೀಕರಿಸಲು ಸಾಧ್ಯ? ಆದರೆ, ಹಾಗೆ ಮಾಡದೆ, ನೀವೇನು ಮಾಡಬಲ್ಲಿರಿ? ನಿಮಗೆ ಬೇಕಿದ್ದರೆ ವಿಚಲಿತರಾಗಬಹುದು; ಬೇಕಿದ್ದರೆ ಶಾಂತವಾಗಿ ತೆಗೆದುಕೊಳ್ಳಬಹುದು– ಎರಡೂ ರೀತಿಯಿಂದ, ಏನಿದ್ದರೂ ಈ ಭಾವನಾತ್ಮಕ ನಾಟಕದಿಂದ ಮುಕ್ತರಾದ ಬಳಿಕ ಏನು ಮಾಡಬೇಕೋ ಅದನ್ನು ಮಾಡಿಯೇ ತೀರಬೇಕಾಗಿದೆ. ಪೊಲೀಸ್ ಕಂಪ್ಲೇಟ್‌ನ್ನು ದಾಖಲಿಸುವುದು, ಗ್ಯಾರೇಜಿಗೆ ಕಾರನ್ನು ಕಳುಹಿಸುವುದು, ಇನ್ಶೂರೆನ್ಸ್‌ಗೆ ಅರ್ಜಿಯನ್ನು ಸಲ್ಲಿಸುವುದೆಲ್ಲ ಇದ್ದೇ ಇರುತ್ತದೆ.... ಏನೆಲ್ಲ ಮಾಡಬೇಕೋ ಅವನ್ನೆಲ್ಲ ಮಾಡಿಯೇ ತೀರಬೇಕು.

ಮಗು ಒಂದು ವಿಷಯದಲ್ಲಿ ಫೇಲಾಗಿದೆ. ಮಗುವಿಗೆ ಒಂದೆರಡು ಸಲ ಹೊಡೆಯುತ್ತಾನೆ ತಂದೆ. ತಾಯಿ ತನ್ನ ಹಣೆಗೆ ಹಲವು ಸಲ ಹೊಡೆದುಕೊಂಡು ಅಳುತ್ತಾಳೆ. ಈ ಎಲ್ಲಾ ಭಾವನಾತ್ಮಕ ನಾಟಕಗಳ ಬಳಿಕ ಏನು ಮಾಡುವುದು? ಮಗುವಿಗೆ ಆ ವಿಷಯದಲ್ಲಿ ಹೆಚ್ಚಿನ ಅಭ್ಯಾಸಕ್ಕೆ ಎಚ್ಚರಿಕೆ ವಹಿಸಬೇಕು– ಅವನಿಗೆ ವಿಶೇಷ ಟ್ಯೂಶನ್ ಕೊಡಬೇಕಾಗಬಹುದು– ಏನನ್ನು ಮಾಡಬೇಕೋ ಅದನ್ನು ಮಾಡಿಯೇ ತೀರಬೇಕು. ಹಾಲನ್ನು ಕುದಿಸುವಾಗ ಸೌವ್‌ನ ಮೇಲೆ ಸ್ವಲ್ಪ ಹೆಚ್ಚು ಸಮಯವೇ ಇರಿಸಿದ್ದೀರಿ. ಕುದಿದ ಹಾಲು ಪಾತ್ರೆಯ ಸುತ್ತಲಿಂದ ಹೊರಚೆಲ್ಲಿದೆ. ಇವಕ್ಕೆಲ್ಲ ಬೊಬ್ಬಿಟ್ಟು, ಅತ್ತುಕರೆದು, ಗೋಳಿಡುತ್ತ, ಆತಂಕಗೊಂಡು, ನಿಮ್ಮ ರಕ್ತದೊತ್ತಡ ಏರುವಂತಾಗುತ್ತದೆ.... ಈ ಎಲ್ಲಾ ಭಾವನಾತ್ಮಕ ನಾಟಕವಾದ ಬಳಿಕ ಈಗ ಏನು? ನೀವು ಸೌವನ್ನು ನಂದಿಸುತ್ತೀರಿ, ಪಾತ್ರೆಯನ್ನು ತೆಗೆದು ಅಡುಗೆ ಒಲೆಯ ಸುತ್ತಮುತ್ತ ಸ್ವಚ್ಛಗೊಳಿಸುತ್ತೀರಿ. ಏನನ್ನು ಮಾಡಬೇಕೋ ಅದನ್ನು ಮಾಡಲೇಬೇಕು.

ಸ್ಟಾಕ್ ಎಕ್ಸ್‌ಚೇಂಜ್‌ನ ಅಧೋಮುಖ ಬೀಳಿನಿಂದ ಹಿಡಿದು, ಪ್ರೀತಿಸಿದವಳ ಸಾವಿನ ಕಾರಣಕ್ಕಾಗಿ ಕೆಲಸಕ್ಕೆ ರಾಜೀನಾಮೆ ಇತ್ತ ಪ್ರಮುಖ ಉದ್ಯೋಗಿಯವರೆಗೆ.... ಭಾವನಾತ್ಮಕ ನಾಟಕ ನಡೆಯುತ್ತಲೇ ಇರುತ್ತದೆ, ಆದಾಗ್ಯೂ ಏನೇನಲ್ಲಾ ಮಾಡಬೇಕೋ ಅವನ್ನೆಲ್ಲಾ ಮಾಡಿಯೇ ತೀರುತ್ತಾರೆ. ಭಾವನಾತ್ಮಕ ಸಂವೇದನೆ ಬೇಡವೆಂದು ನಾವಿಲ್ಲಿ ಚರ್ಚಿಸುತ್ತಿಲ್ಲ, ಆದರೆ ಭಾವನಾತ್ಮಕ ನಾಟಕವೇಕೆ ಎಂಬುದಕ್ಕೆ ಪ್ರತಿಕ್ರಿಯೆ ಅಷ್ಟೆ. ಸ್ವಾಭಾವಿಕವಾಗಿ, ನಿಮ್ಮ ವಾಹನ ಕಳವಾದಾಗ ಒಂದು ಕ್ಷಣ ನಿಮ್ಮ ಹೃದಯ ನಿಂತಂತಾಗುತ್ತದೆ. ನಿಮ್ಮ ಮಗು ನಾಪಾಸಾದಾಗ ಅಸಹಾಯಕತೆಗೆ ಕುಸಿಯುತ್ತೀರಿ, ಪ್ರೀತಿಸಿದವಳನ್ನು ಕಳಕೊಂಡಾಗ ಸಹಜವಾದ ಕಣ್ಣೀರು ಹರಿಯುತ್ತದೆ. ಭಾವನೆಗಳು – ಸರಿ. ಭಾವನಾತ್ಮಕ ನಾಟಕ – ಬೇಡ!

ಭಾವನಾತ್ಮಕ ಪ್ರಬುದ್ಧತೆ ಭಾವನೆಗಳನ್ನು ಅಲ್ಲಗಳೆಯುವುದಲ್ಲ, ಬದಲಾಗಿ, ಅದು ಭಾವನಾತ್ಮಕ ನಾಟಕವನ್ನು ಅಲ್ಲಗಳೆಯುವಂಥದ್ದು. ಏನಿದ್ದರೂ, ಏನಾಗಬೇಕೋ ಅದನ್ನು ಮಾಡಲೇ ಬೇಕಾಗುತ್ತದೆ. ಮತ್ತೆ ನಾಟಕವೇಕೆ?

•••

ಎಷ್ಟು ಸಮಯ ನೀವು ಗೋಡೆಗೆ
ತಲೆ ಬಡಿಯ ಬಲ್ಲಿರಿ?
ನಿಮ್ಮ ಹಣೆಯಿಂದ ರಕ್ತ ಒಸರುವ ತನಕ.
ಆದರೆ ಗೋಡೆ ಎಂದಿಗೂ ನಿಮಗೆ
ದಾರಿ ಕಾಣಿಸದು.

ನಿಮ್ಮ ಅದೃಷ್ಟವನ್ನು ಎಷ್ಟು ಸಮಯ
ಹಳಿಯುವಿರಿ ಮತ್ತು ಮಾವಿನ
ಮರದ ಕೆಳಗೆ ಕುಳಿತು
ಎಷ್ಟು ಕಾಲ ಕಿತ್ತಳೆ ಹಣ್ಣನ್ನು ಅಪೇಕ್ಷಿಸುವಿರಿ?
ನೀವು ಸಾಯುವ ತನಕ ಮಾವಿನ
ಮರದಿಂದ ಒಂದೇ ಒಂದು
ಕಿತ್ತಳೆ ಹಣ್ಣು ಉದುರದು.

ಅದು ಏನಿದೆ, ಅದು ಅದೇ.
ಅದು ಏನಿಲ್ಲ, ಅದು ಅಲ್ಲವೇ ಅಲ್ಲ.

ಏನನ್ನು ಹಿಡಿದುಕೊಳ್ಳಬೇಕೋ, ಏನನ್ನು
ಬಿಟ್ಟುಬಿಡಬೇಕೋ– ಅದನ್ನು ತಿಳಿದವನೇ
ಮಹಾ ಜಾಣ.

ಒಳಿತು ಸದ್ದು ಮಾಡಲಿ.

ಒಬ್ಬ ಮಹಾತ್ವಾಕಾಂಕ್ಷಿ ಯುವಕ ಉದ್ಯೋಗಾರ್ಥಿಯಾಗಿ ಒಂದು ದಿನಪತ್ರಿಕೆಯನ್ನು ಸೇರಿದ. ಮೂರು ದಿನಗಳ ಸತತ ಶ್ರಮದ ತರಬೇತಿ ಕಳೆದು ಉದ್ಯೋಗಕ್ಕೆ ಸೇರ್ಪಡೆಯಾದ ಬಳಿಕ ಅವನನ್ನು ಪ್ರಕಟಣೆಗೆ ಯೋಗ್ಯವೆನಿಸುವ ರೀತಿಯಲ್ಲಿ ಶಬ್ದಚಿತ್ರವೊಂದನ್ನು ತಯಾರಿಸಿ ಬರುವಂತೆ ಹೊರಗಡೆ ಕಳುಹಿಸಿಕೊಡಲಾಯಿತು. ಬೀದಿ ಬೀದಿ ಅಲೆಯುತ್ತ, ಸುಮಾರು 6 ಗಂಟೆಗಳ ಕಾಲ ಬಿಸಿಲ ಝಳದಿಂದ ಜರ್ಝರಿತನಾಗಿ, ತನಗೆ ಸೂಕ್ತವಾದ ಶಬ್ದಚಿತ್ರವನ್ನು ಸಂಗ್ರಹಿಸಲು ಸಾಧ್ಯವಾಗಿಲ್ಲವೆಂದು ಆತ ಕಚೇರಿಗೆ ಮರಳುವುದಕ್ಕೆ ಅನುವಾದ. ಅಷ್ಟರಲ್ಲಿ ಅವನು ಆಂಗ್ಲ ಭಾಷೆಯ ವೈ (Y) ಅಕ್ಷರದಂತಿರುವ ಮೂರು ರಸ್ತೆ ಕೂಡುವ ಜಾಗಕ್ಕೆ ಬಂದು ತಲುಪಿದ. ಯಾವ ಕಾರಣವೂ ಇಲ್ಲದೆ ಆ ಕೂಡು ರಸ್ತೆಯತ್ತ ವಿಪರೀತ ವೇಗದಿಂದ ಓಡಿ ಬರುತ್ತಿದ್ದ ಎರಡು ಬಸ್ಸುಗಳನ್ನು ಕಂಡ. ಅಪಘಾತ ಸಂಭವಿಸುವುದು ಶತಸಿದ್ಧವೆಂದು ಅವನಿಗನಿಸಿತು. ಆ ಯುವ ವರದಿಗಾರ ಅವನ ಸಮಯ ಪ್ರಜ್ಞೆಯನ್ನು ಉಪಯೋಗಿಸಿ, ಕೂಡು ರಸ್ತೆಯ ಮಧ್ಯ ಭಾಗಕ್ಕೆ ಓಡಿ ಹೋಗಿ, ಎತ್ತರದ ಸ್ವರದಲ್ಲಿ ಬೊಬ್ಬಿಟ್ಟು, ಬಿರುಸಾಗಿ ತನ್ನ ಎರಡೂ ಕೈಗಳನ್ನು ಬೀಸಿದ ಮತ್ತು ಬಸ್ಸುಗಳನ್ನು ನಿಲ್ಲಿಸಲು ಯಶಸ್ವಿಯಾದ. ಎರಡೂ ಬಸ್ಸುಗಳಲ್ಲಿನ ನೂರಾರು ಪ್ರಯಾಣಿಕರು ಇಳಿದು ಯುವಕನ ಕೈಕುಲುಕಿದರಲ್ಲದೆ, ಧನ್ಯವಾದ ಹೇಳಿದರು.... ಕೆಲವರು ಅವನಿಗೆ ಮುತ್ತುಗಳನ್ನೂ ಕೊಟ್ಟರು. ಆದರೆ ಆ ಯುವ ವರದಿಗಾರನಿಂದ ನಡೆದ ಕಥೆಯನ್ನು ಆಲಿಸಿದ ಪತ್ರಿಕೆಯ ಸಂಪಾದಕ, "ನೀನು ಅದೊಂದು ತಲೆಬರಹಕ್ಕೆ ಯೋಗ್ಯವೆನಿಸಿದ ನಾಟಕೀಯ ವರದಿಯ ಚಿನ್ನದಂಥ

ಅವಕಾಶವನ್ನು ಕಳೆದುಕೊಂಡು ಬಿಟ್ಟೆಯಲ್ಲ" ಎಂದು ಅವನನ್ನು ತರಾಟೆಗೆ ತೆಗೆದುಕೊಂಡು ಬಿಟ್ಟ. ನಾವೊಂದು ಕೆಟ್ಟ ಜಗತ್ತಿನಲ್ಲಿ ಜೀವಿಸುತ್ತಿಲ್ಲ. ಕೆಟ್ಟದ್ದು ಮಾತ್ರ ಸುದ್ದಿಯಾಗುತ್ತದೆ ಅಷ್ಟೆ. ಕೆಟ್ಟದ್ದು ಅಷ್ಟೊಂದು ಸುದ್ದಿ ಮಾಡುವ ಜಗತ್ತಿನಲ್ಲಿ ನಾವಿರುವಾಗ, ಒಳಿತಿಗೆ ಹೆಚ್ಚು ಹೆಚ್ಚು ಸದ್ದು ಮಾಡುವ ಅವಕಾಶವಾಗಬೇಕು. ನಾವು ಮೌನವಹಿಸುವುದು ತರವಲ್ಲ. ಹೊಗೆಬತ್ತಿ ಸೇದುವುದು, ಕುಡಿಯುವುದು, ಅಗಿಯುವುದು ಮುಂತಾದ ಅನೇಕ ದುಶ್ಚಟಗಳಿಗೆ ಸಾಕಷ್ಟು ಪ್ರಚಾರವಿದೆ; ಎಲ್ಲ ಉತ್ತಮ ಚಟುವಟಿಕೆಗಳನ್ನು ಜಗತ್ತಿಗೆ ಸಾರುವುದಕ್ಕೆ ಯಾವ ಮಾರ್ಗವಿದೆ?

ತೆರಿಗೆ ಪಾವತಿಸದವರು ಶೀರ್ಷಿಕೆ ವರದಿಯಾಗುತ್ತಾರೆ... ಬದಲಾಗಿ, ತೆರಿಗೆ ಪಾವತಿಸುವವರ ಕುರಿತು ಮುಖಪುಟದಲ್ಲಿ ಒಂದು ವರದಿ ಯಾಕೆ ಬರಬಾರದು? ಕೊಲೆಗಾರರ ಭಾವಚಿತ್ರಗಳನ್ನು ಮಿಂಚಿಸಲಾಗುತ್ತದೆ.... ಬದಲಾಗಿ, ಯಾಕೆ ಜೀವ ರಕ್ಷಕರದ್ದು ಉಲ್ಲೇಖಿಸಲಾಗುವುದಿಲ್ಲ? ಸೈನಿಕನೊಬ್ಬನ ಕಥೆ ಪ್ರತಿದಿನ ಪತ್ರಿಕೆಯಲ್ಲಿ ಯಾಕಿರಬಾರದು?

ನಿಮಗೆ ತಿಳಿದಿರುವ ಎಲ್ಲ ವ್ಯಕ್ತಿಗಳ ಒಳ್ಳೆಯತನವನ್ನು ಜಗಜ್ಜಾಹೀರು ಮಾಡಿ ಮಾತನಾಡಿ. ನಿಮ್ಮ ಹತ್ತಿರದವರ ಒಳ್ಳೆಯ ಗುಣಗಳನ್ನು ನಿಮ್ಮ ಸ್ನೇಹಿತರಿಗೆ ತಿಳಿಸಿ. ನಿಮ್ಮ ಮಕ್ಕಳು ನಿಮ್ಮ ಹೆಮ್ಮೆಗೆ ಪಾತ್ರರಾಗಿರುವ ಕಾರಣವನ್ನು ಕ್ಲಬ್ಬಿನ ಎಲ್ಲ ಸದಸ್ಯರು ತಿಳಿಯುವಂತೆ ಮಾಡಿ. ನಿಮ್ಮ ಉಪಾಧ್ಯಾಯರ ಒಳ್ಳೆಯತನದ ಗುಣಗಾನ ಮಾಡಿ ಪ್ರಚುರಪಡಿಸಿ. ನಿಮ್ಮ ಸುತ್ತಮುತ್ತಲಿನ ಸಾಮಾನ್ಯ ಜನರು ಮಾಡುವ ವಿಶೇಷ ಸಾಧನೆಗಳ ಬಗೆಗೆ ಹೆಚ್ಚು ಹೆಚ್ಚು ಮಾತನಾಡಿ. ನಿಮ್ಮ ಸಂಗಾತಿಯನ್ನು ಪಡೆದು ನೀವು ಧನ್ಯರಾದುದರ ಕುರಿತು ಅವರ ಹೆತ್ತವರಿಗೆ ಬರೆಯಿರಿ. ನೀವು ಕಾಣುವ ಎಲ್ಲ ಒಳ್ಳೆಯ ವಿಷಯಗಳ ಬಗೆಗೆ ಬೊಬ್ಬಿಡಿರಿ, ಕೂಗಿರಿ, ಬರೆಯಿರಿ, ಮಾತನಾಡಿ, ನಿಮ್ಮ ಹೆಗ್ಗಳಿಕೆಯನ್ನು ನೀವೇ ಸಾರುತ್ತ ಸದ್ದು ಮಾಡಿ.... ಸದ್ದು ಮಾಡಿ.....

ನಮ್ಮ ಜಗತ್ತು ನಿಜವಾಗಿಯೂ ಉತ್ತಮವಾಗಿದೆ ಎಂದು ನಾವೆಲ್ಲ ಜತೆಗೂಡಿ ಪ್ರಪಂಚಕ್ಕೇ ಸಾರುವ ಮತ್ತು ಪ್ರಪಂಚದ ಮೇಲೆ ಪ್ರಭಾವ ಬೀರೋಣ.....

•••

ಆಕರ್ಷಣೆಗೆ ಅಪಕರ್ಷ ಹೇಗೋ ಹಾಗೆ ದುಡಿಮೆಗೆ ವಿಶ್ರಾಂತಿ ಅವಶ್ಯ.

ವಿಶ್ರಾಂತಿ ಅಂದರೆ, ಹೃದಯ ಬಡಿತದ ಗತಿ, ನೀವು ಬೆಳಿಗ್ಗೆ ಎಚ್ಚರಗೊಂಡು ಇನ್ನೂ ಹಾಸಿಗೆಯಲ್ಲಿಯೇ ಇರುವ ಸಮಯದ ಹೃದಯ ಬಡಿತದ ವೇಗ ...... ಕಡಿಮೆ ಇದ್ದರೆ ನಿಮ್ಮ ಹೃದಯ ಪ್ರತಿ ಸಲ ಸಂಕೋಚಗೊಳ್ಳುವ ಮತ್ತು ವಿಕಸನಗೊಳ್ಳುವ ನಡುವೆ ಸಾಕಷ್ಟು ವಿಶ್ರಾಂತಿ ಪಡೆಯುತ್ತಿದೆ ಎಂಬುದನ್ನು ಸೂಚಿಸುತ್ತದೆ..... ಹೆಚ್ಚಿದ್ದರೆ, ನಿಮ್ಮ ಹೃದಯ ಪ್ರತಿಸಲ ಸಂಕೋಚಗೊಳ್ಳುವ ಮತ್ತು ವಿಕಸನಗೊಳ್ಳುವ ನಡುವೆ ಸಾಕಷ್ಟು ವಿಶ್ರಾಂತಿ ಪಡೆಯುತ್ತಿಲ್ಲ ಎಂಬುದನ್ನು ಸೂಚಿಸುತ್ತದೆ. ....ಕಡಿಮೆ ಇದ್ದಷ್ಟೂ ನಿಮ್ಮ ಹೃದಯ ಆರೋಗ್ಯಪೂರ್ಣ ಎಂದು ತಿಳಿಯಬೇಕು. ಗರ್ಭದಿಂದ ಗೋರಿಯ ತನಕ ಹೃದಯ ನಿರಂತರ ತನ್ನ ಕಾಯಕ ಮಾಡುತ್ತಲೇ ಇದ್ದರೂ, ಅದೂ ಕೂಡಾ ವಿಶ್ರಾಂತಿಯನ್ನು ಪಡೆಯುತ್ತಲೇ ಇರುತ್ತದೆ ಎಂಬುದೇ ಇದರ ತಾತ್ಪರ್ಯ....

ದೌರ್ಭಾಗ್ಯದ ವಿಷಯವೆಂದರೆ, ಕೇವಲ ಶ್ರೀಮಂತರಿಗೂ ಗಣ್ಯವರ್ಗದವರಿಗೂ ಮತ್ತು ಇನ್ನೂ ಜವಾಬ್ದಾರಿಕೆಗೆ ಹೆಗಲುಕೊಡಲು ಶುರುಮಾಡಿರದ ಮಕ್ಕಳಿಗಷ್ಟೇ ರಜಾ ದಿನಗಳು ಮೀಸಲು ಎಂಬ ತಪ್ಪು ತಿಳುವಳಿಕೆ ನಮ್ಮಲ್ಲಿದೆ. ರಜಾದಿನಗಳ ವಿಹಾರ, ಖರ್ಚಿಗೆ ದಾರಿಯೆಂದೂ ನಾವು ತಿಳಿಯುತ್ತೇವೆ. ಹೆಚ್ಚಿನ ಜನರು ರಜಾದಿನಗಳನ್ನು ಧಾರ್ಮಿಕ ಪವಿತ್ರ ದಿನಗಳೆಂದು ಕಳೆಯುವ– ದುಡಿಮೆ ಸ್ಥಾನದಿಂದ ಹೊರತಾಗಿರುವುದೆಂದು ಭಾವಿಸುತ್ತಾರೆ.

ಶರೀರವಾಗಲೀ ಮನಸ್ಸಾಗಲೀ ಗರಿಷ್ಠ ಮಟ್ಟದ ಅಂಚಿಗೆ ಮುಟ್ಟಿದಾಗ ಅದರ ಕಾರ್ಯಕ್ಷಮತೆ ಕುಂದುತ್ತದೆ. ನಮ್ಮ ಸಾಮರ್ಥ್ಯದ ಮಟ್ಟವನ್ನು ತುಂಬುವುದಕ್ಕೆ ದಿನದ ಕೊನೆಯಲ್ಲಿ ನಾವು ಎಷ್ಟು ವಿಶ್ರಾಂತಿ ಪಡೆಯುತ್ತೇವೆಯೋ, ಅದಕ್ಕೂ ಮಿಗಿಲಾಗಿ, ರಜಾ ಕಾಲದಲ್ಲಿ ನಾವು ಮರುಯೌವನ ಪಡೆದು, ಆ ಮೂಲಕ ಸಶಕ್ತವಾದ ಮನಸ್ಸು, ಬುದ್ಧಿ ಮತ್ತು ಭಾವನೆಗಳ ಚೈತನ್ಯವೂ ಕುದುರುವಂತಾಗಬೇಕು. ಎಂದಾದರೂ ನಾವು ರಜಾಕಾಲದ ಪ್ರವಾಸ ಕೈಗೊಂಡರೆ, ಒಂದೇ ದಿನದಲ್ಲಿ ಆರೇಳು ಪ್ರೇಕ್ಷಣೀಯ ಸ್ಥಳಗಳನ್ನು ನೋಡುವುದರಲ್ಲೇ ಸುಸ್ತಾಗಿ ಬಿಡುತ್ತೇವೆ. ಬಹಳಷ್ಟು ಪ್ರಯಾಣ, ಪ್ರೇಕ್ಷಣೀಯ ಸ್ಥಳಗಳ ವೀಕ್ಷಣೆ, ಆರಾಧನಾ ಕ್ಷೇತ್ರಗಳಿಗೆ ಭೇಟಿ ಮತ್ತು ಮುಗಿಯದ ಶಾಪಿಂಗ್. ಅದು ವಿಶ್ರಾಂತಿಯನ್ನು ನೀಡುವ ಬದಲು ನಿಜಕ್ಕೂ ನಿಮ್ಮನ್ನು ಕುಸಿಯುವಂತೆ ಮಾಡುತ್ತದೆ. ತಮ್ಮ ಮಧುಚಂದ್ರವನ್ನು ಹೀಗೆಯೇ ಮಾಡುವವರಿಗೆ ಏನೆಂದು ಹೇಳೋಣ.

ಕೌಟುಂಬಿಕ ಭಿನ್ನಾಭಿಪ್ರಾಯಗಳನ್ನು ಹೋಗಲಾಡಿಸುವುದಕ್ಕೆ ಪರಿವಾರ ಸಮೇತದ ಪ್ರವಾಸ ಒಂದು ಒಳ್ಳೆಯ ಸದವಕಾಶ ಎನ್ನಬಹುದು. ಅದೇ ರೀತಿ ಒಂದು ಸಂಸ್ಥೆ ರಜಾ ಪ್ರವಾಸವನ್ನು ಕೈಗೊಂಡಲ್ಲಿ ಪರಸ್ಪರ ಸಂಬಂಧಗಳು ಪುಷ್ಟಿಗೊಳ್ಳುವುದಕ್ಕೆ ಮಹತ್ತಾಗಿ ಅನುವಾಗಬಲ್ಲುದು. ಪರಸ್ಪರ ತಿಳುವಳಿಕೆಗೆ ಅವ್ಯಾಹತವಾಗಿ ಸಮಯವನ್ನು ಅದು ಒದಗಿಸುವುದಲ್ಲದೆ, ಕೂಡುಹಾಕಿದ ಭಾವನಾತ್ಮಕ ಹೊರೆಯನ್ನು ಕಡಿಮೆ ಮಾಡಿಕೊಳ್ಳುವುದಕ್ಕೆ ಸಹಕಾರಿಯಾಗುತ್ತದೆ. ಮಾಮೂಲು ರೀತಿಯ ಬದುಕಿಗಿಂತ ಅದೊಂದು ವೃತ್ತಿಪರ ತರಬೇತಿಯಾಗಿರುತ್ತದೆ. ಅದು ಮನೋರಂಜನೆಯನ್ನು ನೀಡುವುದಲ್ಲದೆ, ನಿಮ್ಮ ಚೈತನ್ಯ (ಘನಾತ್ಮಕವಾದುದು, ದ್ರವವಲ್ಲ) ವನ್ನು

ಪುನರುಜ್ಜೀವನಗೊಳಿಸುತ್ತದೆ.

ನಿಮ್ಮ ಸಂಚಾರೀ ದೂರವಾಣಿಗಳನ್ನು ಬದಿಗಿಡಿ, ಲ್ಯಾಪ್‌ಟಾಪ್, ಅಂತೆಯೇ ಬಿಗುವಾದ ಒಳಉಡುಪುಗಳನ್ನೂ. ಆರಾಮದಾಯಕ ರೀತಿಯಲ್ಲಿ ಉಡುಗೆ ಇರಲಿ, ರೂಪದರ್ಶಿಯ ಹಾಗಿರುವುದನ್ನು ಮರೆತುಬಿಡಿ. ರಜೆ ಮುಗಿಯುವವರೆಗೆ ಕಚೇರಿಗೆ ಫೋನ್ ಮಾಡದಿರುವಂತೆ ಸಂಕಲ್ಪಿಸಿ. ಪ್ರವಾಸಕ್ಕೆ ಹೋದಾಗ, ದೇವರಾಣೆಗೂ ಉಡುಗೆಯನ್ನು ತಯಾರಿಸುವುದಕ್ಕೆ ಶುರುಮಾಡಬೇಡಿ. ನಿಮ್ಮ ನಾಲಗೆಯನ್ನು ಹೊಸ ರುಚಿಯಿಂದ ಉಪಚರಿಸಿ. ನೀವು, 'ಸ್ವರ್ಗದಲ್ಲಿ ತೇಲುತ್ತಿರುವ' ಭಾವನೆಯೊಂದಿಗೆ ಹಿಂದಿರುಗುತ್ತೀರಿ. 'ನಿಮ್ಮ ತಲೆಯ ಮೇಲೆಯೇ ಜಗತ್ತು ನಡೆಯುತ್ತಿರಲಿಲ್ಲ' ಎಂಬುದನ್ನು ನೀವು ಮನಗಾಣುವಿರಿ ಮತ್ತು ನೀವಿಲ್ಲದೆಯೂ ಅದು ನಡೆಯಬಲ್ಲುದು ಎಂಬ ಅರಿವು ಮೂಡುತ್ತದೆ.

ರಜಾಕಾಲವಿರುವುದು ನೆಮ್ಮದಿಗಾಗಿ... ರಜಾಕಾಲ ಒಂದೇ ರೀತಿಯ ಆಲೋಚನೆ ಮತ್ತು ದುಡಿಮೆಗಳಿಂದ ವಿಶ್ರಾಮ ಪಡೆಯುವುದಕ್ಕಾಗಿ.... ರಜಾಕಾಲವಿರುವುದು, ಮರು ಯೌವನ ಪಡೆಯುವುದಕ್ಕೆ, ರಜಾಕಾಲವಿರುವುದು ಹೊಸ ಗಾಳಿಯನ್ನು ಉಸಿರಾಡುವುದಕ್ಕೆ... ರಜಾಕಾಲವಿರುವುದು ಹಿಂದಕ್ಕೂ ಮುಂದಕ್ಕೂ ನೋಡಿ ಮುನ್ನೆಡೆಯುವುದಕ್ಕೆ... ರಜಾಕಾಲವಿರುವುದು, ನಿಮ್ಮನ್ನು ನಿಮ್ಮ ಕುಟುಂಬಕ್ಕೆ ಸಂಪೂರ್ಣವಾಗಿ ಸಮರ್ಪಿಸಿಕೊಳ್ಳುವುದಕ್ಕೆ... ರಜಾಕಾಲವಿರುವುದು ಒಬ್ಬ ಪೂರ್ಣಕಾಲಿಕ ಸಂಗಾತಿಯಾಗಲು, ಪೂರ್ಣಕಾಲಿಕ ಹೆತ್ತವರಾಗಲು, ಪೂರ್ತಿಸಮಯದ ಪುತ್ರ ಎನಿಸಿಕೊಳ್ಳಲು. ರಜಾಕಾಲವಿರುವುದು, ನೀವು ನಿಮ್ಮ ಅಂಕಿತಗಳಿಂದ, ಪದನಾಮಗಳಿಂದ ಸ್ವತಂತ್ರರಾಗಿರಲು.

ಯಾವುದೇ ಆಕರ್ಷಣೆ ಅಪಕರ್ಷಣೆಯನ್ನು ಸ್ವಾಗತಿಸುತ್ತದೆ. ರಜಾಕಾಲ ಕಡ್ಡಾಯ. ವಿಶ್ರಾಂತಿಯಿಲ್ಲದೇ ಹೋದರೆ, ನಾವು ಕುಸಿದು ಬೀಳುತ್ತೇವೆ. ದೇವರೂ ಒಂದು ದಿನ ರಜೆಯ ಮೇಲೆ ಹೋಗಿದ್ದರು ಎನ್ನಬಹುದು. "6 ದಿನಗಳಲ್ಲಿ ಭಗವಂತ ಸ್ವರ್ಗವನ್ನೂ ಭೂಮಿಯನ್ನೂ ಸೃಷ್ಟಿಸಿದ, ಏಳನೆಯ ದಿನ ಅವನು ವಿಶ್ರಾಂತಿ ಬಯಸಿದ, ಆ ಮೂಲಕ ಉಲ್ಲಾಸಗೊಂಡ." -Exodus 31:17

ಅಪಕರ್ಷ ಆಕರ್ಷಣೆಗೆ ಅತ್ಯವಶ್ಯ.

ಪ್ರತಿಸಲ ನೀವು ಚಟುವಟಿಕೆ-
'ಅ'ದಿಂದ ಚಟುವಟಿಕೆ- 'ಆ'ಗೆ
ಬದಲಾಯಿಸುವಾಗ ಮತ್ತು ಪುನಃ
ಚಟುವಟಿಕೆ- 'ಅ'ಗೆ ಮರಳುವಾಗ
ನಿಮ್ಮ ದಕ್ಷತೆ ಸುಧಾರಿಸುತ್ತದೆ.

ಯಾವುದೇ ಏಕತಾನತೆಯನ್ನು
ನಿವಾರಿಸಬೇಕು. ಯಾವುದೇ ಬಗೆಯ
ಬದಲಾವಣೆ ನಿಮ್ಮ ಮನಸ್ಸಿಗೆ ವಿಶ್ರಾಂತಿ
ನೀಡುತ್ತದೆ. ವಿಶ್ರಾಂತ ಮನಸ್ಸು ಸದಾ
ಉತ್ತಮವಾಗಿ ಯೋಚಿಸಲು ಸಾಧ್ಯ.

ಆದ್ದರಿಂದಲೇ ಜನರು ಯಾವಾಗಲೂ
ನಿಸರ್ಗದ ಮಡಿಲಲ್ಲಿ ಚೆನ್ನಾಗಿ
ಯೋಚಿಸಬಲ್ಲರು, ನಿಸರ್ಗ ಎಲ್ಲಾ
ವಿಧವಾದ ಸೃಜನಾತ್ಮಕ ಅಪಕರ್ಷಗಳನ್ನು
ಒದಗಿಸಿ ಓರ್ವನ ಆಕರ್ಷಣಾ
ಶಕ್ತಿಯನ್ನು ಗಾಢವಾಗಿಸುತ್ತದೆ.

• • •

ಅದು ಸರಿ ಅಥವಾ ತಪ್ಪು ಅಲ್ಲ, ಹೊಂದಾಣಿಕೆಯ ವಿಷಯ.

ಒಂದು ವೇಳೆ, ನೀವು 20’x16’ ಅಳತೆಯ ಕೋಣೆಯನ್ನು ಬಯಸಿದ್ದೀರಿ, ಆದರೆ ನಿಮ್ಮ ವಾಸ್ತುಶಿಲ್ಪಿ 16’x16’ ಸಾಕು ಎನ್ನುತ್ತಾನೆ. ಒಂದು ಆಲೋಚನೆ, ಇನ್ನೊಂದಕ್ಕಿಂತ ಹೆಚ್ಚು ಅನ್ನುವುದಕ್ಕಲ್ಲ, ಅದು ‘ನಿಮಗೆ ಏನು ಬೇಕು’ ಎಂಬುದಕ್ಕೆ ಪ್ರತಿಯಾಗಿ, ‘ನಿಮಗೆ ಏನು ಲಭ್ಯ’ ಎನ್ನುವುದಾಗಿದೆ. ವಾಸ್ತುಶಿಲ್ಪಿಯ ದೃಷ್ಟಿಯಿಂದ, ‘ನೀವು ಏನನ್ನು ಕೊಡಬಲ್ಲಿರಿ’ ಎಂಬುದಕ್ಕೆ ಪ್ರತಿಯಾಗಿ, ‘ನಿಮ್ಮ ಗಿರಾಕಿ ಏನನ್ನು ಪಡೆಯಲು ಇಚ್ಛಿಸುತ್ತಾನೆ’ ಎನ್ನುವುದಕ್ಕಾಗಿದೆ. ಇದು ಸರಿ ಅಥವಾ ತಪ್ಪು, ಒಳ್ಳೆಯದು ಅಥವಾ ಕೆಟ್ಟದ್ದು, ಉತ್ತಮ ಮತ್ತು ಅತ್ಯುತ್ತಮ ಎಂಬ ವಿಷಯವಲ್ಲ; ಇದು ಹೊಂದಾಣಿಕೆ ಮತ್ತು ಒಡಂಬಡಿಕೆಯ ವಿಷಯವೆನ್ನಬೇಕು.

ಒಂದು ಚೌಕ ಒಂದು ವೃತ್ತದಷ್ಟೇ ಲೇಸು. ಅಂದರೆ ಒಂದು ಚೌಕಾಕಾರದ ಗೂಟ ಚೌಕಾಕಾರದ ತೂತಿನಲ್ಲಿದ್ದಾಗ, ಅಥವಾ ಒಂದು ವೃತ್ತಾಕಾರದ ಗೂಟ ವೃತ್ತಾಕಾರದ ತೂತಿನಲ್ಲಿದ್ದಾಗ ಸಮಸ್ಯೆ ಇರುವುದಿಲ್ಲ. ಒಂದು ಚೌಕಾಕಾರದ ಗೂಟವನ್ನು ಒಂದು ವೃತ್ತಾಕಾರದ ತೂತಿನಲ್ಲಿ ಅಳವಡಿಸುವಾಗ ಮಾತ್ರ ಸಮಸ್ಯೆ ಉದ್ಭವಿಸುತ್ತದೆ. ಕೆಲವೊಮ್ಮೆ ಅತ್ಯುತ್ತಮವೂ ಸಾಕಾಗುವುದಿಲ್ಲ. ಒಂದು ಹಲ್ಲುಕಡ್ಡಿ ಮಾಡಬಲ್ಲ ಕೆಲಸವನ್ನು ಒಂದು ಬುಲ್ಡೋಜರ್ ಮಾಡಲಾರದು. ಒಂದು ಸೂರ್ಯಕಾಂತಿ ಹೂವು ಸುಂದರವಾಗಿದೆ, ಹಾಗಂತ ಅದು ಗುಲಾಬಿ ತೋಟದಲ್ಲಿದ್ದರೆ, ಅದು ಒಂದು ಕಳೆ ಎಂಬುದಾಗಿಯೇ ಪರಿಗಣಿಸಲ್ಪಡುತ್ತದೆ.

ಒಂದು ವ್ಯವಸ್ಥಾಪಿತ ಸಂಸ್ಥೆಯಲ್ಲಿ ಕೆಲಸ ಮಾಡಿದ ವ್ಯಕ್ತಿಯನ್ನು ಪ್ರಗತಿದಾಯಕ ಸಂಸ್ಥೆಗೆ ನೇಮಿಸಿದರೆ ಆತ ಬಹುದೊಡ್ಡ ಅಸಮತೋಲನವನ್ನು ಸೃಷ್ಟಿಸುತ್ತಾನೆ. ಮತ್ತೆ ಯಾರಾದರೂ ಅಧಿಕಾರ, ಸ್ಥಾನಮಾನ ಮತ್ತು ಶಿಷ್ಟಾಚಾರಕ್ಕೆ ಹೊಂದಿಕೊಂಡಾತ, ಸಾಮಾನ್ಯ ಸಂಸ್ಥೆಯ ಸಂವಿಧಾನಕ್ಕೆ ಮತ್ತು ಶಿಷ್ಟಾಚಾರಕ್ಕೆ ಒಗ್ಗಿಕೊಳ್ಳಲಾರ. ಅಂತಹ

ವ್ಯಕ್ತಿ ಅನೇಕ ರಾಜೀನಾಮೆಗಳಿಗೆ ಕಾರಣನಾಗುತ್ತಾನೆ ಮಾತ್ರವಲ್ಲ, ಕ್ರಮೇಣ, ಆತ ಸ್ವತಃ ಸಂಸ್ಥೆಯನ್ನು ತ್ಯಜಿಸುವಂತಾಗುತ್ತದೆ. ಇಂಥವರ ಸಾಮರ್ಥ್ಯದ ಕುರಿತಂತೆ ಪ್ರಶ್ನೆಯೇ ಇಲ್ಲ; ಇಷ್ಟೆ, ಒಂದು ಉರುಟಾದ ಗೂಟ ಚೌಕಾಕಾರದ ತೂತಿನಲ್ಲಿ ಹಿಡಿಸಲಾರದು ಎಂಬುದಷ್ಟೇ.

ನಾವು ವಿದ್ಯಾರ್ಹತೆ, ಅನುಭವ, ಪ್ರತಿಭೆ, ಕೌಶಲ್ಯ ಮತ್ತು ಧೋರಣೆ, ಕಾರ್ಯನಿರ್ವಹಣೆಯ ಹಿನ್ನೆಲೆ, ವಯಸ್ಸು, ಲಿಂಗ, ಮುಂತಾದವುಗಳನ್ನು ನೋಡುತ್ತೇವೆ. ನಿಜಕ್ಕೂ ನಾವು ಕೇಳಬೇಕಾದ ಪ್ರಶ್ನೆ ಏನಂತಂದರೆ, "ಆತ ನನ್ನ ಸಂಸ್ಥೆಯ ಚಾಲ್ತಿಯಲ್ಲಿರುವ ಸಂಸ್ಕೃತಿಗೆ ಹೊಂದಾಣಿಕೆ ಮಾಡಿಕೊಳ್ಳಬಲ್ಲನೇ?" ಎಂಬುದು.

ನಾವು ಸ್ವರೂಪವನ್ನು ನೋಡುತ್ತೇವೆ, ಮನೆತನ ಮತ್ತು ವಿದ್ಯಾರ್ಹತೆಯ ಹಿನ್ನೆಲೆ, ಧರ್ಮ, ಜಾತಿ ಮುಂತಾದವುಗಳನ್ನು ಕೇಳುತ್ತೇವೆ; ನಿಜಕ್ಕೂ ಕೇಳಬೇಕಾದ ಪ್ರಶ್ನೆ, "ನಮ್ಮ ಕುಟುಂಬದಲ್ಲಿ ಅವಳು ಹೊಂದಾಣಿಕೆ ಮಾಡಿಕೊಳ್ಳಬಲ್ಲಳೆ?" ಆತ ಒಂದು ಎನ್.ಎಂ.ಸಿ.ಯಲ್ಲಿ ಉದ್ಯೋಗದಲ್ಲಿದ್ದಾನೆ ಎಂದ ಮಾತ್ರಕ್ಕೆ, ಆತ ಉನ್ನತ ಪದವಿಯನ್ನು ಗಳಿಸಿದ್ದಾನೆ ಎಂದ ಮಾತ್ರಕ್ಕೆ, ಅವನು 6'2" ಎತ್ತರವಿದ್ದಾನೆ ಎಂದ ಮಾತ್ರಕ್ಕೆ, ತನಗೆ ಒಬ್ಬ ಗೃಹಿಣಿ ಸಾಕು ಎನ್ನುತ್ತಾನೆ. ನಿಮ್ಮ ಉದ್ದೇಶ ಅವಳು ವೃತ್ತಿಮಾಡಬೇಕು ಎಂಬುದು. ಈವೊಂದು ಹೊಂದಾಣಿಕೆಯ ಎದುರು ಮಿಕ್ಕೆಲ್ಲ ಅಂಶಗಳು ಸೋತುಹೋಗುತ್ತವೆ. ನೀವು ಉತ್ತಮ ಆಹಾರದ ಆರಾಧಕರು ಮತ್ತು ಪ್ರತಿಸಲ ನೀವು ಊಟದ ಮಾತೆತ್ತಿದರೆ, ನಿಮ್ಮನ್ನು ಮದುವೆಯಾದವಳು 'ಪಿಜ್ಜಾ ಹಟ್'ನ ಕಾರ್ಡ್‌ನ್ನು ನಿಮಗೆ ತೋರಿಸಿದರೆ ಹೇಗಾಗಬೇಡ.

ವೈಯಕ್ತಿಕ ಪ್ರತಿಭೆಗೂ ಸಮಷ್ಟಿಯ ಪ್ರತಿಭೆಗೂ ವ್ಯತ್ಯಾಸವಿದೆ. ನಿಜ, ಚದುರಂಗದಲ್ಲಿ ಅಶ್ವಾರೋಹಿ, ಕಾಲಾಳಿಗಿಂತ ಹೆಚ್ಚು ಶಕ್ತಿವಂತ, ಆದರೆ, ನೀವು ಬಿಳಿಯ ಕಡೆಯಿಂದ ಆಡುವಾಗ, ಬಿಳಿಯ ಕಾಲಾಳು ಕಪ್ಪು ಅಶ್ವಾರೋಹಿಗಿಂತ ಹೆಚ್ಚಿನ ಬಲವೆಂದು ನಿಮಗೆ ಅನ್ನಿಸುವುದಿಲ್ಲವೇ?

ಹೊಂದಾಣಿಕೆಯಲ್ಲಿ, 1+1 ಸಮ 3. ಹೊಂದಾಣಿಕೆ ಇಲ್ಲದಿದ್ದಲ್ಲಿ, 1+1 ಸಮ 0.

• • •

ಸೂಕ್ತ ಕೈಗಳಲ್ಲಿ ಬೆಳೆಯುವುದಕ್ಕೆ ಸರಿಸಾಟಿ ಬೇರಿಲ್ಲ.

ಅಧ್ಯಯನ, ಪ್ರಾಂತೀಯ ಭಾಷಾ ಮಾಧ್ಯಮದಲ್ಲಿ ಮಾಡಿದ್ದರಿಂದ ತಮ್ಮ ದುರಾದೃಷ್ಟವನ್ನು ಶಪಿಸಿಕೊಳ್ಳುವ ಎಷ್ಟು ಮಂದಿಯನ್ನು ನಾವು ಭೇಟಿಯಾಗುವುದಿಲ್ಲ? ಒಂದು ವರ್ಷದ ನಿಯಮಿತ ತರಬೇತಿಯಿಂದ ಅವರು ಬಯಸುವ ಭಾಷೆಯನ್ನು ಕಲಿಯಲು ಸಾಧ್ಯ ಮತ್ತು ತಮ್ಮ ದೌಬಲ್ಯವನ್ನು ಹೊಡೆದೋಡಿಸಬಹುದು. ಸಕಾಲಕ್ಕೆ ಬಾರದ ಚಾಲಕನಿಂದಾಗಿ ಎಷ್ಟು ಮಂದಿ ತಮ್ಮ ಅನಾನುಕೂಲತೆಯನ್ನು ಅನುಭವಿಸುತ್ತಿಲ್ಲ! ಅವರ ವಾಹನ, ಗ್ಯಾರೇಜಿನಲ್ಲಿ ಅಚಲವಾದ ಸ್ಥಿತಿಯಲ್ಲಿ ನಿಂತು ಅವರತ್ತವೇ ನೋಡಿ ಕಣ್ಣುಮಿಟುಕಿಸುವುದಿಲ್ಲವೇ? ಒಂದು ತಿಂಗಳ ಔಪಚಾರಿಕ ತರಬೇತಿಯಿಂದ, ಅವರು ಚಾಲನಾ ಕ್ಷಮತೆಯನ್ನು ಪಡೆಯಬಹುದು ಮತ್ತು ತಮ್ಮ ದೌರ್ಬಲ್ಯವನ್ನು ಹೊಡೆದೋಡಿಸಬಹುದು. ಸಾರ್ವಜನಿಕ ವೇದಿಕೆಯಲ್ಲಿ ಭಾಷಣ ಮಾಡುವುದೆಂದರೆ ಸಾವಿನ ಭಯಕ್ಕೆ ಸಮ ಎಂದು ಪರಿಗಣಿಸುವವರಿದ್ದಾರೆ. ಹಾಗಿದ್ದರೂ, ಔಪಚಾರಿಕ ತರಬೇತಿ ಪಡೆದು ಕೆಲವೇ ವಾರಗಳಲ್ಲಿ ಒಳ್ಳೆಯ ವಾಗ್ಮಿಗಳಾಗಬಹುದು.

ಒಂದು ದೌರ್ಬಲ್ಯ, ಒಂದು ಮಿತಿಯನ್ನು ಹೊಡೆದೋಡಿಸಲು ಸಾಧ್ಯ, ಅದರಿಂದ ನರಳುವುದ್ಯಾತಕ್ಕೆ ಮತ್ತು ಆ ಮೂಲಕ ನಮ್ಮ ಬದುಕಿನ ಪರ್ಯಂತ ಅಸಮರ್ಥರಾಗುವುದು ಯಾತಕ್ಕೆ? ಸ್ವಲ್ಪ ಸಮಯವನ್ನು ತರಬೇತಿಗಾಗಿ ವಿನಿಯೋಗಿಸಿ

ದೌರ್ಬಲ್ಯವನ್ನು ಹೊಡೆದೋಡಿಸಿ ಮತ್ತು ಅದರ ಪ್ರಯೋಜನದಿಂದ ಬದುಕಿನ ಪರ್ಯಂತ ಆನಂದವನ್ನು ಅನುಭವಿಸಿ.

ಕ್ರಮಬದ್ಧ, ವ್ಯವಸ್ಥಿತ ತರಬೇತಿಯ ಮೂಲಕ ನಾವು ನಮ್ಮ ಪರಿಮಿತಿಯನ್ನು ಹತ್ತಿಕ್ಕಲು ಸಾಧ್ಯವಾಗುತ್ತದೆ ಮಾತ್ರವಲ್ಲ, ನಮ್ಮ ಉತ್ತಮ ಸ್ಥಿತಿಗಿಂತ ಅತ್ಯುತ್ತಮ ಸ್ಥಿತಿಗೇರಲು ಅದು ಅನುವು ಮಾಡಿಕೊಡುತ್ತದೆ.

ಯಾರೂ ಓಡಬಹುದು. ನೀವೊಬ್ಬ ಕ್ರೀಡಾಪಟುವಾಗಬೇಕಾದರೆ, ನಿಮಗೆ ಔಪಚಾರಿಕ ವ್ಯವಸ್ಥಿತ ತರಬೇತಿ ಅವಶ್ಯ. ಗೀಚುವಿಕೆ ಬರವಣಿಗೆ ಆಗುವುದು ಕ್ರಮಬದ್ಧ, ವ್ಯವಸ್ಥಿತ ತರಬೇತಿಯ ಸಹಾಯದಿಂದ. ಮಾತು ಸಂವಹನವಾಗುವುದು ಔಪಚಾರಿಕ, ವ್ಯವಸ್ಥಿತ ತರಬೇತಿಯ ಮೂಲಕ. ಆರೋಗ್ಯಕರ ಕಾರ್ಯಕ್ರಮಕ್ಕೆ ಕ್ರಮಬದ್ಧ ಮತ್ತು ವ್ಯವಸ್ಥಿತ ಅಭ್ಯಾಸ ಅವಶ್ಯ. ನೀವು ಚದುರಂಗದಾಟವನ್ನು ಆಡಬೇಕಾದರೆ, ಯಾರಿಂದಲೂ ಕಲಿಯಬಹುದು; ಆದರೆ, ಆ ಆಟದಲ್ಲಿ ನೀವೊಬ್ಬ ಚಾಂಪಿಯನ್ ಆಗಬೇಕಾದರೆ ನಿಮಗೆ ನುರಿತ ತರಬೇತುದಾರರಿಂದ ವ್ಯವಸ್ಥಿತ ತರಬೇತಿ ಅವಶ್ಯ. ಯೋಗ ಮತ್ತು ಧ್ಯಾನ, ಅದೊಂದು ಕೇವಲ ಕಾಲಕ್ಷೇಪವೆಂದು ಸ್ವೀಕರಿಸದಿದ್ದಲ್ಲಿ, ಅದಕ್ಕೆ ಕ್ರಮಬದ್ಧವಾದ ತೊಡಗಿಸುವಿಕೆ ಅವಶ್ಯ.

ನಮ್ಮ ಅಜ್ಜಿಯಂದಿರ ಔಷಧೀಯ ಉಪಚಾರಗಳಿಗೆ ಎಣೆಯಿಲ್ಲ, ಆದರೆ ರೋಗಪೀಡಿತಳಾದಾಗ ಆಕೆಯನ್ನು ವೈದ್ಯರ ಬಳಿಗೆ ನಾವು ಒಯ್ಯುವುದಿಲ್ಲವೇ? ಕ್ರಮಬದ್ಧ, ವ್ಯವಸ್ಥಿತ ತರಬೇತಿಗೆ ಸಮನಾದ ಪರ್ಯಾಯಗಳಿಲ್ಲ. ಯಾವಾಗಲೂ, ಉತ್ತಮ, ಅತಿ ಉತ್ತಮ ಮತ್ತು ಅತ್ಯಂತ ಉತ್ತಮ, ತರಬೇತಿಯ ಗುಣಮಟ್ಟವನ್ನು ಅವಲಂಬಿಸಿದೆ.

ಮಹಮ್ಮದ್ ಅಲಿ ಒಮ್ಮೆ ಹೇಳಿದ್ದ, "ನನ್ನ ತರಬೇತಿಯ ಪ್ರತಿ ಕ್ಷಣವನ್ನು ನಾನು ದ್ವೇಷಿಸುವಂತಿತ್ತು, ಆದರೆ ಅದನ್ನು ಬಿಟ್ಟು ಬಿಡಲಾರೆ ಎಂದು ನಾ ಹೇಳಿದೆ. ಈಗ ನರಳಿ ಮುಂದೆ ಜೀವನ ಪರ್ಯಂತ ಓರ್ವ ವೀರಾಗ್ರಣಿಯಾಗಿ ಸುಖಿಸಿ."

ಸಾಮರ್ಥ್ಯ, ವ್ಯವಸ್ಥಿತ ತರಬೇತಿಯಿಂದ ಪ್ರಾವೀಣ್ಯತೆ ಪಡೆಯುತ್ತಾರೆ. ಅತ್ಯುತ್ತಮಕ್ಕೆ ಪರ್ಯಾಯ ದಾರಿಯಿಲ್ಲ. ಸೂಕ್ತ ಕೈಗಳಲ್ಲಿ ಬೆಳೆಯುವುದಕ್ಕೆ ಸರಿಸಾಟಿಯಿಲ್ಲ.

• • •

ಏನನ್ನು ಎದುರಿಸಬೇಕೋ ಅದನ್ನು ಎದುರಿಸಲೇ ಬೇಕು. ಮುಂದೂಡುವುದಕ್ಕಿಂತ ಈಗಲೇ ಆಗಲಿ.

ಒಂದು ಪ್ರಶ್ನೆ ಕೇಳಿದರು ವೈದ್ಯರು, "ನಿಮ್ಮ ಆರೋಗ್ಯ ಪರಿಶೀಲನೆ ಹಿಂದಿನ ಸಲ ಯಾವಾಗ ಮಾಡಿದ್ದಿರಿ?" ಆತ ಉತ್ತರಿಸಿದ, "ಇಲ್ಲ ಡಾಕ್ಟ್ರೇ, ನಾನು ಎಂದಿಗೂ ಆರೋಗ್ಯ ಪರಿಶೀಲನೆ ಮಾಡಿಸಿದ್ದೇ ಇಲ್ಲ." ಆಶ್ಚರ್ಯದಿಂದ ವೈದ್ಯರು, "ಯಾಕೆ ಹಾಗೆ?" ಎಂದು ಕೇಳಿದರಲ್ಲದೆ, "40 ವರ್ಷಕ್ಕೆ ಮೇಲ್ಪಟ್ಟವರು ಎರಡು ವರ್ಷಗಳಿಗೊಮ್ಮೆ ಆರೋಗ್ಯ ಪರಿಶೀಲನೆ ಮಾಡಿಸಿಕೊಳ್ಳುವುದು ಅವಶ್ಯ" ಎಂದರು. ಆತ ಹೇಳಿದ, "ನನಗದು ಬೇಡ ಡಾಕ್ಟರ್, ನನ್ನ ಕೊಲೆಸ್ಟರೋಲ್ ಏರಿದೆ ಅಥವಾ ನಾನು ಮಧುಮೇಹ ಪೀಡಿತನಿದ್ದೇನೆ ಎಂದು ಅವರು ವರದಿ ನೀಡುತ್ತಾರೆ.... ಬೇರೇನೇನು ಎಂಬುದನ್ನು ದೇವರೇ ಬಲ್ಲ. ನಾನೀಗ ಪೂರ್ತಿ ಸೌಖ್ಯದಿಂದ ಇದ್ದೇನೆ. ಒಂದು ಆರೋಗ್ಯ ಪರೀಕ್ಷೆ ಅಂದರೆ, ಮುಂದೆ ನಾನೊಬ್ಬ ರೋಗ ಪೀಡಿತ ಮನುಷ್ಯನ ಥರ ಇರಬೇಕಾಗುತ್ತದೆ."

ಈ ಪಲಾಯನವಾದ ಕೇವಲ ತಾತ್ಕಾಲಿಕ ಎಂದು ತಿಳಿದಿದ್ದರೂ ಮತ್ತು ಬದುಕಿನಲ್ಲಿ ನೀವು ಶಾಶ್ವತವಾಗಿ ಯಾವುದರಿಂದಲೂ ತಪ್ಪಿಸಿಕೊಳ್ಳಲು ಸಾಧ್ಯವಿಲ್ಲವೆಂದು ತಿಳಿದಿದ್ದರೂ, ಯಾಕಾಗಿ ತಪ್ಪಿಸಿಕೊಳ್ಳಲು ಪ್ರಯತ್ನಿಸುತ್ತೀರಿ? ಭರವಸೆಯ ವಿರುದ್ಧ ಭರವಸೆ ಯಾತಕ್ಕೆ? ನೀವು ಏನನ್ನು ತಿಳಿಯಲೇ ಬೇಕೋ ಅದನ್ನು ಯಾಕೆ ತಿಳಿಯ ಬಯಸುವುದಿಲ್ಲ? ನೀವು ನಿಮ್ಮ ಕಣ್ಣುಗಳನ್ನು ಮುಚ್ಚಿದರೆ, ಅದರರ್ಥ ಜಗತ್ತು ಕುರುಡಾಗುತ್ತದೆ ಎಂದೇ? ಒಟ್ಟಿನಲ್ಲಿ ಹೇಳುವುದಾದರೆ, ಏನನ್ನು ಎದುರಿಸಬೇಕೋ ಅದನ್ನು ಎದುರಿಸಲೇಬೇಕು. ಹಾಗಿದ್ದರೆ, ಕೊನೆಯಲ್ಲಿ ಯಾತಕ್ಕೆ? ಮುಂದೂಡುವುದು ಯಾತಕ್ಕಾಗಿ? ತಡಮಾಡುವುದು ಯಾತಕ್ಕೆ? ನಾಳೆ ಎದುರಿಸಲಿರುವ ಕಾಡ್ಗಿಚ್ಚು ನಿನ್ನೆ ತಪ್ಪಿಸಿಕೊಂಡ ಸಣ್ಣ ಕಿಡಿಯಿಂದಾಗಿದೆ.

ನಮ್ಮಲ್ಲಿ ಅನೇಕರಿಗೆ ಬದುಕಿನ ವಾಸ್ತವವನ್ನು ಎದುರಿಸಲು ಧೈರ್ಯದ ಕೊರತೆಯಿದೆ. ಬದುಕಿನ ವಾಸ್ತವವನ್ನು ಎದುರಿಸಲಿರುವ ಅಧೈರ್ಯದ ನಿರ್ದಯ ವಾಸ್ತವವನ್ನೇ ನಾವು ಮೊತ್ತಮೊದಲು ಎದುರಿಸಬೇಕಾದದ್ದು.

ನನ್ನ ಗೆಳೆಯ ನನ್ನಿಂದ ದೂರಕ್ಕೆ ಹೋಗುತ್ತಿದ್ದಾನೆ ಅಂತ ನನಗನಿಸುತ್ತದೆ. ಈ ವಾಸ್ತವವನ್ನು ಎದುರಿಸಿದರೆ ಮಾತ್ರ ಏನಾದರೂ ಮಾಡಲು ಸಾಧ್ಯ. ನಮ್ಮ ಮಗನ ಗೆಳೆಯರು ನಮಗಿಂತ ಅವನ ಮೇಲೆ ಪ್ರಭಾವ ಬೀರುತ್ತಿದ್ದಾರೆ ಅಂತ ನನಗನಿಸುತ್ತದೆ. ಇದೊಂದು ಕಠಿಣ ವಾಸ್ತವವೇ ಸರಿ, ಆದರೆ ಅದನ್ನು ಎದುರಿಸುವುದರಿಂದಲೇ ಏನನ್ನಾದರೂ ಮಾಡಲು ಸಾಧ್ಯ. ನನ್ನ ವಿವಾಹದಲ್ಲಿ ಬಿರುಕು ಮೂಡುತ್ತಿರುವಂತೆ ನನಗನಿಸುತ್ತಿದೆ. ನಿಜ, ಒಂದು ಎದೆಬಿರಿಯುವ ಸಂಗತಿ, ಆದರೆ, ಅದನ್ನು ಎದುರಿಸಲು ಒಪ್ಪದೇ ಹೋದಲ್ಲಿ ಸಮಸ್ಯೆಯನ್ನು ಬಗೆಹರಿಸುವುದಕ್ಕೆ ಬೇರೆ ದಾರಿಯಿಲ್ಲ. ನಮ್ಮ ಶೇರು ಮಾರುಕಟ್ಟೆ ಪೈಪೋಟಿಯಿಂದಾಗಿ ಕುಸಿಯುತ್ತಿದೆ. ನಮ್ಮ ಕೆಲವು ಉದ್ಯೋಗಸ್ಥರೂ ಪೈಪೋಟಿ ಮಾಡುವವರ ಜತೆಗೆ ಶಾಮೀಲಾಗಿರುವಂತೆ ಅನಿಸುತ್ತಿದೆ. ನನ್ನಂಥ ಕೆಲಸಗಾರರು ಮಿತ್ರರನ್ನೂ ಶತ್ರುಗಳನ್ನೂ ಗಳಿಸುತ್ತಾರೆ. ನಾನು ಯಾವತ್ತೂ ಅದು ಅವನ ತಪ್ಪು ಎಂದು ಹೇಳುತ್ತ ಬಂದಿದ್ದರೂ, ನನ್ನ ಅಂತರಾಳ ಅದು ನನ್ನದೇ ತಪ್ಪು ಎಂದು ತಿಳಿದಿದೆ. ಈ ಬಗೆಯ ಪಟ್ಟಿಗೆ ಕೊನೆಯೇ ಇಲ್ಲ......

ವಾಸ್ತವವನ್ನು ಎದುರಿಸಲು ನೀವು ಶಕ್ತರಾದರೆ, ಆ ಕುರಿತು ಏನಾದರೂ ಮಾಡಲು ಸಾಧ್ಯ. ನೀವು ಅದನ್ನು ತಪ್ಪಿಸಲು ಯತ್ನಿಸಿದರೆ, ಅದು ಕ್ರಮೇಣ ಅಸಹ್ಯವಾಗಿ ನಿಮ್ಮನ್ನು ಮತ್ತೆ ಕಾಡಬಲ್ಲುದು. ಈಗಲಾದರೂ ವಾಸ್ತವವನ್ನು ಎದುರಿಸಿ. ಇನ್ನಾದರೂ ತುಸು ಸುಧಾರಣೆಗೆ ಅವಕಾಶವಿದೆ. ನೀವು ತಪ್ಪಿಸುವಂಥದ್ದು ನಿಮ್ಮಿಂದ ದೂರವಾಗಲಾರದು. ಅದು ಅಸಹ್ಯ ರೂಪತಳೆದು ನಿಮ್ಮನ್ನು ಮತ್ತೆ ಸಂಧಿಸುತ್ತದೆ. ನೀವು ತಪ್ಪಿಸಿಕೊಳ್ಳುವ ಪ್ರತಿಯೊಂದೂ, ಭವಿಷ್ಯದಲ್ಲಿ ನಿಮ್ಮನ್ನು ಕಾಡುತ್ತ ಯೋಚನೆಗೆ ಈಡುಮಾಡುತ್ತದೆ, "ಛೆ, ನಾನು ಮಾಡಬೇಕಿತ್ತು..... ನನಗೆ ಸಾಧ್ಯವಿತ್ತು... ನಾನು ಮಾಡಲೇ ಬೇಕಿತ್ತು...."

ನೀವು ಯಾವತ್ತೂ ಯೋಗ್ಯ ವೈದ್ಯಕೀಯ ಮಧ್ಯಸ್ಥಿಕೆಯ ಮೂಲಕ, ಸೂಕ್ತ ದೈಹಿಕ ಸಾಮರ್ಥ್ಯ ಪಡೆದು, ಸರಿಯಾದ ಆಹಾರ ಪಥ್ಯದಿಂದ ಉಣ್ಣಬಹುದು. ನಿಮ್ಮ ಗೆಳೆಯನೊಂದಿಗಿನ ಭಿನ್ನಾಭಿಪ್ರಾಯವನ್ನು ಸೂಕ್ತ ಸಂಪರ್ಕದ ಮೂಲಕ ಬಗೆಹರಿಸಬಹುದು; ನಿಮ್ಮದೇ ಒಡಂಬಡಿಕೆಯ ಮೂಲಕ ನಿಮ್ಮ ಮಗನ ಅತ್ಯುತ್ತಮ ಗೆಳೆಯ ನೀವೇ ಆಗಬಹುದು; ಹೊಸ ಮಾರುಕಟ್ಟೆಯನ್ನು ನೀವು ತೆರೆಯಬಹುದು; ಮಾನವೀಯ ಸಂಕೇತವಾಗಿ, ಇಲ್ಲಿಂದ ಅಲ್ಲಿಗೆ ತೆರಳಿ, "ಕ್ಷಮಿಸಿ" ಎನ್ನುವ ಸಣ್ಣದಾದ ದೊಡ್ಡ ಮಾತನ್ನು ಹೇಳುವ ಧೈರ್ಯ ಹೊಂದಿರಿ. ಒಂದಿಷ್ಟನ್ನಾದರೂ ಯಾವತ್ತೂ ಮಾಡಲು ಸಾಧ್ಯ. ಬದುಕಿನ ಕ್ರೂರ ವಾಸ್ತವತೆಯನ್ನು ಎದುರಿಸುವ ಧೈರ್ಯವಿರಲಿ; ತಿಳಿದಿರಲಿ, ಆಗಿಂದಾಗಲೇ ಏನಾದರೂ ಆ ಕುರಿತು ಮಾಡಲು ಸಾಧ್ಯ.

ಪ್ರತಿಯೊಂದರಲ್ಲೂ ಯಾವತ್ತಾದರೂ ಪರಿಹಾರ ಕಂಡುಕೊಂಡಿದ್ದರೆ, ಅದನ್ನು ಎದುರಿಸಲು ಶಕ್ತನಾದವನೇ ಪರಿಹಾರ ಕಂಡಿರುತ್ತಾನೆ. ವಾಸ್ತವವನ್ನು ಎದುರಿಸಲು ಇರುವ ಧೈರ್ಯದಿಂದಲೇ ಅವೆಲ್ಲ ಪ್ರಾರಂಭವಾಗುತ್ತದೆ. ವಾಸ್ತವವನ್ನು ಎದುರಿಸುವುದನ್ನು ತಪ್ಪಿಸಿಕೊಳ್ಳುವುದಕ್ಕೆ ಯಾವಾಗಲೂ ಪ್ರಯತ್ನಿಸುವ ನೀವು, ಪ್ರಥಮವಾಗಿ ಜೀವಮಾನವನ್ನು ನೇರ ದೃಷ್ಟಿಯಿಂದ ನೋಡುತ್ತಿದ್ದೀರ. ಪಲಾಯನವಾದ ನಮ್ಮ ನಿಮ್ಮಂಥವರಿಗೆ ಹೇಳಿಸಿದ್ದು ಅಲ್ಲವೇ ಅಲ್ಲ. ಏನನ್ನು ಎದುರಿಸಬೇಕೋ, ಅದನ್ನು ಮುಂದಕ್ಕೆ ಹಾಕುವುದಕ್ಕಿಂತ ಈಗಲೇ ಎದುರಿಸಿ.....

•••

ಬದುಕು ಚದುರಂಗದ ಆಟದ ಹಾಗೆ
ನೀವು ಅದನ್ನು 'ಅವನ' ಜತೆಗೆ ಆಡುತ್ತಿದ್ದೀರಿ.

ನಿಮ್ಮ ಪ್ರತಿಯೊಂದು ನಡೆಯ ಬಳಿಕ,
ಅವನು ಮುಂದಿನ ನಡೆಯನ್ನು ಆಡುತ್ತಾನೆ.
ನಿಮ್ಮ ನಡೆಯನ್ನು 'ಆಯ್ಕೆಗಳು' ಎಂದು
ಕರೆಯಲಾಗುತ್ತದೆ. ಮತ್ತು 'ಅವನ'
ನಡೆಯನ್ನು 'ಪರಿಣಾಮ'ಗಳು
ಎಂದು ಕರೆಯಲಾಗುತ್ತದೆ.

ನಿಮ್ಮನ್ನು ಪರೀಕ್ಷಿಸಲಾಗುತ್ತದೆ...
ನಿಮಗೆ ಸವಾಲು ಹಾಕಲಾಗುತ್ತದೆ...
ನಿಮ್ಮನ್ನು ಅಂಚೆಗೆ ತಳ್ಳಲಾಗುತ್ತದೆ.

ಹೇಗಿದ್ದರೂ, ನೀವು ಸೊಗಸಾಗಿ
ಆಟ ಆಡುವುದನ್ನು ಕಂಡಾಗ,
ನಿಮ್ಮನ್ನು ಆಟ ಗೆಲ್ಲಲು ಬಿಟ್ಟು
'ಅವನು' ಗೆಲ್ಲುತ್ತಾನೆ.

• • •

ಯಾರದ್ದಾದರೂ ಉಡುಗೊರೆಯಾಗಿ ಬಾಳಿರಿ.

ಒಂದು ಎಂತಹ ಸಂಬಂಧಬೇಕು ಅಂದರೆ, ತನ್ನನ್ನು ಯಾವಾಗಲೂ ಸಮಜಾಯಿಸಿಕೊಳ್ಳಬಾರದಂತಿರಬೇಕು. ನಿಮ್ಮನ್ನು ಸತತವಾಗಿ ವಿವರಿಸಿಕೊಳ್ಳುವುದಕ್ಕಿಂತ ದೊಡ್ಡ ಬವಣೆ ಬೇರಿಲ್ಲ. ಭಾವನಾತ್ಮಕ ಸುಸ್ತು ನಿಮ್ಮನ್ನು ಶಾರೀರಿಕ ಸುಸ್ತಿಗಿಂತ ಹೆಚ್ಚು ಹಿಂಡುವಂಥದ್ದು. ಆದ್ದರಿಂದ, ಹುಡುಕಾಟ ಅಂತಹ ಒಂದು ಸಂಬಂಧಕ್ಕಾಗಿ ಇದೆ– ಯಾರಲ್ಲಿ ನಾನು ನನ್ನ ನಂಬಿಕೆಯನ್ನು ಸ್ವಾತಂತ್ರ್ಯವನ್ನು ಆನಂದಿಸಬಹುದಲ್ಲದೆ, ನನ್ನ ಬಗ್ಗೆ ಎಲ್ಲವನ್ನೂ ವಿವರಿಸುವ ಅಗತ್ಯ ಇರುವುದಿಲ್ಲ.

ನನ್ನ ವಿರುದ್ಧವೇ ನನ್ನನ್ನು ನಿಲ್ಲಿಸದಂಥ ಒಂದು ಸಂಬಂಧ ಬೇಕು. ನನಗೆ ನನ್ನದೇ ಸಾಮರ್ಥ್ಯವಿದೆ. ನನ್ನಲ್ಲಿ ನನ್ನದೇ ನ್ಯೂನತೆಗಳಿವೆ. ನಾನು ಹುಡುಕುತ್ತಿರುವ ಆ ಒಂದು ಸಂಬಂಧ, ನಿರಂತರವಾಗಿ ನನ್ನ ಬಲಹೀನವಾದ ಅಂಶವನ್ನು ಕೆರಳಿಸಬಾರದು ಮತ್ತು ಪ್ರಚೋದಿಸಬಾರದು. ನಿರಂತರವಾಗಿ ನನ್ನ ಸಕಾರಾತ್ಮಕ ವಿಷಯಗಳನ್ನು ಎತ್ತಿಹಿಡಿಯುವ ಆ ಒಂದು ಸಂಬಂಧ ನನಗೆ ಬೇಕು.

ನನಗೊಂದು ಬೇಕಾಗಿರುವ ಸಂಬಂಧ, ನಿನ್ನೆ ಮಾಡಿದ ತಪ್ಪಿನ ಮೂಲಕ ನನ್ನ ಇಂದನ್ನು ವೀಕ್ಷಿಸುವಂತಿರಬಾರದು. ಮನುಷ್ಯನಾಗಿರುವ ಕಾರಣ.... ನಾನು ಆಗೀಗ ತಪ್ಪುಗಳನ್ನು ಎಸಗುವುದಂತೂ ಖಚಿತ. ನನ್ನ ತಪ್ಪುಗಳನ್ನೆಲ್ಲ ಒಟ್ಟು ಸೇರಿಸಿ ಕಲೆಹಾಕದಂಥವರು ಒಬ್ಬರು ಬೇಕು. ನಿನ್ನೆಯ ಜಗಳ ಇಂದಿನ ಸಂವಹನಕ್ಕೆ ಅಡ್ಡಿಯಾಗದಂಥ ನಿಲುವಿನ ಸಂಬಂಧದ ಹುಡುಕಾಟದಲ್ಲಿದ್ದೇನೆ.... ನಿನ್ನೆಯದು ನಿನ್ನೆಗೇ ಮುಗಿದಿರಬೇಕು.

ನನಗೊಂದು ಎಂತಹ ಸಂಬಂಧ ಬೇಕೆಂದರೆ, ಸದಾಕಾಲ ಏನಾದರೂ ತೊಡಗುವಿಕೆ

ನನ್ನಿಂದಲೇ ಶುರುವಾಗುವಂಥ ಸಂದರ್ಭ ಇರಬಾರದು. ನನಗೊಂದು ಸಂಬಂಧ ಬೇಕು, ಅದರಲ್ಲಿ ನಾನು ಪಾರದರ್ಶಕನಾಗಿರಲು ಸಾಧ್ಯವಿರಬೇಕು. ನನಗೊಂದು ಎಂತಹ ಸಂಬಂಧ ಬೇಕು ಅಂದರೆ, ಆ ಸಂಬಂಧವನ್ನು ಉಳಿಸಿಕೊಳ್ಳಬೇಕಾದರೆ ನನ್ನ ಪ್ರಿಯವಾದುದನ್ನು ಮತ್ತು ಅಪ್ರಿಯವಾದುದನ್ನು ಬದಲಾಯಿಸುವಂತಾಗಬಾರದು. ನನಗೆ ಬೇಕಾದ ಸಂಬಂಧದಲ್ಲಿ ನನ್ನ ಸ್ವ–ರೂಪಕ್ಕೆ ಧಕ್ಕೆಯುಂಟಾಗಬಾರದು. ನನಗೆ ಬೇಕಾದ ಸಂಬಂಧ ಬೇರೊಬ್ಬರ ರೀತಿಯಲ್ಲಿ ಇರುವಂತೆ ಹೇಳಬಾರದು. ನನಗೆ ಬೇಕಾದ ಸಂಬಂಧದಲ್ಲಿ ನಾನು ಸಂಪೂರ್ಣವಾಗಿ ನಾನಾಗಿಯೇ ಸಂವೇದಿಸುವಂತಿರಬೇಕು.... ನಾನು ನನ್ನಾತ್ಮನಾಗಿರುವುದಕ್ಕಿಂತ ಮಿಗಿಲಾಗಿರಬೇಕು.

ನನಗೆ ಬೇಕಾದ ಒಂದು ಸಂಬಂಧ, ಮತ್ತೊಮ್ಮೆ ನಾನು ನನ್ನ ತಾಯಿಯ ಗರ್ಭದಲ್ಲಿರುವಂಥ ಅನುಭವ ನನಗಾಗುವಂತಿರಬೇಕು.... ಒಂದು ಅಂತಹ ಸಂಬಂಧದಲ್ಲಿ ನಾನು ಯಾವಾಗಲೂ ಈಗಷ್ಟೇ ಜನಿಸಿದೆ ಎಂಬಂತಿರಬೇಕು.

ನನ್ನ ಒಲವಿನ ಓದುಗರೇ, ನಿಮಗೆ ಈಗಾಗಲೇ ಅಂತಹ ಒಂದು ಸಂಬಂಧ ದಕ್ಕಿದ್ದರೆ... ನೀವು ಧನ್ಯತೆಯಿಂದ ದಯವಿಟ್ಟು ಮೊಣಕಾಲೂರಿ, ಯಾಕಂದರೆ, ಬದುಕಿನಲ್ಲಿ ಅದಕ್ಕಿಂತ ಮಿಗಿಲಾದ ಬಳುವಳಿ ಬೇರೊಂದು ಸಿಗಲಾರದು. ಅಂತಹ ಒಂದು ಸಂಬಂಧ ಬದುಕಿಗೆ ಸಂದ ಮಹಾನ್ ಉಡುಗೊರೆ.

ಅಂತಹ ಒಂದು ಸಂಬಂಧ ಇಲ್ಲದಿದ್ದರೆ, ಹತಾಶರಾಗುವುದು ಬೇಡ. ಪರ್ವತದ ತುತ್ತತುದಿಯಿಂದ ಆತ ಹೇಳಿರಲಿಲ್ಲವೇ? –"ನೀವು ಬೇರೆಯವರಿಂದ ಏನನ್ನು ಬಯಸುವಿರೋ ಅದನ್ನೇ ನೀವು ಯಾರೊಬ್ಬರಿಗಾದರೂ ಮಾಡಿ." ನೀವು ಬೇರೊಬ್ಬರಿಗೆ ಅದನ್ನು ಮಾಡಲು ಸಾಧ್ಯವಿಲ್ಲವೇ? ಬೇರೊಬ್ಬರ ಬದುಕಿಗೆ ನಾವೊಂದು ಉಡುಗೊರೆಯಾಗೋಣ. ಬೇರೊಬ್ಬರನ್ನು ಪೂರ್ತಿಯಾಗಿ ಪ್ರೀತಿಸಿ, ಆ ಮೂಲಕ ನೀವು ನಿಮ್ಮನ್ನು ಅವರ ಮಹಾನ್ ಉಡುಗೊರೆಯಾಗಿರಲು ಅರ್ಹತೆ ಪಡೆಯಿರಿ.

ನಿಮ್ಮ ಪ್ರೀತಿಯ ಅನುಭವ ಜನರಿಗೆ ಆಗುವುದು ನೀವು ಅವರೊಂದಿಗೆ ಹೇಗಿದ್ದೀರಿ ಎಂಬುದರಿಂದಲ್ಲ, ಅವರು ನಿಮ್ಮ ಜತೆಗೆ ಹೇಗಿರಬಹುದು ಎಂಬುದರಿಂದ. ನಿಮ್ಮ ಪ್ರೀತಿಯ ಇರುವಿಕೆ ಮತ್ತು ಅದರ ಪರಿಮಳದಲ್ಲಿ ನಿಮ್ಮ ಪ್ರೀತಿಗೆ ಪಾತ್ರರಾದವರು ಅರಳಲಿ.

• • •

ನಿಮ್ಮ ಅತ್ಯಂತ ಅಮೂಲ್ಯ ಸಂಪನ್ಮೂಲ ನೀವೇ. ನಿಮ್ಮನ್ನು ಸಾಕಷ್ಟು ಬಳಸಿಕೊಳ್ಳುತ್ತಿದ್ದೀರಾ?

ಜಪಾನ್ ದೇಶ 1960ರ ಪ್ರಾರಂಭದಲ್ಲಿ ಉಕ್ಕು ಉತ್ಪಾದನೆಯನ್ನು ಕೈಗೊಂಡಿತು. ಉಕ್ಕು ಉತ್ಪಾದನೆಗೆ ಬೇಕಾಗಿದ್ದ ಮೂಲಭೂತ ಕಚ್ಚಾ ಸಾಮಗ್ರಿಗಳಾದ ಕಬ್ಬಿಣದ ಅದಿರು ಮತ್ತು ಕಲ್ಲಿದ್ದಲು ಜಪಾನಿನಲ್ಲಿ ಇದ್ದಿರಲಿಲ್ಲ. ಈ ಕಚ್ಚಾ ಸಾಮಗ್ರಿಗಳನ್ನು ಎಲ್ಲಿಂದ ಆಮದು ಮಾಡಿಕೊಳ್ಳಬೇಕೆಂದು, ಸಮೃದ್ಧವಾಗಿ ಅದು ಎಲ್ಲಿದೆ ಅಂತ ಜಪಾನ್‌ಗೆ ತಿಳಿದಿತ್ತು; ಸಿದ್ಧಪಡಿಸಿದ ಉಕ್ಕನ್ನು ಎಲ್ಲಿಗೆ ರಫ್ತು ಮಾಡಬೇಕೆಂದೂ ಜಪಾನ್ ತಿಳಿದಿತ್ತು– 1960ರ ವೇಳೆಗೆ ಜಪಾನ್

ಜಗತ್ತಿನಲ್ಲೇ ಅತ್ಯಧಿಕ ಉಕ್ಕನ್ನು ರಫ್ತುಮಾಡುವ ದೇಶವಾಗಿ ಪರಿಣಮಿಸಿತು. ಒಂದು ದಶಕದ ಒಳಗೆ, ಒಂದು ಔದ್ಯಮಿಕ ಕ್ರಾಂತಿಯೇ ಸಂಭವಿಸಿತು. ಹೇಗೆ? ಸಂಪನ್ಮೂಲಗಳ ಸದ್ಬಳಕೆಯಿಂದ.

ಒಂದು ವಸ್ತುವಿನ ತಯಾರಿಕೆಗೆ 10ರೂಪಾಯಿ ಮತ್ತು ಅದನ್ನು 11ರೂಪಾಯಿಗೆ ಮಾರಾಟ ಮಾಡಿದರೆ 1ರೂಪಾಯಿ ಲಾಭ ಬರುತ್ತದೆ ಎಂದು ಎಣಿಸುವ. ಇನ್ನೊಂದು ರೂಪಾಯಿಯ ಲಾಭಾಂಶಕ್ಕೆ 11ರೂಪಾಯಿಯ ವಸ್ತುವನ್ನು ವಿಕ್ರಯಿಸಬೇಕು– ಇದು ಒಂದು ವಿಧಾನ, ಅಂದರೆ ಮಾರಾಟ 100% ಹೆಚ್ಚಿಸಬೇಕಾಗುತ್ತದೆ. ಇನ್ನೊಂದು ವಿಧಾನದಲ್ಲಿ ಸಿದ್ಧವಸ್ತುವನ್ನು 9ರೂಪಾಯಿಯಲ್ಲಿ ತಯಾರಿಸಿದರೆ, ಒಂದು ರೂಪಾಯಿ ಹೆಚ್ಚುವರಿ ಲಾಭ ಸಿಗುತ್ತದೆ, ಅಂದರೆ, ತಯಾರಿಕೆಯ ಕ್ಷಮತೆಯನ್ನು 10% ಏರಿಸಬೇಕು ಮತ್ತು ಅದೇ ಪ್ರಮಾಣದ ಮಾರಾಟ ಸಾಕಾಗುತ್ತದೆ. ಗುಣಮಟ್ಟದಲ್ಲಿ ರಾಜಿಮಾಡಿಕೊಳ್ಳುವುದಾಗಲೀ,ಪ್ರಮಾಣದಲ್ಲಿ ಕಡಿತವನ್ನಾಗಲೀ ನಾನು ಪ್ರತಿ–ಪಾದಿಸುತ್ತಿಲ್ಲ. 'ಉತ್ತಮ ರೀತಿಯ ಸಂಪನ್ಮೂಲ ಬಳಕೆ'ಯ ಬಗೆಗಿನ ಕರೆ ಅಷ್ಟೇ.

ಆಗಷ್ಟೇ ಶುರು ಮಾಡಿದ ಮತ್ತು ಮಧ್ಯಮ ವರ್ಗದ ವ್ಯವಸಾಯಿಕ ಘಟಕಗಳಲ್ಲಿ ಅವರ ಹಣದ ಖರ್ಚು– ಸಾಲದ ಮೇಲಿನ ಬಡ್ಡಿಯೂ ಸೇರಿದಂತೆ– ಅವರ ಲಾಭಾಂಶ ತಿಂದು ಹಾಕುತ್ತದೆ. ಅವರ ಕಾರ್ಯನಿರ್ವಹಣೆಯ ಲೆಕ್ಕಾಚಾರ ಮಾಡಿದಾಗ, ನಿಮಗೆ ತಿಳಿಯಬರುವುದೇನಂದರೆ, ಬಂಡವಾಳದ ಕೊರತೆಯಲ್ಲ, ಬದಲಾಗಿ, ದಯನೀಯವಾದ ರೀತಿಯಲ್ಲಿ ಮೊಬಲಗಿನ ಅಸಮರ್ಥ, ವ್ಯರ್ಥ, ಅದಕ್ಷತೆಯ ನಿರ್ವಹಣೆ. ಹಣದ ಒಳ ಹರಿವಿನಲ್ಲಿ ಉತ್ಪಾದಕತೆಯ ಅಸಮರ್ಥತೆ ಮತ್ತು ಹಣದ ಹೊರ ಹರಿವಿನಲ್ಲಿ ನಿರ್ವಹಣೆಯ ಅಜಾಗರೂಕತೆ, ಹೆಚ್ಚಿನ ಬಡ್ಡಿದರದಿಂದಾಗಿ ಲಾಭಾಂಶವೆಲ್ಲ ಕಬಳಿಸಿ ಹೋಗುವ ಪರಿಸ್ಥಿತಿ. ವರ್ಷ ಕಳೆದಂತೆ ವಹಿವಾಟಿನಲ್ಲಿ ಪ್ರಗತಿಯಾದರೂ, ಅಕಾರಣವಾಗಿ ಅದು ಲಾಭದಲ್ಲಿ ಹೆಚ್ಚಳವಾಗಿ ಪರಿಣಮಿಸದಂಥ ಸ್ಥಿತಿ. ಅದೇ ವೇಳೆ, ಉತ್ತಮವಾಗಿ ನಿರ್ವಹಣೆ ಮತ್ತು ಕಾರ್ಯಕ್ಷಮತೆಯುಳ್ಳ ಬೃಹತ್ ಸಂಸ್ಥೆಗಳನ್ನು ನೋಡಿ– ಪ್ರತೀ ವರ್ಷ ಅವರು ವಹಿವಾಟಿನಲ್ಲೂ, ಲಾಭದಲ್ಲೂ ಪ್ರಗತಿಯನ್ನು ತೋರಿಸುತ್ತಾರೆ. ಹೇಗೆ? ಸಂಪನ್ಮೂಲದ

ಸದ್ಬಳಕೆ.

ಜನಸಂಖ್ಯೆಯೇ ದೊಡ್ಡ ಸಮಸ್ಯೆ ಎಂದು ಭಾರತೀಯರು ಮೊರೆಯಿಡುತ್ತಾರೆ. ಜಗತ್ತು ಈ ನಿಟ್ಟಿನಲ್ಲಿ ಏನು ಮಾಡಿದೆ? ಜಗತ್ತು ಅದೇ ಜನಸಂಖ್ಯೆಯನ್ನು ಒಂದು ಕಡಿಮೆ ಖರ್ಚಿನ ಮಾನವ ಶಕ್ತಿಯ ಸಾಮರ್ಥ್ಯದ ಸಂಪನ್ಮೂಲವೆಂದು ಪರಿಗಣಿಸುತ್ತದೆ. ಜಗತ್ತು ಭಾರತಕ್ಕೆ ಈ ಬಗೆಯ ಕಾರ್ಯಾಚರಣೆಗೆ ಅನುಕೂಲ ಕಲ್ಪಿಸಿ ಅದರ ಲಾಭಾಂಶವನ್ನು ಹೆಚ್ಚಿಸಿದೆ. ಸಂಪನ್ಮೂಲದ ಸದ್ಬಳಕೆ. ದುಬೈಯ [illegible]ಲೆಲ್ಲ ಬಹುರಾಷ್ಟ್ರೀಯ ಕಂಪೆನಿಗಳು ತಮ್ಮ ಕಾರ್ಯಾಚರಣೆಯನ್ನು ವ್ಯವಸ್ಥಿತವಾಗಿ ಸಂಘಟಿಸಿ, ಬರಡು ಮರುಭೂಮಿಯನ್ನು ಆರ್ಥಿಕ ಕೇಂದ್ರವನ್ನಾಗಿ ಪರಿವರ್ತಿಸಿಕೊಂಡಿದೆ. ಸಂಪನ್ಮೂಲದ ಸದ್ಬಳಕೆ.

ನಿಮಗೆ ಸಮಯ ಇಲ್ಲ ಎಂಬುದಲ್ಲ! ಸಂಪನ್ಮೂಲವನ್ನು ನಿರ್ವಹಣೆ ಮಾಡುವುದು– ಸಮಯದ ಸದುಪಯೋಗ. ನಿಮಗೆ ಸಾಕಷ್ಟು ಸ್ಥಳಾವಕಾಶ ಇಲ್ಲ ಎಂಬುದಲ್ಲ; ಸ್ಥಳಾವಕಾಶದ ಸದ್ಬಳಕೆ. ನಿಮಗೆ ಸಾಕಷ್ಟು ಮೊಬಲಗು ಇಲ್ಲ ಎಂದಲ್ಲ ಮತ್ತು ಅದರಿಂದ ನೀವು ಶ್ರೀಮಂತರಿಲ್ಲ ಎಂಬುದಲ್ಲ, ಅದು ಹಣವೆಂಬ ಸಂಪನ್ಮೂಲದ ಸದ್ಬಳಕೆ. ಸ್ವಲ್ಪವೇ ಇದ್ದರೂ ಸದ್ಬಳಕೆಯಿಂದ ಶ್ರೀಮಂತರಾಗಬಹುದು.

1960ರಲ್ಲಿ ಕಬ್ಬಿಣದ ಅದಿರು ಮತ್ತು ಕಲ್ಲಿದ್ದಲು ಇಲ್ಲದೇನೇ ಜಪಾನ್ ಜಗತ್ತಿನ ಅತಿದೊಡ್ಡ ಉಕ್ಕು ನಿರ್ಯಾತದ ದೇಶವಾಯಿತು. ಏನೂ ಇಲ್ಲದೇನೇ ಜಪಾನ್ ಏನಾದರೊಂದು ತಯಾರಿಸಿತು. ಹಾಗಿದ್ದರೆ, ಏನಾದರೂ ಇದ್ದಾಗ, ಎಲ್ಲವನ್ನೂ ಸಾಧಿಸಬಹುದೆಂದು ನಾವು ನಂಬಬೇಕಾಗುತ್ತದೆ.

ನಿಮ್ಮ ಬದುಕಿನಲ್ಲೂ ಎಲ್ಲೋ ಒಂದು ಕಡೆ ಸ್ವಲ್ಪ ಸಂಪನ್ಮೂಲವನ್ನು ವೃಥಾ ವ್ಯರ್ಥವಾಗಿ ಹೋಗುತ್ತದೆ, ಇಲ್ಲವೆ, ಅದರ ನಿರ್ವಹಣೆ ಸಮರ್ಪಕವಾಗಿರುವುದಿಲ್ಲ. ಅದು ಏನಿದೆ ಎಂಬುದನ್ನು ತಿಳಿಯಿರಿ ಮತ್ತು ಅದನ್ನು ಹೇಗೆ ಅಭಿವೃದ್ಧಿ ಪಡಿಸುವುದು ಎಂಬುದನ್ನು ಯೋಚಿಸಿ. ಯಾಕಂದರೆ, ನಿಮ್ಮ ಅನರ್ಘ್ಯ ಸಂಪನ್ಮೂಲ ನೀವೇ ಆಗಿದ್ದೀರಿ. ನೀವು ನಿಮ್ಮನ್ನು ಸಾಕಷ್ಟು ಬಳಸಿಕೊಳ್ಳುತ್ತಿದ್ದೀರಾ?

•••

ಬದುಕಿನಲ್ಲಿ ಪೂರ್ಣ ಸಂತೃಪ್ತಿ ಎಂಬುದು
ಇಲ್ಲ....ಪರಿಪೂರ್ಣ ಮನಸ್ಸು ಅಷ್ಟೇ.
ಬದುಕಿನಲ್ಲಿ ಸ್ಥಗಿತ ಎಂಬುದಿಲ್ಲ...
ಸ್ಥಗಿತಗೊಂಡ ಜನರು ಅಷ್ಟೇ.

ಬದುಕು ಕೇವಲ ತೆರೆದುಕೊಂಡಿರುವ
ಆವರಣ.....ಎಷ್ಟು ತುಂಬುವುದಕ್ಕೆ
ಸಾಧ್ಯವೋ ಅಷ್ಟನ್ನು ತುಂಬಿಸಿ...ಮುಚ್ಚಿದ
ಆವರಣ ಎಂಬುದೊಂದಿಲ್ಲ.

ನಿಮ್ಮ ಹೃದಯದಲ್ಲಿ ಕಲ್ಪಿಸಿಕೊಳ್ಳುವಷ್ಟು
ಸ್ಥಳಾವಕಾಶ ಇದೆ...ನಿಮ್ಮ
ಮನಸ್ಸು ನಂಬುವಷ್ಟು ಸ್ಥಳಾವಕಾಶ...
ಬದುಕಿನ ಕಡೆಗಿರುವ ನಿಮ್ಮ
ಧೋರಣೆಯಷ್ಟು ಸ್ಥಳಾವಕಾಶ..

ಬದುಕಿಗೆ ಯೋಗ್ಯವೆನಿಸುವ ಒಂದೇ
ಒಂದು ಶಬ್ದವೆಂದರೆ 'ಮತ್ತಷ್ಟು'.

• • •

ಒಂದೋ ಮಾಡಬೇಡಿ. ಅಥವಾ ಶ್ರದ್ಧೆಯಿಂದ ಮಾಡಿ. ನಡುವಿನ ಸ್ಥಿತಿ ಬೇಡ.

ಒಂದು ನಿಂಬೆ ಹಣ್ಣನ್ನು ತೆಗೆದು ಎರಡು ತುಂಡು ಮಾಡಿ. ಒಂದು ಒತ್ತು ಉಪಕರಣದಿಂದ ಅದನ್ನು ಲೋಟವೊಂದಕ್ಕೆ ಹಿಂಡಿ. ಎಷ್ಟು ಬೇಕೋ ಅಷ್ಟು ಸಕ್ಕರೆಯನ್ನೂ, ಒಂದು ಚಿಟಕಿ ಉಪ್ಪನ್ನೂ, ಕಲ್ಲುಪ್ಪಾದರೆ ಲೇಸು, ಅದಕ್ಕೆ ಸೇರಿಸಿ. ಲೋಟಕ್ಕೆ ತಂಪು ನೀರನ್ನು ಸೇರಿಸಿ ಪೂರ್ತಿಯಾಗಿ ಕದಡಿಸಿ. ನಿಂಬೆ ಪಾನಕ ತಯಾರು. ಅತ್ಯಂತ ಸರಳ ವಿಧಾನದಿಂದ ತಯಾರಿಸಲಾದ ನಿಂಬೆ ಪಾನಕದ ರುಚಿ, ಬೇರೆ ಬೇರೆ ಇಬ್ಬರು ತಯಾರಿಸಿದರೆ ವ್ಯತ್ಯಾಸವಿರುತ್ತದೆ. ನಿಂಬೆ, ಸಕ್ಕರೆ, ಉಪ್ಪು ಮತ್ತು ನೀರು ಎಲ್ಲಕ್ಕೂ ಮಿಗಿಲಾಗಿ ಅಗೋಚರ ಪದಾರ್ಥವೊಂದು ನಿಂಬೆ ಪಾನಕದಲ್ಲಿರುತ್ತದೆ. ಅದೇ ಅಗೋಚರ ಪದಾರ್ಥದ ಉಪಸ್ಥಿತಿಯೇ ಎಲ್ಲ ವ್ಯತ್ಯಾಸಕ್ಕೂ ಕಾರಣ.

ನಾವು ತಯಾರಿಸುವ ನಿರ್ಮಿಸುವ ಪ್ರತಿಯೊಂದರಲ್ಲೂ ಅಗೋಚರವಾದಂಥ ಪದಾರ್ಥವೊಂದು ಇದ್ದೇ ಇರುತ್ತದೆ ಮತ್ತು ಅದುವೆ ಉತ್ತಮ ಮತ್ತು ಅತ್ಯುತ್ತಮ, ಸಾಧಾರಣ ಮತ್ತು ಅಸಾಧಾರಣ, ಒಳ್ಳೆಯದು ಮತ್ತು ಸರ್ವಶ್ರೇಷ್ಠಗಳ ನಡುವಿನ ವ್ಯತ್ಯಾಸವನ್ನು ಉಂಟುಮಾಡುವಂಥದ್ದು. ಕೆಲಸವನ್ನು ಪ್ರೀತಿ ಮತ್ತು ಸಂತೋಷದಿಂದ ಮಾಡಿದ್ದಿದೆ ಅಥವಾ ನಿರುತ್ಸಾಹ ಮತ್ತು ಮನಸ್ಸಿಲ್ಲದೆ ಮಾಡಿದ್ದಿದೆಯೋ ಎಂಬುದು? ಹೃದಯಪೂರ್ವಕವಾಗಿ ಎಸಗಿದ ಕಾರ್ಯವೇ ಆ ಅಗೋಚರ ಪದಾರ್ಥ. 101% ಹೃದಯಪೂರ್ವಕವಾಗಿ ಎಸಗಿದ್ದು–ಅದುವೇ ನಿರ್ಣಾಯಕ ಪ್ರಶ್ನೆ.

ನಾನೊಮ್ಮೆ ನನ್ನ ಮಗಳಿಗೆ ಅಂದೆ, "ಕುಟ್ಟಿ, ಪ್ರೀತಿಯಿಂದ ಆನಂದವಾಗಿ, ಅಡುಗೆ ಮಾಡು, ಇಲ್ಲವಾದರೆ ಅಡುಗೆ ಮಾಡಲೇ ಬೇಡ. ರುಚಿಯಲ್ಲಿ ನನಗೆ ವ್ಯತ್ಯಾಸ ಕಾಣುತ್ತದೆ. ಆಹಾರ ಬಡಿಸಿದ್ದರಲ್ಲಿ ಜೀವವಿರುತ್ತದೆ, ಇಲ್ಲ ಅದು ಸತ್ತ ದ್ರವ್ಯವಾಗಿರುತ್ತದೆ. ವ್ಯತ್ಯಾಸ ಯಾವುದರಲ್ಲಿದೆ ಅಂದರೆ, ಆ ತಯಾರಿಯಲ್ಲಿ ಎಷ್ಟು ಹೃದಯವಂತಿಕೆ ಸೇರಿದೆ ಎಂಬುದು.

ಶ್ರದ್ಧಾಭಕ್ತಿ, ಆರಾಧನಾ ಸ್ಥಳಕ್ಕೋ, ದೇವರ ಮಂಟಪಕ್ಕೋ ಸೀಮಿತಗೊಳಿಸುವ ಗುಣವಲ್ಲ. ಮಾಡುವ ಎಲ್ಲ ಕಾರ್ಯಗಳಲ್ಲೂ ಶ್ರದ್ಧಾಭಕ್ತಿ ಬೇಕು....101% ಹೃದಯದ ಸಹಭಾಗಿತ್ವದಲ್ಲಿರುವುದೇ ನಿಜವಾದ ಶ್ರದ್ಧೆ. ಸಮರ್ಪಣೆ ಅಂದರೆ, ನಿಮ್ಮಲ್ಲಿ ಏನಿದೆಯೋ, ನಿಮಗೆ ಏನು ಸಾಧ್ಯವೋ ಅದನ್ನು ಸಮರ್ಪಿಸುವುದು. ಶ್ರದ್ಧೆಯಲ್ಲಿ ನೀವು ನಿಮ್ಮನ್ನೇ ಸಮರ್ಪಿಸಿಕೊಳ್ಳುವಂಥದ್ದು. ಶ್ರದ್ಧೆಯ ಪಾವಿತ್ರ್ಯದಿಂದ ಎಸಗಿದ ಯಾವುದೇ ಕಾರ್ಯ, ಅದೊಂದು ಪ್ರಾರ್ಥನೆಯಾಗಿ ಪರಿಣಮಿಸುತ್ತದೆ.

ಶ್ರದ್ಧೆಯಿಂದಾಗುವ ಸ್ವಾಭಾವಿಕ ಉಪ ಉತ್ಪತ್ತಿಗಳೆಂದರೆ, ಏಕಾಗ್ರತೆ, ಆನಂದ ಮತ್ತು ಪ್ರೀತಿ. ಅಸಂದಿಗ್ಧತೆಯನ್ನು ನೀಗಿಸಿ, ನಾಜೂಕುತನ ಮತ್ತು ದಿವ್ಯ ಪ್ರಭೆ ಶ್ರದ್ಧೆಯಿಂದ ಮಾತ್ರ ಸಾಧಿಸಲು ಸಾಧ್ಯ.

ಉದಾಸೀನತೆ ಮತ್ತು ಶ್ರದ್ಧೆ ಒಂದಕ್ಕೊಂದು ವಿಲೋಮವಾಗಿ ಸರಿಸಮ. ನಾವು ನಮ್ಮ ಪ್ರತಿಯೊಂದು ಕಾರ್ಯವನ್ನು ಶ್ರದ್ಧೆಯ ದೃಷ್ಟಿಯಿಂದ ಎಸಗಿದರೆ ಮಾತ್ರ, ಪ್ರಕೃತಿಯ ಸುಪ್ತವಾದ ನಿಯಮವೊಂದು ಬೆಳಕಿಗೆ ಬರುತ್ತದೆ,- "ಮನುಷ್ಯ ಉದಾಸೀನಕ್ಕೆ ಸೃಷ್ಟಿಗೊಂಡವ ಅಲ್ಲವೇ ಅಲ್ಲ." ಉದಾಸೀನವಿಲ್ಲದ ಯಾವುದಾದರೂ ಒಬ್ಬ ವ್ಯಕ್ತಿಯನ್ನು ನೀವು ಅರಿತಿದ್ದರೆ, ಅಂತಹ ವ್ಯಕ್ತಿ ತನ್ನ ಪ್ರತಿಯೊಂದು ಕಾರ್ಯವನ್ನು ಶ್ರದ್ಧೆಯಿಂದ ಮಾಡತ್ತಾನೆ ಎಂದೂ, ಆತನ ಎಲ್ಲ ಕೆಲಸಗಳು ಪ್ರಾರ್ಥನೆಯ ಸ್ವರೂಪದ್ದೆಂದೂ ತಿಳಿಯಿರಿ.

ಒಂದೋ ಅದನ್ನು ಮಾಡುವುದು ಬೇಡ. ಅಥವಾ ಶ್ರದ್ಧೆಯಿಂದ ಮಾಡಿ. ನಡುವಿನ ಯಾವುದೇ ಸ್ಥಿತಿ ಬೇಡ.

• • •

ಪ್ರಾರ್ಥನೆಯಲ್ಲಿ,

ನೀವು ಅಸ್ತಿತ್ವದ ಜತೆಗೆ ಮಾತನಾಡುವಿರಿ.

ಧ್ಯಾನದಲ್ಲಿ,

ನೀವು ಅಸ್ತಿತ್ವವನ್ನು ಆಲಿಸುವಿರಿ.

ಪ್ರಾರ್ಥನೆಯಲ್ಲಿ,

ನೀವು ನಿಮ್ಮದೇ ಸ್ವರವನ್ನು ಆಲಿಸುವಿರಿ.

ಧ್ಯಾನದಲ್ಲಿ,

ನೀವು ಅನಂತವನ್ನು ಆಲಿಸುವಿರಿ.

ಪ್ರಾರ್ಥನೆ

ಅಸ್ತಿತ್ವದ ಜತೆಗಿನ ಸಂವಹನ.

ಧ್ಯಾನ

ಅಸ್ತಿತ್ವದೊಂದಿಗಿನ ವಿಲಯನ.

ನಿಮ್ಮ ಸಾಧ್ಯತೆಯನ್ನು ಸುಧಾರಿಸಿ. ನಿಮ್ಮ ಸಾಮರ್ಥ್ಯವನ್ನು ವೃದ್ಧಿಸಿ. ಪ್ರಗತಿ ಅಂದರೆ ಅದುವೆ.

ನಿಲ್ಲಿಸಿ, ಈ ರೀತಿಯ ಧೋರಣೆಯನ್ನು– "ನಾವು ಯಾವಾಗಿನಿಂದಲೂ ಹೀಗೇ ಮಾಡಿದ್ದು. ಆದ್ದರಿಂದ ಅದನ್ನು ಹೀಗೆಯೇ ಮಾಡಬೇಕು." ಸಂಪ್ರದಾಯವೆಂಬ ಪಕ್ಷವಾತದಿಂದ ನರಳಬೇಡಿ. ಮಂಜುಗಡ್ಡೆಯ ಮೇಲೆ ಏನೂ ಬೆಳೆಯುವುದಿಲ್ಲ. ಹಿಂದಿನದ್ದರಲ್ಲಿ ನಮ್ಮ ಮನಸ್ಸು ಘನೀಭೂತವಾದರೆ, ನಮ್ಮ ಆಲೋಚನೆಗಳು ಮೊಳೆಯಲಾರವು. ಹಿಂದಕ್ಕೆ ಹೋಗುವುದನ್ನು ನಿಲ್ಲಿಸಿ, ಹಿಂಜರಿತದ ಯೋಚನೆ ಬಿಟ್ಟು ಮುಂದಕ್ಕೆ ಸಾಗಿ, ಪ್ರಗತಿಪರ ಚಿಂತನೆ ಮಾಡಿ. ಮಾನವ ತನ್ನ ಸಾಧನೆಯಲ್ಲಿ ಎಲ್ಲವನ್ನೂ ಪರಿಪೂರ್ಣವಾಗಿ ಸಾಧಿಸುವುದಕ್ಕೆ ಆಗುವುದಿಲ್ಲ, ಅದು ಉಪಗ್ರಹದ ನಿರ್ಮಾಣವಿರಲಿ ಅಥವಾ ಮಕ್ಕಳ ಸಾಕಣೆ ಇರಲಿ. ಸುಧಾರಣೆಗೆ ಕೊನೆಯಿಲ್ಲದ ಅವಕಾಶವಿದೆ. ಯಶಸ್ವೀ ಜನರು ಇದನ್ನು ಬಲ್ಲರು. ಆದ್ದರಿಂದ, "ನಾನು ಇದನ್ನು ಉತ್ತಮವಾಗಿ ಮಾಡಬಲ್ಲೆನೇ?" ಎಂದು ಕೇಳುವಂತಿಲ್ಲ. ಅದು ಸಾಧ್ಯ ಅಂತ ಅವರಿಗೆ ಗೊತ್ತು. ಹಾಗಾಗಿ ಅವರು ಕೇಳುವುದೊಂದೇ, "ಇದನ್ನು ಇನ್ನೂ ಉತ್ತಮವಾಗಿ ಹೇಗೆ ಮಾಡಬಲ್ಲೆ?"

ಮನುಷ್ಯ ಎಲ್ಲಿಗೆ ಸಲ್ಲಬೇಕೋ ಅಲ್ಲಿಗೆ ಅವನು ಸಲ್ಲುತ್ತಾನೆ. ನೀವು ಮಾಡುವ ಪ್ರತಿಯೊಂದರಲ್ಲೂ ಸುಧಾರಣೆ ಬಗ್ಗೆ ಯೋಚಿಸಿ ಮತ್ತು ಅದರಲ್ಲಿ "ಉನ್ನತ ಶ್ರೇಣಿ"ಯನ್ನು ಯೋಚಿಸಿ. ಅದನ್ನು ಮಾಡಲು ಸಾಧ್ಯವಿದೆ ಎಂದು ನಂಬಿ. ಯಾವುದನ್ನೇ ಸಾಧ್ಯವಿದೆ ಎಂದು ನಂಬಿದಾಗ ಅದು ಮನಸ್ಸನ್ನು ಯೋಜಿಸಿ ಆ ದಾರಿಯಲ್ಲಿ ಮುನ್ನಡೆಸುತ್ತದೆ. ಎಲ್ಲದಕ್ಕೂ ದಾರಿಯಿದೆ ಮತ್ತು ಅದು ಉತ್ತಮ ದಾರಿಯೂ ಆಗಿರುತ್ತದೆ. ಅದು ಅಸಾಧ್ಯವೆಂದು ಯೋಚಿಸಿದಾಗ, ನಿಮ್ಮ ಮನಸ್ಸು

ಅದು ಯಾಕೆ ಎಂದು ನಿರ್ಣಯಿಸುವುದಕ್ಕೆ ಎಳೆಸುತ್ತದೆ. ಆದರೆ ನೀವು ನಂಬಿದ ಮತ್ತು ನಿಜಕ್ಕೂ ಏನಾದರೂ ಆ ಬಗ್ಗೆ ಮಾಡಲು ಸಾಧ್ಯವಿದೆ ಎಂದು ನಂಬಿದಾಗ, ನಿಮ್ಮ ಮನಸ್ಸು ನಿಮಗೆ ಸಹಾಯಮಾಡುವ ನಿಟ್ಟಿನಲ್ಲಿ ಕಾರ್ಯಪ್ರವೃತ್ತವಾಗಿ ಅದನ್ನು ಮಾಡುವ ಮಾರ್ಗ ಕಂಡುಹಿಡಿಯುತ್ತದೆ. ನೀವು ಅನುವು ಮಾಡಿಕೊಟ್ಟರೆ, ನಿಮ್ಮ ಮನಸ್ಸು ಒಂದು ದಾರಿಯನ್ನು ಕಂಡುಕೊಳ್ಳುತ್ತದೆ. ನಮ್ಮಲ್ಲಿ ಅನೇಕರು ತಮ್ಮ ಹತೋಟಿಯಿಂದ ತಮ್ಮ ಬಯಕೆಯನ್ನು ಸೋಲಿಸುತ್ತಾರೆ, ಯಾಕಂದರೆ, ನಮ್ಮಿಂದ ಸಾಧ್ಯವಿಲ್ಲ ಎಂಬುದರ ಮೇಲೆ ಅವರ ನಿಗಾ ಕೇಂದ್ರೀಕೃತವಾಗಿರುತ್ತದೆ. ಯಾವಾಗ ನಮ್ಮ ನಿಗಾ ಯಾಕೆ ಮತ್ತು ಹೇಗೆ ನಮಗೆ ಸಾಧ್ಯ ಎಂಬುದರ ಮೇಲೆ ಕೇಂದ್ರೀಕೃತಗೊಳ್ಳುತ್ತದೆ, ಅದು ಸಫಲವಾಗುತ್ತದೆ.

ಉದ್ಯೋಗ, ಉದ್ಯೋಗದಿಂದ ಮನೆ, ಮನೆಯಿಂದ ಸಾಮೂಹಿಕ ಅಭಿವೃದ್ಧಿ- ಹೀಗೆ ಪ್ರತಿಯೊಂದರಲ್ಲೂ ಯಶಸ್ಸಿನ ಗುಟ್ಟು ಅಂದರೆ- 'ನೀವು ಮಾಡುವುದನ್ನು ಇನ್ನೂ ಉತ್ತಮವಾಗಿ ಮಾಡುವುದು(ನಿಮ್ಮ ಉತ್ಪತ್ತಿಯ ಗುಣಮಟ್ಟ ಸುಧಾರಿಸಿ) ಮತ್ತು 'ನೀವು ಮಾಡುವುದನ್ನು ಇನ್ನೂ ಹೆಚ್ಚು ಮಾಡಿ' (ನೀವು ಮಾಡುವುದರ ಪ್ರಮಾಣವನ್ನು ಹೆಚ್ಚಿಸಿರಿ). ಗುಣಮಟ್ಟದ ಸುಧಾರಣೆ ಮತ್ತು ಪ್ರಮಾಣದ ಹೆಚ್ಚಳವೇ ನಿಜವಾದ ಪ್ರಗತಿ.

ನೀವು ನಿಮ್ಮನ್ನು ಎಣಿಸಿಕೊಂಡಿರುವುದಕ್ಕಿಂತ , ನೀವು ಉತ್ತಮ ಮಟ್ಟದವರು ಎಂದು ಸತತವಾಗಿ ಜ್ಞಾಪಿಸಿಕೊಳ್ಳಿ; ಹಾಗಾದಾಗ, ನೀವು ಮಾಡುವ ಪ್ರತಿಯೊಂದನ್ನೂ ಈಗ ಮಾಡುತ್ತಿರುವುದಕ್ಕಿಂತ ಉತ್ತಮವಾಗಿ ಮಾಡಬಲ್ಲಿರಿ. ಅಂತೆಯೇ, ಸತತವಾಗಿ ಜ್ಞಾಪಿಸಿಕೊಳ್ಳಿ, ನಿಮಗೆ ಎಷ್ಟು ಸಾಧ್ಯವೋ ಅಷ್ಟನ್ನು ನೀವು ಮಾಡುತ್ತಿಲ್ಲ; ಹಾಗಾದಾಗ, ನೀವು ಈಗ ಮಾಡುತ್ತಿರುವುದಕ್ಕಿಂತ ಹೆಚ್ಚಿಗೆ ನಿಮಗೆ ಮಾಡಲು ಸಾಧ್ಯ.

ಸಾಧ್ಯತೆ ಎಂಬುದು ನೀವು ಈಗಾಗಲೇ ಮಾಡುತ್ತಿರುವುದಕ್ಕಿಂತ ಉತ್ತಮ ರೀತಿಯಲ್ಲಿ ನಿರ್ವಹಿಸುವ ಕ್ಷಮತೆ. ಸಾಮರ್ಥ್ಯ ಅಂದರೆ, ನೀವು ಈಗ ಮಾಡುವುದಕ್ಕಿಂತ ಹೆಚ್ಚಿಗೆ ಮಾಡಲು ಸಾಧ್ಯ ಎಂಬುದರ ಕುರಿತಾದದ್ದು.

ನಿಮ್ಮ ಸಾಧ್ಯತೆಯನ್ನು ಸುಧಾರಿಸಿ. ನಿಮ್ಮ ಸಾಮರ್ಥ್ಯವನ್ನು ಹೆಚ್ಚಿಸಿ. ಪ್ರಗತಿ ಅಂದರೆ ಅದುವೆ.

ಕೊನೆ ಅಷ್ಟು ಸುಂದರವಾಗಿದೆ ಎಂದು ನಾನು ತಿಳಿದಿದ್ದರೆ....

ಆತ ಒಂದು ಅಪಘಾತದಲ್ಲಿ ಕಾಲು ಮುರಿದುಕೊಂಡಿದ್ದ. ಅದು ಅವನ ಚಲನಶಕ್ತಿಯನ್ನು ಸ್ಥಗಿತಗೊಳಿಸಿತ್ತು ಮಾತ್ರವಲ್ಲ ಹಲವು ತಿಂಗಳ ಕಾಲ ಅವನು ಹಾಸಿಗೆ ಹಿಡಿಯುವಂತೆ ಮಾಡಿತ್ತು. ಎಮ್.ಎನ್.ಸಿ.ಯಂಥ ಪ್ರಗತಿಶೀಲ ಸಂಸ್ಥೆಯಲ್ಲಿ ಅವನು ಒಳ್ಳೆಯ ಉದ್ಯೋಗದಲ್ಲಿದ್ದ, ಅದು ಅವನ ಗತಕಾಲದ ಸಂಗತಿ ಅಷ್ಟೇ. ವಯಸ್ಸಾದ ತಾಯಿ, ಯಾರನ್ನು ಆತ ನೋಡಿಕೊಳ್ಳಬೇಕಿತ್ತೋ, ಅವರೇ ಇವನನ್ನು ಆರೈಕೆ ಮಾಡುವಂತಾಯಿತು. ದಾರುಣ ದಿನಗಳು, ಹಂ? ಇಲ್ಲ, ಎಂದಿಗೂ ಅಷ್ಟೊಂದು ಘೋರ ಪರಿಸ್ಥಿತಿ ಅಲ್ಲ! ಈ ಅವಧಿ ಅವನ ಸಂಚಾರ ರಾಹಿತ್ಯದ ಆತ್ಮಕ್ಕೆ ಅನಂತ ಸಮಯಾವಕಾಶವನ್ನು ಕರುಣಿಸಿತು. ಅವನು ಒಂದು ಭವ್ಯ ಆಯ್ಕೆಯನ್ನು ಮಾಡಿಕೊಂಡು ಎಲ್ಲ ಸಮಯವನ್ನು ಓದಿಗಾಗಿ ಮೀಸಲಿಟ್ಟ. ಅವನು ತನ್ನ ಅಂತರಾತ್ಮಕ್ಕೆ, ಗ್ರಂಥಗಳಲ್ಲಿ ಘನೀಭೂತವಾಗಿದ್ದ ಮಹಾನ್ ವ್ಯಕ್ತಿಗಳ ಅಸಾಮಾನ್ಯ ವಿಚಾರಗಳನ್ನು ಉಣಿಸಲು ಸನ್ನದ್ಧನಾದ. ಅದು ಅವನು ಆಧ್ಯಾತ್ಮಿಕವಾಗಿ ಮುಖಾಮುಖಿಯಾಗಿ ಪ್ರಗತಿ ಸಾಧಿಸಿದ ಸಮಯವಾಗಿತ್ತು. ಆ ಮೂಲಕ ತನ್ನ ಬದುಕನ್ನು ಒಂದು ಗುರಿಯತ್ತ ಸಾಗಿಸಬೇಕೆಂಬ ಸಂಕಲ್ಪ ಉಂಟಾಯಿತು. ಅವನ ಬದುಕಿಗೆ ಸಂಬಂಧಿಸಿದ ಎಲ್ಲವೂ ಬದಲಾದವು.... ಅದು ಎಂದೆಂದಿಗೂ ಎನ್ನುವ ಹಾಗೆ ಬದಲಾಗಿ ಹೋಯಿತು. ಇಂದು ಅವನು ಒಂದು ಉದ್ದೇಶವಿಟ್ಟುಕೊಂಡು ಜೀವಿಸಿದ್ದಾನೆ. ಇಂದು ಅವನ ಬದುಕು ಆಧ್ಯಾತ್ಮಿಕ ಹಾದಿಯಲ್ಲಿದೆ. ಅವನ ಬದುಕನ್ನು ಮುರಿತದ ಮೊದಲು ಮತ್ತು ಮುರಿತದ ನಂತರದ ದಿನಗಳು ಅಂತ ವಿಂಗಡಿಸಲು ಸಾಧ್ಯ. ಅವನ ದಿನಚರಿಯ ಒಂದು ಪುಟದಲ್ಲಿ ಆತ ಹೀಗೆ ಬರೆದ, "ಇದರ ಕೊನೆ ಎಷ್ಟೊಂದು ಸೊಗಸಾಗಿದೆ ಎಂದು ಮೊದಲೇ ಗೊತ್ತಿದ್ದರೆ, ನಿಜಕ್ಕೂ ಇದನ್ನು ಪ್ರಾರಂಭದಿಂದಲೇ ಆಸ್ವಾದಿಸುವುದಕ್ಕೆ

ಅನುವಾಗುತ್ತಿತ್ತು."

ನಾನು ಕೇಳುತ್ತೇನೆ, "ಯಾವುದೇ ಹೆತ್ತವರು ತಮ್ಮ ಮಗುವಿಗೆ ಸಂತೋಷದಾಯಕ ಕೊನೆಯಲ್ಲದ ಕಥೆಯನ್ನು ಓದಿ ಹೇಳುತ್ತಾರೇನು?"

ಯಾವುದೇ ಆತ್ಮ ಸಹಿಸಿಕೊಳ್ಳಲು ಶಕ್ತವಾದರೆ, ಅದನ್ನು ಮಹಾತ್ಮ ಎಂದು ನಾವು ಕರೆಯುತ್ತೇವೆ. ಧೈರ್ಯವಾಗಿ ಎದುರಿಸುವ ಆಕೆಯನ್ನು-ಪೂರ್ವದಲ್ಲಿ ಅಧ್ಯಾಪಿಕೆಯಾಗಿದ್ದ ಆ ಮಾತೆಯನ್ನು ನಾವು ಗೌರವಿಸುತ್ತೇವೆ. ಶಿಲುಬೆಯನ್ನು ಹೊತ್ತಾಗ ಆತ ಭರವಸೆಯ ಸಂಕೇತವಾದ. ಕಾರಾಗೃಹದಲ್ಲಿ ಹುಟ್ಟಿದರೂ ಆತ ವಿಶ್ವಾಸದ ರಾಜನಾಗಿ ಬಾಳಿದ. ಕೊನೆ ಎಂದಿಗೂ ಸುಂದರವೆಂದು ಕಾಣುತ್ತದೆ..... ನಮ್ಮ ಸೀಮಿತ ಗ್ರಹಿಕೆಯ ಆಚೆಗೆ, ಎಂದೆಂದಿಗೂ ಬಹುದೊಡ್ಡ ಚಿತ್ತಾರವಿರುತ್ತದೆ.

ಏರಿಳಿತವಿರದ ಬದುಕು ಉಂಟೇ? ಅನಿಶ್ಚಿತತೆ ಮತ್ತು ಅಚ್ಚರಿಯಿಲ್ಲದ ಬದುಕಿಗೆ ಅರ್ಥವಿದೆಯೇ? ದುರಿತದ ದಿನಗಳೆಂದು ಅವನ್ನು ಕರೆಯಿರಿ. ಪರೀಕ್ಷಾಕಾಲವೆಂದು ತಮ್ಮ ಸಮಸ್ಯೆಗಳು ಎಂದು ಎಣಿಸಿರಿ. ಪ್ರತಿಸಲ, "ಹೀಗೆ ನನಗೇ ಯಾಕೆ?" ಎಂದು ಪ್ರಶ್ನಿಸುವ ಆ ವ್ಯಕ್ತಿಯೇ, ಅವನು ಅನುಗ್ರಹೀತನಾದಾಗ, "ನನಗೇ ಇವೆಲ್ಲಾ?" ಎಂದು ಕೇಳುವಂತವನಾಗುತ್ತಾನೆ.

ಪತಂಗಗಳ ಹುಳು ಚಿಟ್ಟೆಯಾಗಿ ಮೂಡಿಬರಲು ಒಂದು ಗೂಡನ್ನು ಸೇರುತ್ತದೆ. ಕೆಲವೊಮ್ಮೆ ಬದುಕು ನಿಮ್ಮನ್ನು ಒಂದು ಗೂಡಿಗೆ ಸೇರಿಸಿ, ವಿಜಯಪತಾಕೆಯನ್ನು ಹಾರಿಸಿ, ಹೊರಬರುವಂತೆ ಮಾಡುತ್ತದೆ. ಬಿದಿರು ತುಂಡರಿಸಲ್ಪಟ್ಟಾಗ ಕೊಳಲಾಗಿ ಮಾರ್ಪಡುತ್ತದೆ. ಕಗ್ಗಲ್ಲನ್ನು ಕೆತ್ತಿದಾಗ ಅದು ವಿಗ್ರಹವಾಗಿ ರೂಪುಗೊಳ್ಳುತ್ತದೆ. ಚಿನ್ನವನ್ನು ಕರಗಿಸಿದಾಗ ಆಭರಣವಾಗುತ್ತದೆ. ನಿಮ್ಮ ಪರೀಕ್ಷೆ ಹೊಸ ಸೃಷ್ಟಿಗಾಗಿಯೇ. ಮುಂದಿರುವ ಕಥೆ ಸೊಬಗಿನಿಂದ ಕೂಡಿದೆ. ಹಾಗೆ ನೀವು ನಂಬಬೇಕು. ನಿಮ್ಮ ನಂಬಿಕೆಗೆ ಅರ್ಹವಾದ, ನಿಮ್ಮ ಉಡುಗೊರೆ ಗುಣಮಟ್ಟದ ಬದುಕು ಅಷ್ಟೆ.

ನೀವು ಬದುಕಿನಲ್ಲಿ ಎಂತಹ ಸ್ಥಿತಿಯನ್ನೂ ಹಾದುಹೋಗಿ, ಕೊನೆಗೆ ನೀವೇನಾಗಬೇಕೆಂದು ಬಯಸುತ್ತೀರೋ ಹಾಗೇ ಆಗುತ್ತೀರಿ.

ನಿಮ್ಮ ಹಣೆ ಪಟ್ಟಿಯನ್ನು ಕೆಳಗಿಡಿ.
ನೀವೇ ಸಾಕು...
...ಮಿಗಿಲಾಗಿ ಸಾಕು.

ಉಪದೇಶಿಸಿ ಆಕೆಗೆ, "ನಿನ್ನ ಆರೋಗ್ಯದ ಬಗ್ಗೆ ಯಾಕೆ ಕಾಳಜಿಯಿಲ್ಲ?" ಆಕೆ ಆ ಮಾತನ್ನು ಪ್ರೀತಿಯ ದ್ಯೋತಕವೆಂದು ತಿಳಿಯುತ್ತಾಳೆ. ಆಕೆಗೆ ಹೇಳಿ, "ನಿನ್ನ ಗಂಡನಾಗಿ ನಿನ್ನ ಆರೋಗ್ಯದ ಕಾಳಜಿ ವಹಿಸುವ ಹಕ್ಕು ನನಗಿದೆ" ಎಂದಾಗ, ನೀವು ಆಕೆಯನ್ನು ಅಂಕಿತದಲ್ಲಿಟ್ಟುಕೊಳ್ಳಲು ಪ್ರಯತ್ನಿಸುತ್ತೀರಿ ಎಂದು ಆಕೆ ಗ್ರಹಿಸುತ್ತಾಳೆ.

ಮಧ್ಯಾಹ್ನದ ಊಟವನ್ನು ಸರಿಯಾದ ಸಮಯಕ್ಕೆ ಮಾಡಬೇಕು ಅಂತ ಆತನಿಗೆ ಹೇಳಿ. ಆತ ನಿಮ್ಮ ಕಾಳಜಿಗೆ ಬೆಲೆಕಟ್ಟುತ್ತಾನೆ. ಬದಲಾಗಿ ಹೇಳಿ, "ನಾನು ನನ್ನ ತಂದೆ ಕೆಲಸ ಮಾಡುವುದನ್ನು ಕಂಡಿದ್ದೇನೆ, ಅವರು ನಿನ್ನ ಹಾಗೆ ಅಲ್ಲ. ನೀನು ಸಮಯಕ್ಕೆ ಸರಿಯಾಗಿ ಯಾಕೆ ಊಟ ಮಾಡುತ್ತಿಲ್ಲ?" ನೀವು ಎದಿರೇಟಿನ ಮೋರೆಯನ್ನು ನಿರುಕಿಸಬೇಕಾಗಿ ಬರುತ್ತದೆ.

ಹಣೆಪಟ್ಟಿಯನ್ನು ಜನರು ಸರಿಯಾದ ರೀತಿಯಲ್ಲಿ ಸ್ವೀಕರಿಸಲು ಸಾಧ್ಯವಿಲ್ಲ. ಹಣೆಪಟ್ಟಿಯೊಂದಿಗೆ ಅಹಂಕಾರ ಕೂಡಾ ಮಿಳಿತವಾಗಿರುತ್ತದೆ. ಹಣೆಪಟ್ಟಿ ಜನರ ಮನಸ್ಸನ್ನು ಮುಚ್ಚಿಬಿಡುತ್ತದೆ. ಯಾವುದೇ ಹಣೆಪಟ್ಟಿಯ ಮೂಲಕ ಹೇಳಿದ ವಿಚಾರವನ್ನು ಪ್ರಾಂಜಲ ಮನಸ್ಸಿನಿಂದ ಸ್ವೀಕರಿಸಲಾಗುವುದಿಲ್ಲ.

ಆತನಿಗೆ ಹೇಳಿ, "ಹಸಿರೆಲೆ ತರಕಾರಿ ನಿನಗೆ ಒಳ್ಳೆಯದು." ಆತ ಅದನ್ನು ಸ್ವೀಕರಿಸುತ್ತಾನೆ. ಬದಲಾಗಿ ಹೇಳಿ, "ಒಬ್ಬ ಸಸ್ಯಾಹಾರಿಯಾಗಿ ನೀನು ಹಸಿರೆಲೆ ತರಕಾಯಿಯನ್ನು ತಿನ್ನಬೇಕು." ಆತ ನಿಮ್ಮೊಂದಿಗೆ ಚರ್ಚೆಗೆ ಇಳಿಯುತ್ತಾನೆ. 'ಸಸ್ಯಾಹಾರಿ' ಎಂಬ ಹಣೆಪಟ್ಟಿಯದ್ದೇ ಸಮಸ್ಯೆ.

ಆತನಿಗೆ ಹೇಳಿ, "ಆಕೆಯನ್ನು ಕ್ಷಮಿಸಿಬಿಡು. ನಿಮ್ಮನ್ನು ನೋಯಿಸಿದವರನ್ನು ಪ್ರೀತಿಸು." ಆತ ನಿಮ್ಮ ಮಾತನ್ನು ಕೇಳಬಹುದು. ಆತನಿಗೆ, "ಓರ್ವ ಪಕ್ಕಾ ಕ್ರಿಶ್ಚಿಯನ್ ಆಗಿ, ಆಕೆಯನ್ನು ಕ್ಷಮಿಸುವಂತೆ ನಾನು ಕೇಳಿಕೊಳ್ಳುತ್ತೇನೆ ಮತ್ತು ನಿನ್ನ ಶತ್ರುವನ್ನು ಕೂಡಾ ಪ್ರೀತಿಸುವೆಯಂತೆ." ಆತನೇ ನಿಮ್ಮ ಶತ್ರುವಾಗಿ ಮಾರ್ಪಡುತ್ತಾನೆ. "ಕ್ರಿಶ್ಚಿಯನ್" ಎಂಬ ಹಣೆಪಟ್ಟಿಯೇ ಸಮಸ್ಯೆ.

ಆಕೆಗೆ ಅನ್ನಿ, "ನಮ್ಮ ವಿಮಾನ ನಿಲ್ದಾಣ ಇನ್ನಷ್ಟು ವ್ಯವಸ್ಥಿತವಾಗಬೇಕು." ಆಕೆ ನಿಮ್ಮ ಅಭಿಪ್ರಾಯವನ್ನು ಅನುಮೋದಿಸುತ್ತಾಳೆ. ಆಕೆಗೆ ಹೇಳಿ, "ಸಿಂಗಾಪೂರದಲ್ಲಿ ವಾಸ್ತವ್ಯಕ್ಕಿದ್ದಾಗ ಹೇಗೆ ವ್ಯವಸ್ಥಿತವಾಗಿರಬೇಕೆಂದು ನಾನು ಬಲ್ಲೆ. ನಮ್ಮ ವಿಮಾನ ನಿಲ್ದಾಣ ಕೂಡಾ ಇನ್ನಷ್ಟು ವ್ಯವಸ್ಥಿತವಾಗಿರಬೇಕೆಂದು ನಾನು ಬಯಸುತ್ತೇನೆ." ನೀವೊಬ್ಬ ದೇಶಭ್ರಷ್ಟ ಎನ್ನುವ ರೀತಿಯಲ್ಲಿ ನಿಮ್ಮನ್ನು ಪರಿಗಣಿಸಲಾಗುವುದು.

ನೀವು ರೋಟರಿ ಸದಸ್ಯನಾಗಿರುವುದು ನಿಮ್ಮ ಸಂಗಾತಿಗೆ ಒಪ್ಪಿಗೆಯಿಲ್ಲ. ಒಂದು ಬ್ರಾಹ್ಮಣ ವಿರೋಧಿ, ಮತ್ತು ಇನ್ನೊಂದು ಅಸ್ಸಾಮಿನ ಜನರನ್ನು ವಿಸ್ವಾಸಕ್ಕೆ ತೆಗೆದುಕೊಳ್ಳುವಂಥದ್ದು. 'ಎಲ್ಲ ಮಾರವಾಡಿಗಳು ಒಂದೇ ಥರ' ಅಂತ ಮೂರ್ಖ ತೀರ್ಮಾನಕ್ಕೆ ಬರುವಂಥದ್ದು.

ಇದು ಮಾನವತೆಯ ದೌರ್ಬಲ್ಯ. ಹಣೆಪಟ್ಟಿಯಲ್ಲಿ ಕಂಡಾಗ ವ್ಯಕ್ತಿ ತನ್ನಷ್ಟಕ್ಕೆ ತಾನು ಸಣ್ಣವನಾಗುತ್ತಾನೆ. ಹಾಗಾಗಿ ಆತ ತನ್ನನ್ನು ಎಲ್ಲ ಶಕ್ತಿಯೊಂದಿಗೆ ರಕ್ಷಿಸಿಕೊಳ್ಳಲು ಎಳೆಸುತ್ತಾನೆ. ವಿವರಿಸಲಾಗದ ರೀತಿಯಲ್ಲಿ ಮನುಷ್ಯ ಹಣೆಪಟ್ಟಿಯ ನೆರಳಿನಲ್ಲಿ ತೊಡಕನ್ನು ಅನುಭವಿಸುತ್ತಾನೆ.

ನಿಮ್ಮ ಜತೆಗೆ ಆತನಿಗೆ ಸಮಸ್ಯೆ ಇಲ್ಲ. ಆತನಿಗಿರುವ ಸಮಸ್ಯೆ ನಿಮ್ಮ ಕುರ್ಚಿ, ನಿಮ್ಮ ಸ್ಥಾನಮಾನ, ನಿಮ್ಮ ಧರ್ಮ, ಇತ್ಯಾದಿ....

ನಮಗೆ ಹಣೆಪಟ್ಟಿ ಯಾತಕ್ಕೆ? ನಿಮ್ಮ ಸ್ಥಾನಮಾನ ನಿಮ್ಮನ್ನು ಭವ್ಯವಾಗಿಸುತ್ತದೆಯೇ ಅಥವಾ ನಿಮ್ಮಿಂದ ನಿಮ್ಮ ಸ್ಥಾನ ಭವ್ಯವಾಗುತ್ತದೆಯೇ? ಕುರ್ಚಿಗಾಗಿ ನೀವೋ ಅಥವಾ ನಿಮಗಾಗಿ ಕುರ್ಚಿಯೋ? ಹಣೆಪಟ್ಟಿಯಿಂದ ನೀವು ಗುರುತಿಸಲ್ಪಡುವುದಾದರೆ, ಹಣೆಪಟ್ಟಿಯಿಲ್ಲದೆ ನೀವಿಲ್ಲ. ಹಣೆಪಟ್ಟಿಯ ಆಧಾರದ ಮೇಲೆ ಜೀವಿಸುವವನಿಗೆ ಆಳವಾದ ಸಂಬಂಧಗಳಿರುವುದಿಲ್ಲ. ನಿಮ್ಮ ಘನತೆಯ ಮೂಲಕ ಹಣೆಪಟ್ಟಿಗೆ ಮೌಲ್ಯ ನೀಡುವಂತಾದರೆ ನಿಮಗೆ ಹಣೆಪಟ್ಟಿಯ ಅವಶ್ಯಕತೆಯೇ ಇರುವುದಿಲ್ಲ. ಅದುವೇ ನಿಕಟವಾದ ಸಂಬಂಧಕ್ಕೆ ಆರಂಭಿಕ ಸಮಯ.

"ಗುರುಗಳೇ ನನ್ನನ್ನು ನಿಮ್ಮ ಶಿಷ್ಯನನ್ನಾಗಿ ಸ್ವೀಕರಿಸಿ" ಎಂದು ಸಾಧಕ ಬೇಡಿಕೊಂಡ. "ನೀನು ಯಾರು ಎಂಬುದನ್ನು ನನಗೆ ಹೇಳು." ಗುರುಗಳು ಕೇಳಿದರು. "ರಾಮಚಂದ್ರ ರಾವ್." "ಅದು ನಿನ್ನ ಹೆಸರಾಯಿತು. ಅದನ್ನು ಬಿಟ್ಟು ನೀನು ಯಾರೆಂದು ಹೇಳು?" ಗುರುಗಳು ಮತ್ತೆ ಪ್ರಶ್ನಿಸಿದರು. "ನಾನೊಬ್ಬ ವ್ಯಾಪಾರಸ್ಥ." "ಅದು ನಿನ್ನ ಉದ್ಯೋಗವಾಯಿತು. ಅದನ್ನು ಬಿಟ್ಟು ನೀನು ಯಾರೆಂದು ಹೇಳು." "ನಾನೊಬ್ಬ ಪುರುಷ." "ಅದು ನಿನ್ನ ಲಿಂಗವಾಯಿತು. ಅದನ್ನು ಬಿಟ್ಟು ನೀನ್ಯಾರೆಂದು ತಿಳಿಸು." "ಗುರುಗಳೆ, ನಾನು ಇನ್ನು ಹೆಚ್ಚಿಗೆ ಯಾರೆಂದು ಹೇಳಲಿ?." "ಅದು ಒಳ್ಳೆಯದು. ಸಾಧಕನಿಗಿರುವ ಪ್ರಾರಂಭದ ಮೆಟ್ಟಿಲು ಅದುವೆ. ನೀನು ನಿನ್ನ ಎಲ್ಲ ಹಣೆಪಟ್ಟಿಗಳನ್ನು ಬಿಟ್ಟು ಬಿಡುತ್ತ ನೀನೆಷ್ಟು ಶುದ್ಧನಾಗಿ ಬರಲು ಸಾಧ್ಯವೋ ಹಾಗೆ ಬಾ– ಸಾಧಕನ ಮೊದಲ ಹಂತವೇ ಅದು. ನಿನ್ನ ವ್ಯವಹಾರದ ಚೀಟಿ, ಪುರೋಹಿತರಲ್ಲಿ ನಡೆಯುತ್ತದೆ, ಆದರೆ ದೇವರಲ್ಲಿ ಅದಕ್ಕೆ ಬೆಲೆಯೇ ಇಲ್ಲ." ಗುರುಗಳು ಒತ್ತಿ ಹೇಳಿದರು.

ನಿಮ್ಮ ಹಣೆಪಟ್ಟಿಗಳನ್ನು ಕಳಚಿ ಮತ್ತು ಇನ್ನೊಬ್ಬರಿಗೆ ಅದನ್ನು ಕಳಚುವಂತೆ ಪ್ರಚೋದಿಸಿ. ನೀವು ಮಾತ್ರ ಸಾಕು.... ಅದು ಎಷ್ಟೋ ಮಿಗಿಲು. ಶುದ್ಧವಾದ ನೀವು ಮಾತ್ರ– ಎಲ್ಲಕ್ಕೂ ಅದುವೇ ಪ್ರಾರಂಭದ ಹಂತ. ಯಾವಾಗ ನೀವು, ನೀವಷ್ಟೇ, ನಿಮಗೆ ಸಾಕೆನಿಸುತ್ತದೆಯೋ ಅದುವೇ ಸ್ವತಂತ್ರತೆ. ಅದುವೆ ನಿಜವಾದ ಸ್ವಾತಂತ್ರ್ಯ.

• • •

ಒಂದು ಕಬ್ಬಿಣದ ಸಲಾಕೆಗೆ ರೂ.250 ಬೆಲೆ...

ಅದನ್ನು ಒಂದು ಕುದುರೆ ಲಾಳವಾಗಿಸಿದರೆ,
ಅದರ ಬೆಲೆ ರೂ.1000;

ಅದನ್ನು ಸೂಜಿಯಾಗಿ ಪರಿವರ್ತಿಸಿದರೆ
ಅದರ ಬೆಲೆ ರೂ.10,000;

ಅದನ್ನು ಗಡಿಯಾರದ ಸ್ಪ್ರಿಂಗ್ ಆಗಿ ತಯಾರಿದರೆ
ಅದರ ಮೌಲ್ಯ ರೂ.1,00,000.

ನಿಮ್ಮ ಸ್ವಂತ ಮೌಲ್ಯ
ನೀವು ಏನಿದ್ದೀರಿ ಎಂಬುದರಿಂದ
ತೀರ್ಮಾನಿಸಲು ಅಸಾಧ್ಯ,
ಆದರೆ ನೀವು ಏನಿದ್ದೀರಿ ಎಂಬುದನ್ನು
ನೀವಷ್ಟೇ ತೀರ್ಮಾನಿಸಲು ಸಾಧ್ಯ.

• • •

ಹಣದ ನೆನಪಿರುವುದಿಲ್ಲ. ಅನುಭವದ ನೆನಪಿರುತ್ತದೆ.

ನಿಮ್ಮ ವಿದ್ಯಾಭ್ಯಾಸಕ್ಕೆ ಎಷ್ಟು ಖರ್ಚಾಯಿತು ಎಂಬುದು ನಿಮಗೆ ನೆನಪಿರಲಾರದು, ಆದರೆ ನೀವು ಶಾಲಾ ಕಾಲೇಜಿನಲ್ಲಿ ಸವೆಸಿದ ದಿನಗಳನ್ನು ನಿಮ್ಮ ಜೀವನ ಪೂರ್ತಿ ನೆನಪಿಸಿಕೊಂಡು ಆನಂದ ಪಡುತ್ತೀರಿ. ನಿಮ್ಮ ಆಸ್ಪತ್ರೆಯ ಖರ್ಚನ್ನು ಇನ್ನು ಕೆಲವೇ ವರ್ಷಗಳಲ್ಲಿ ಮರೆತು ಬಿಡುತ್ತೀರಿ, ಆದರೆ ನಿಮ್ಮ ತಾಯಿಯ ಜೀವನವನ್ನು ಉಳಿಸಿದ ನೆನಪನ್ನು ಮತ್ತೆ ಮತ್ತೆ ಜ್ಞಾಪಿಸಿಕೊಳ್ಳುವಿರಿ ಅಥವಾ ನಿಮ್ಮ ನವಜಾತ ಶಿಶುವಿನೊಂದಿಗಿನ ಕ್ಷಣಗಳನ್ನು ಜ್ಞಾಪಿಸಿಕೊಳ್ಳುವಿರಿ. ನಿಮ್ಮ ಮಧುಚಂದ್ರಕ್ಕೆ ನೀವು ವ್ಯಯಿಸಿದ ಮೊಬಲಗಿನ ನೆನಪಿರದು,

ಆದರೆ ನೀವು ಜತೆಯಾಗಿ ಕಳೆದ ಅನುಭವಗಳನ್ನು ನಿಮ್ಮ ಕೊನೆಯ ಉಸಿರಿರುವ ತನಕ ಮೆಲುಕು ಹಾಕುತ್ತಿರುತ್ತೀರಿ. ಹಣದ ನೆನಪಿರುವುದಿಲ್ಲ, ಅನುಭವದ ನೆನಪಿರುತ್ತದೆ.

ಒಳ್ಳೆಯ ಸಮಯ ಮತ್ತು ಕೆಟ್ಟ ಸಮಯ, ಶ್ರೀಮಂತಿಕೆಯ ಸಮಯ ಮತ್ತು ಬಡತನದ ಸಮಯ; ಭವಿಷ್ಯ ಸುರಕ್ಷಿತ ಎನಿಸಿದ ಸಮಯ ಮತ್ತು ನಾಳೆ ಹೇಗೆ ಎದುರಿಸಲಿ ಎಂದು ತಿಳಿಯದೆ ಇರುವಂಥ ಸಮಯ... ಬದುಕು ಒಂದಲ್ಲ ಒಂದು ರೀತಿಯಿಂದ ಪ್ರತಿಯೊಬ್ಬರಿಗೂ ಸಂಚಾರಕ್ಕೆ ನಿಲುಕುವ ಒಂದು ಹಾಯಿಹಡಗು. ಎಲ್ಲಾ ಸಮೃದ್ಧಿಗೂ ಮೀರಿ, ಎಲ್ಲಾ ನಷ್ಟಕ್ಕೂ ಮೀರಿ, ಉಳಿಯುವುದೊಂದೇ, ಅದು ಅನುಭವಗಳು. ಸಾಕಷ್ಟು ಇದ್ದಾಗಲೂ ನಿಮಗೆ ನಗಲು ಕಾರಣಗಳಿದ್ದವು. ಇಂದು, ನೀವು ಹಿಂದಕ್ಕೆ ನೋಡಿ ಕೃತಜ್ಞತೆಯ ಕಣ್ಣೀರಿನಿಂದ ಜತೆಯಾಗಿ ನಕ್ಕ ಗಳಿಗೆಗಳನ್ನು ಸ್ಮರಿಸಿಕೊಳ್ಳಿ, ಅಂತೆಯೇ ಹಿಂದಕ್ಕೆ ನೋಡಿ ನೀವು ಒಂಟಿಯಾಗಿ ಅತ್ತು ಕರೆದ ನಿಮಿಷಗಳನ್ನು ಸ್ಮರಿಸಿಕೊಂಡು ನಕ್ಕುಬಿಡಿ. ಒಟ್ಟಿನಲ್ಲಿ, ನಿಮ್ಮದೇ ಇತಿಹಾಸವನ್ನು ರೂಪಿಸಿಕೊಳ್ಳುವುದಕ್ಕೆ ಅನುಭವಗಳು ನಿಮ್ಮ ಬದುಕಿನಲ್ಲಿ ತುಂಬಿಕೊಂಡವು ಮತ್ತು ನೀವು ನಿಮ್ಮಷ್ಟಕ್ಕೆ ಅವನ್ನೆಲ್ಲ ಸ್ಮರಿಸಿಕೊಳ್ಳಲು ಸಾಧ್ಯ.

ಯಾರ ಸಹಾಯವೂ ಇಲ್ಲದೆ ನೀವು ಮೊತ್ತಮೊದಲು ಸೈಕಲ್ ಮೇಲೆ ಸವಾರಿ ಮಾಡಿದ್ದು..... ಎರಡು ವರ್ಷಗಳ ಬಳಿಕ ನಿಮ್ಮ ಪ್ರಸ್ತಾಪಕ್ಕೆ ಆಕೆ 'ಒಪ್ಪಿಗೆ' ಎಂದು ಮೊತ್ತಮೊದಲು ಅಂದಿದ್ದು.... ಮೊತ್ತಮೊದಲ ಅಳು.... ಮೊತ್ತಮೊದಲ ಹೆಜ್ಜೆ... ಮೊತ್ತಮೊದಲ ಮಾತು.... ಮೊತ್ತಮೊದಲ ಚುಂಬನ... ನಿಮ್ಮ ಬಾಲ್ಯದ ಎಲ್ಲವೂ...

ನಿಮ್ಮ ಹೆತ್ತವರಿಗೆ ನೀವು ತಂದ ಮೊತ್ತಮೊದಲ ಬಳುವಳಿ ಮತ್ತು ನಿಮ್ಮ ಮಗಳು ನಿಮಗೆ ನೀಡಿದ ಮೊತ್ತಮೊದಲ ಉಡುಗೊರೆ...

ಮೊತ್ತಮೊದಲ ಪ್ರಶಸ್ತಿ.... ಮೊತ್ತಮೊದಲ ಸಾರ್ವಜನಿಕ ಗೌರವ... ಮೊತ್ತಮೊದಲ ಸಾರ್ವಜನಿಕ ಭಾಷಣ...

ಈ ಪಟ್ಟಿಗೆ ಕೊನೆಮೊದಲಿಲ್ಲ... ಅನುಭವಗಳು, ಕಲಾತೀತ ನೆನಪುಗಳು...

ಯಾವುದೇ ಪದಾರ್ಥಕ್ಕೂ ಹಣದ ಬೆಲೆಯಿದೆ ಎಂಬುದನ್ನು ಅಲ್ಲಗಳೆಯಲಾಗದು. ಆದರೆ ಕೊನೆಗೆ ಪದಾರ್ಥದ ಬೆಲೆ ಮರೆತು ಹೋಗಿರುತ್ತದೆ, ಆದರೆ ಅನುಭವ ಮರೆಯಲಾಗದು.

ಆದ್ದರಿಂದ ಆರ್ಥಿಕ ಹಿಂಜರಿತದಿಂದ ಆಗಬೇಕಾದದ್ದು ಏನು? ಅದಿರಲಿ, ಆದರೆ ನಿಮ್ಮ ಬದುಕಿನ ಗುಣಮಟ್ಟದಲ್ಲಿ ಹಿಂಜರಿತ ಬೇಡ. ನೀವು ಈಗಲಾದರೂ ನಿಮ್ಮ ಹೆತ್ತವರನ್ನು ತೀರ್ಥಯಾತ್ರೆಗೆ ಒಯ್ಯಬಹುದು, ಕನಿಷ್ಠ ಸ್ಥಳೀಯ ದೇವಸ್ಥಾನಕ್ಕಾದರೂ. ನೀವು ನಿಮ್ಮ ಮಕ್ಕಳ ಜತೆಗೆ ಇನ್ನೂ ಆಡಬಹುದು, ಅಂತಾರಾಷ್ಟ್ರೀಯ ಪ್ರವಾಸಕ್ಕಲ್ಲವಾದರೂ, ಸ್ಥಳೀಯ ಉದ್ಯಾನವನದಲ್ಲಿ. ಆರಾಮ ಮಲಗಿಕೊಳ್ಳಲು ಅಥವಾ ನಿಮ್ಮ ಪ್ರೀತಿಯ ಮಗುವನ್ನು ತೊಡೆಯ ಮೇಲೆ ಇರಿಸಿಕೊಳ್ಳಲು ಹಣದ ಅವಶ್ಯಕತೆ ಇಲ್ಲವಲ್ಲ. ಸಿಬ್ಬಂದಿಗಳಿಗೆ ತರಬೇತಿ, ಮುಂದಾಳ್ತನಕ್ಕೆ ತಯಾರಿ ಮತ್ತು ಅವರು ಆಗಮಿಸಿದಾಗ ಅದ್ಭುತ ಕ್ಷಣಗಳನ್ನು ವ್ಯಯಿಸುವುದಕ್ಕೆ ಸನ್ನದ್ಧರಾಗುವುದು. ಹಂ. ನಿಮ್ಮ ಆರೋಗ್ಯದ ವಿಚಾರಗಳು, ಜ್ಞಾನಾಭಿವೃದ್ಧಿ, ಮತ್ತು ಆಧ್ಯಾತ್ಮಿಕ ಬೆಳವಣಿಗೆ– ಯಾವುದೂ ಆರ್ಥಿಕ ಆಧಾರಿತ ಅಲ್ಲವಲ್ಲ.

ಸಮಯ ಕಳೆಯುತ್ತದೆ.... ಆರ್ಥಿಕ ಸುಧಾರಣೆಗಳಾಗುತ್ತವೆ... ಚಲಾವಣೆಯ ನಾಣ್ಯಗಳು ಪ್ರಚಾರಕ್ಕೆ ಮತ್ತೆ ಬರುತ್ತಲಿರುತ್ತವೆ... ಮತ್ತು ಇವೆಲ್ಲವುಗಳಲ್ಲಿ, ನೀವು ಹಿಂದಕ್ಕೆ ನೋಡಬೇಕಿಲ್ಲ ಎಂದು ನಾನು ಎಣಿಸುವೆ ಮತ್ತು ನೀವು ಮಬ್ಬಿನಲ್ಲಿ ಹೊರಳಾಡಿದ್ದೆ ಬಂತು ಹೊರತು ನೀವು ಏನೂ ಮಾಡಿಲ್ಲ ಎಂದು ತಿಳಿಯಬೇಕಿಲ್ಲವೆಂದು ಭಾವಿಸುವೆ. ಆರ್ಥಿಕ ಹಿಂಜರಿತದಲ್ಲಿ ನೀವು ಹಣ ಕಳಕೊಂಡಿರಬಹುದು. ನಿಮ್ಮ ಅನುಭವ ಅದನ್ನು ಕಳಕೊಳ್ಳುವಂತೆ ಮಾಡಿಲ್ಲವಲ್ಲ.... ನೀವು ಏನಿದ್ದೀರಿ ಆ ಬಗ್ಗೆ ನಿಮಗೆ ಸಂತೋಷವಿಲ್ಲದಿದ್ದಲ್ಲಿ, ನಿಮಗೆ ಎಷ್ಟು ಹೆಚ್ಚಿದ್ದರೂ ನೀವು ಸಂತೋಷವಾಗಿರುವುದಿಲ್ಲ.

ನಿಮ್ಮ ಬದುಕನ್ನು ಯಾವ ಬಗೆಯಲ್ಲಿ ಜೀವಿಸುವಿರಿ ಎಂಬುದಕ್ಕೆ ಒಂದು ಹೇಳಿಕೆ ಕೊಡಿ: ನನ್ನಲ್ಲಿ ಎಷ್ಟಿದೆ ಎನ್ನುವುದಕ್ಕೂ, ನಾನು ಏನು ಅನುಭವ ಪಡುತ್ತಿದ್ದೇನೆ ಎಂಬುದಕ್ಕೂ ಯಾವುದೇ ಸಂಬಂಧವಿರುವುದಿಲ್ಲ.

• • •

ಹುಟ್ಟಿದಾಗ, ನಿಮ್ಮ ಬದುಕು ಬಿಳಿಯ
ಹಾಳೆಯಾಗಿತ್ತು.
ನಿಮ್ಮ ಕರ್ತೃತ್ವ ಶಕ್ತಿಯೇ ಬಣ್ಣಗಳು.
ನಿಮ್ಮ ಆಯ್ಕೆಯ ಹಾಳೆಯ ಮೇಲಿನ ಕುಂಚದ
ಹೊಡೆತಗಳು.

ಮರಣ ಕಾಲದಲ್ಲಿ, ಈ ಹಾಳೆ
ಒಂದು ಬೆಲೆಬಾಳುವ ಅನುಪಮ
ಕೃತಿಯಾಗಬಹುದು
ಅಥವಾ ಯಾರ ಗಮನಕ್ಕೂ ಬಾರದ ಗೀಚಿದ
ಹಾಳೆಯಾಗಿರಬಹುದು.

ನಿಮ್ಮ ಬದುಕಿನ ಬಣ್ಣ ಬಳಿಯುವ
ನೀವೊಬ್ಬ ಒಳ್ಳೆಯ ಕಲಾವಿದ
ಎಂಬುದಕ್ಕೆ ಅದು ತೀರ್ಪಿನ ದಿನವಾಗಿರುತ್ತದೆ.

ಮುದ್ದಾಟ ನಿಮ್ಮನ್ನು ದುರ್ಬಲಗೊಳಿಸುತ್ತದೆ. ಪ್ರೀತಿ ನಿಮ್ಮನ್ನು ರೂಪಿಸುತ್ತದೆ.

ಅನಿವಾರ್ಯತೆ 'ಮುದ್ದಾಟ'ಕ್ಕಿಂತ, 'ಪ್ರೀತಿಸುವ ಅನಿವಾರ್ಯತೆ' ಮಹತ್ವದ ಹಂಬಲವೆಂದು ತೋರುತ್ತದೆ. ಇದರಲ್ಲಿ ವ್ಯತ್ಯಾಸವೇನು? ಅನೇಕರಿಗೆ ಪ್ರೀತಿಸುವುದೆಂದರೆ ಅವರು ಹೇಳುವ ಪ್ರತಿಯೊಂದಕ್ಕೂ ಸುಮ್ಮನೆ ಇರಬೇಕು, ಅವರು ಹೇಳುವ ಪ್ರತಿಯೊಂದಕ್ಕೂ 'ಸೈ'ಎನ್ನಬೇಕು, ಯಾವತ್ತೂ ಅವರನ್ನು ದೂರಬಾರದು ಅಥವಾ ವಿಮರ್ಶಿಸಕೂಡದು, ಅವರು ಅವರ ಅನುಕೂಲದ ಪರಿಧಿಯಿಂದ ಹೊರಗಾಗದಂತೆ ನೋಡಿಕೊಳ್ಳಬೇಕು... ಮೂಲಭೂತವಾಗಿ ಅವರನ್ನು ಅವರಷ್ಟಕ್ಕೇ ಬಿಟ್ಟುಬಿಡಬೇಕು ಮತ್ತು ಅವರು ಬದಲಾಗ ಬಯಸುವಂತೆ ಯಾವ ತಾಕೀತೂ ಮಾಡಬಾರದು. ಮುದ್ದಿಸುವುದೆಂದರೆ– ನನಗೆ ಇಷ್ಟವಾದ ರೀತಿಯಿಂದ ಮಾತ್ರ ಪ್ರೀತಿಸು ಎನ್ನುವ ಹಾಗೆ.

ಮುದ್ದಿಸುವ ರೀತಿಯ ಪ್ರೀತಿ ನಿಜವಾದ ಪ್ರೀತಿಯಾಗಲಾರದು. ಪ್ರೀತಿ ಎಂದರೆ ಪ್ರೀತಿಯುದೇ ಆದ ಬೇರೆ ತೆರನಾಗಿರುವುದು. ಮುದ್ದಾಟ ನಿಮ್ಮನ್ನು ದುರ್ಬಲಗೊಳಿಸಿದರೆ, ಪ್ರೀತಿ ನಿಮ್ಮನ್ನು ರೂಪಿಸಬಲ್ಲುದು.

ಯಾರೂ ಪರಿಪೂರ್ಣರಲ್ಲ. ಸುಧಾರಿಸಿಕೊಳ್ಳಲು ಕೊನೆಮೊದಲಿಲ್ಲದ ಅವಕಾಶವಿರುತ್ತದೆ. ನಿಮ್ಮನ್ನು ಪ್ರೀತಿಸುವವರನ್ನು ಬಿಟ್ಟರೆ, ಬೇರೆ ಯಾರಿಗೂ ನೀವು ಸುಧಾರಿಸುತ್ತಿದ್ದೀರ ಇಲ್ಲವೆ ಎಂಬುದರ ಕಾಳಜಿ ಇರುವುದಿಲ್ಲ. ಸಹನೆಯ ಹೆಸರಲ್ಲಿ, ಮುದ್ದಾಟ ನಿಮ್ಮನ್ನು ಅಪರಿಪೂರ್ಣವಾಗಿಸುತ್ತದೆ. ನಿಮ್ಮ ಅಹಂಕಾರವನ್ನು ಘಾತಗೊಳಿಸಿ, ಪ್ರೀತಿ ನಿಮ್ಮನ್ನು ಬೇರೆಯೇ ತೆರನಾಗಿ ರೂಪುಗೊಳ್ಳುವುದಕ್ಕೆ ಸೂಕ್ತ ರಹದಾರಿಯನ್ನು ಒದಗಿಸಬಲ್ಲುದು. ಮುದ್ದಾಟ ನಿಮ್ಮ ಅಹಂಕಾರದ ಮೇಲೆ

ಪ್ರವರ್ತಿಸಿದರೆ, ಪ್ರೀತಿ ನೇರವಾಗಿ ನಿಮ್ಮ ಮೇಲೆಯೇ ಪ್ರವರ್ತಿಸಬಲ್ಲುದು.

ಯಾವಾಗಲೂ ಯಾವನೂ ಸರಿ ಎಂಬುದಿಲ್ಲ. ಅಂಗೀಕಾರದ ನೆವದಲ್ಲಿ, ಮುದ್ದಾಟದಿಂದ ಯಾವುದು ಸರಿ ಅಲ್ಲವೋ ಅದನ್ನು ಸರಿ ಎಂಬುದಾಗಿ ತೋರಿಸುತ್ತದೆ. ಪ್ರೀತಿ ಒಂದು ಕನ್ನಡಿಯ ಹಾಗೆ ವರ್ತಿಸಿ ನಿಮ್ಮನ್ನು ನಿಮ್ಮಂತೆ ಪ್ರತಿಫಲಿಸುತ್ತದೆ– ನಿಮಗೆ ಹೇಗೆ ಕಾಣಬೇಕೋ ಹಾಗಲ್ಲ– ನಿಮ್ಮ ನೈಜತೆಯನ್ನು ತೋರಿಸುತ್ತದೆ. ಮುದ್ದಾಟ ಕೇವಲ ತೋರುವ ಮುಂಭಾಗ, ನಯವಾಗಿ ತೋರುವಂತೆ ಮಾಡುತ್ತದೆ. ಪ್ರೀತಿ ತಪ್ಪು ತಿಳುವಳಿಕೆಗೆ ದಾರಿ ಮಾಡಿಕೊಡುತ್ತದೆಯಾದರೂ, ಅದು ರಚನಾತ್ಮಕ ವಿಮರ್ಶೆಯ ಹಾದಿಯಲ್ಲಿರುತ್ತದೆ.

ಹೆಚ್ಚಿನ ಜನರ ಪ್ರೇರಣೆ ಕೆಳಮಟ್ಟದ್ದಾಗಿರುತ್ತದೆ. ನಿಮ್ಮನ್ನು ಮುಂದಕ್ಕೆ ಒಯ್ಯಲು ಹೊರಗಡೆಯಿಂದ ಯಾರಾದರೂ ಅಥವಾ ಏನಾದರೂ ಬೇಕಾಗುತ್ತದೆ. ಮುದ್ದಾಟ ನಿಮ್ಮನ್ನು ದೋಷಪೂರಿತನಾಗಿ ಕೆಳಮಟ್ಟದ ನಿರ್ವಹಣೆಯ ವಲಯದಲ್ಲೇ ಆರಾಮವಾಗಿ ಇರುವಂತೆ ಬಿಟ್ಟಿರುತ್ತದೆ. ಪ್ರೀತಿ ಗೆಳೆತನವನ್ನು ಕಳಕೊಳ್ಳುವ ಅಪಾಯಕ್ಕೂ ಎಳೆಸಿಬಿಡುತ್ತದೆ. ಕೇಳಿಕೆ ಅಂದರೆ– 'ನಿಮ್ಮನ್ನು ಬದುಕಿಗಾಗಿ ಇನ್ನಷ್ಟು ಅರ್ಪಿಸಿಕೊಳ್ಳಿ'– ಇದು ಪ್ರೀತಿಯ ಉತ್ಕಟವಾದ ಅಭಿವ್ಯಕ್ತಿ. ನಿಮ್ಮನ್ನು ನಿಮ್ಮಂತೆಯೇ ಬಿಟ್ಟುಬಿಡಲು ಸಾಧ್ಯವಿಲ್ಲ. ಬದಲಾವಣೆ ಇಲ್ಲದೆ ಬೆಳವಣಿಗೆ ಅಸಾಧ್ಯ. ಯಾರನ್ನಾದರೂ ಸುಪ್ತಾವಸ್ಥೆಯಿಂದ ಎಬ್ಬಿಸುವಂಥದ್ದು ಶುದ್ಧ ಮನಸ್ಸಿನ ಉತ್ಕಟ ಪ್ರೀತಿ ಮಾತ್ರ.

ಮುದ್ದಾಟ ಕುಡಿತದ ಹಾಗೆ. ಅದು ಸಂತೋಷದಾಯಕ ಒಂದು ಸಂಜೆಯನ್ನು ನೀಡಬಹುದೆ ಹೊರತು, ನಿಮ್ಮನ್ನು ಬದಲಾಯಿಸಲಾರದು. ಪ್ರೀತಿ ಧ್ಯಾನದ ಹಾಗೆ. ಅದರಿಂದ ಏನೂ ಸಂಭವಿಸುತ್ತಿಲ್ಲ ಅಂತ ಅನ್ನಿಸಬಹುದು, ಆದರೆ ನಿಮ್ಮ ಪ್ರತಿಯೊಂದು ಅದರಿಂದ ಬದಲಾಗುತ್ತದೆ. ಪ್ರೀತಿಸಲ್ಪಡುವಂತೆಯೂ ರೂಪಿಸಲ್ಪಡುವಂತೆಯೂ ಹಂಬಲಿಸಿ, ಸ್ಥಗಿತವನ್ನಲ್ಲ.

ನನ್ನ ಪ್ರೀತಿಗೆ ಪಾತ್ರರಾದವರೇ! ನಾನು ನಿಮಗೆ ಹೇಳುವುದಿಷ್ಟೇ, "ನೀವು ಬಯಸುವ ರೂಪದಲ್ಲಿ ನನ್ನ ಪ್ರೀತಿ ನಿಮಗೆ ಬರಲಾರದು. ಏನಿದ್ದರೂ, ನನ್ನ ಪ್ರೀತಿ ಒಂದು ಉದ್ದೇಶದಿಂದಾಗಿರುತ್ತದೆ. ಅದು ನಿಮ್ಮನ್ನು ರೂಪಿಸಬಲ್ಲುದು."

ಅಂಗೀಕಾರ = ಸಕಾರಾತ್ಮಕ ಭಾವನೆ.

ಏನಾದರೂ ಯಾರಾದರೂ ನನಗೆ ಬೇಕಾದ ರೀತಿಯಲ್ಲಿ ಮಾಡುತ್ತಿಲ್ಲವಾದರೆ ಮತ್ತು ಅದನ್ನು ನಾನು ಅಂಗೀಕರಿಸಲು ಒಲ್ಲೆ ಎಂದಾದರೆ ನನಗೆ ಸಿಟ್ಟು ಬರುತ್ತದೆ. ಆದರೆ, ಯಾರಾದರೂ ಏನಾದರೂ ನನಗೆ ಬೇಕಾದ ರೀತಿಯಲ್ಲಿ ಮಾಡುತ್ತಿಲ್ಲವಾದರೂ, ಅದನ್ನು ನಾನು ಅಂಗೀಕರಿಸಲು ಸಿದ್ಧ ಎಂದಾದರೆ, ನಾನು ಸಹಿಸಿಕೊಳ್ಳಬಲ್ಲೆ.

ಯಾರಲ್ಲಾದರೂ ಏನಾದರೂ ನನ್ನಲ್ಲಿ ಇಲ್ಲದ್ದು ಇದ್ದರೆ, ಅಥವಾ ಯಾರಾದರೂ ನನಗೆ ಸಾಧ್ಯವಿಲ್ಲದ ವಿಷಯವನ್ನು ಪರಿಣಾಮಕಾರಿಯಾಗಿ ಸಾಧ್ಯವೆನಿಸಿದರೆ, ಅದನ್ನು ನಾನು ಸ್ವೀಕರಿಸಲು ಸಾಧ್ಯವಾಗದು, ಅಂತೆಯೇ ನನಗೆ ಅಸೂಯೆ ಎನಿಸುತ್ತದೆ. ಅದನ್ನು ನಾನು ಅಂಗೀಕರಿಸಲು ಸಾಧ್ಯವಾದರೆ, ನನಗೆ ಸ್ಫೂರ್ತಿಯುಂಟಾಗುತ್ತದೆ.

ಎಂದಾದರೂ ನಾನು ಅನಿಶ್ಚಿತತೆಯನ್ನು ಎದುರಿಸಿದಾಗ ಮತ್ತು ಅದನ್ನು ಹೇಗೆ ನಿಭಾಯಿಸಬಲ್ಲೆ ಎಂಬುದರಲ್ಲಿ ಅನುಮಾನವುಂಟಾದಾಗ ಅದು ನನಗೆ ಭಯ ಮೂಡಿಸಬಲ್ಲುದು. ಎಂದಾದರೂ ನಾನು ಅನಿಶ್ಚಿತತೆಯನ್ನು ಎದುರಿಸಿವಾಗ, ಅದನ್ನು ಹೇಗೆ ನಿಭಾಯಿಸಬಲ್ಲೆ ಎಂಬುದರಲ್ಲಿ ಅನುಮಾನವಿದ್ದಾಗ್ಯೂ, ನನಗೆ ಅದು ಸ್ವೀಕಾರಾರ್ಹವೆನಿಸಿದರೆ– ನಾನು ಸಾಹಸಿ ಎಂದು ಭಾವಿಸುವೆ.

ನನ್ನ ಭಾವನೆಯನ್ನು ನೋಯಿಸುವಂತೆ ಯಾರಾದರೂ ಏನಾದರೂ ಮಾಡಿದಾಗ ಮತ್ತು ಅದನ್ನು ನಾನು ಸ್ವೀಕರಿಸಲು ಸಾಧ್ಯವಾಗದೆ ಹೋದರೆ, ನನ್ನಲ್ಲಿ ದ್ವೇಷ ಉತ್ಪತ್ತಿಯಾಗುತ್ತದೆ. ನನ್ನ ಭಾವನೆಯನ್ನು ನೋಯಿಸುವಂತೆ ಯಾರಾದರೂ ಏನಾದರೂ ಮಾಡಿದಾಗ ಮತ್ತು ಅದನ್ನು ಸ್ವೀಕರಿಸಲು ನಾನು ಸಿದ್ಧ ಎಂದಾದರೆ, ನಾನು ಅವರನ್ನು ಕ್ಷಮಿಸುವಂತೆ ಮಾಡುತ್ತದೆ.

ಯಾರಾದರೂ ಎಂದಾದರೂ ನನ್ನ ಯೋಚನೆಯಲ್ಲಿ ಬಂದಾಗ ಮತ್ತು ಅವರು ಭೌತಿಕವಾಗಿ ಉಪಸ್ಥಿತರಿರದೇ ಇದ್ದಾಗ, ಅದನ್ನು ನಾನು ಸ್ವೀಕರಿಸಲು ಸಾಧ್ಯವಿಲ್ಲದಾಗ ನಾನು 'ನನ್ನಿಂದ ನೀನು ತಪ್ಪಿ ಹೋಗಿದ್ದೀಯ' ಎನ್ನುತ್ತೇನೆ. ಯಾರಾದರೂ ನನ್ನ ಯೋಚನೆಯಲ್ಲಿ ಬಂದು ಭೌತಿಕವಾಗಿ ಉಪಸ್ಥಿತರಿಲ್ಲದೆಯೂ ನಾನು ಅದನ್ನು ಸ್ವೀಕರಿಸಲು ಸಾಧ್ಯವಾದರೆ, 'ನಾನು ನಿನ್ನ ಬಗ್ಗೆ ಯೋಚಿಸುತ್ತಿದ್ದೇನೆ.' ಎಂದು ನಾನು ಹೇಳುವೆ.

ಎಂದಾಗ, ಭಾವನಾತ್ಮಕ ಸಮೀಕರಣ ಸರಳವಾಗಿದೆ.

ಏನಾದರೂ + ಅಂಗೀಕಾರ = ಸಕಾರಾತ್ಮಕ ಭಾವನೆ.

ಏನಾದರೂ + ಅಂಗೀಕಾರ ರಹಿತ = ನಕಾರಾತ್ಮಕ ಭಾವನೆ.

ಆದ್ದರಿಂದ, ಅದು 'ಯಾವುದೋ' ಅಥವಾ 'ಯಾರೋ' ನನ್ನನ್ನು ಸಕಾರಾತ್ಮಕ ಅಥವಾ ನಕಾರಾತ್ಮಕ ಮಾಡುವುದಲ್ಲ, ಅದು ನನ್ನನ್ನು ಸಕಾರಾತ್ಮಕ ಅಥವಾ ನಕಾರಾತ್ಮಕ ಮಾಡುವ 'ಯಾವುದನ್ನೋ' ಅಥವಾ 'ಯಾರನ್ನೋ' ನಾನು ಸ್ವೀಕರಿಸುವುದು ಅಥವಾ ನಿರಾಕರಿಸುವುದೇ ಆಗಿದೆ. ಅದು ಪ್ರಪಂಚ ಮಾಡುವುದಲ್ಲ, ಬದಲಾಗಿ ಪ್ರಪಂಚಕ್ಕೆ ನಾನು ನೀಡುವ ನನ್ನ ಪ್ರತಿಕ್ರಿಯೆಯ ಗುಣಮಟ್ಟ(ಸ್ವೀಕಾರ ಅಥವಾ ನಿರಾಕರಣೆ), ನನ್ನ ಭಾವನೆಗಳ ಗುಣಧರ್ಮವನ್ನು ನಿಶ್ಚೈಸುತ್ತದೆ.

ಇನ್ನೊಮ್ಮೆ ಯಾವುದಾದರೂ ನಕಾರಾತ್ಮಕ ಭಾವನೆಯಿಂದ ನಾನು ವಿಚಲಿತನಾದರೆ, ಅದು ಯಾರು ಅಥವಾ ಯಾವುದು ನನ್ನನ್ನು ವಿಚಲಿತನನ್ನಾಗಿ ಮಾಡುವುದು ಎಂದು ನಾನು ವಿಚಾರಿಸುವ ಬದಲು, ನಾನು ಯಾರನ್ನು ತಡೆಯುತ್ತಿದ್ದೇನೆ ಎಂಬುದರ ಕುರಿತು ವಿಚಾರಿಸಿಕೊಳ್ಳುತ್ತೇನೆ. ನಾನು ತಡೆಯುವ(ನಿರಾಕರಿಸುವ) ಕ್ರಿಯೆಯ ಜಾಗದಲ್ಲಿ ಸ್ವೀಕರಿಸುವ ಕ್ರಿಯೆಯನ್ನು ಬದಲಾಗಿ ಮಾಡುತ್ತೇನೆ, ಆ ಮೂಲಕ ನಕಾರಾತ್ಮಕ ಭಾವನೆ ಸಕಾರಾತ್ಮಕವಾಗಿ ಬದಲಾಗುತ್ತದೆ.

ಭಾವನಾತ್ಮಕ ನಿರ್ವಹಣೆ ಎಲ್ಲಿ ಶುರುವಾಗುತ್ತದೆ ಅಂದರೆ, ಯಾವುದನ್ನೇ ಅಥವಾ ಯಾರನ್ನೇ ದೂರುವುದನ್ನು ನಿಲ್ಲಿಸಿ, ಅದರ ಜವಾಬ್ದಾರಿಯನ್ನು ಸ್ವತಃ ತೆಗೆದುಕೊಂಡು ಬದುಕಿಗೆ ಸ್ವೀಕಾರದ ಪ್ರತಿಕ್ರಿಯೆ ಕೊಡುವಂತಾಗಬೇಕು.

• • •

ಜ್ಞಾನವನ್ನು ನಿಮಗೆ ನೀಡಿರುವಂಥದ್ದು ಭೂತವನ್ನು ವಿಮರ್ಶಿಸುವುದಕ್ಕಲ್ಲ, ನಿಮ್ಮ ಭವಿಷ್ಯವನ್ನು ಕಟ್ಟುವುದಕ್ಕೆ.

ಬದುಕಿನ ಅಧ್ಯಾಯದಿಂದ ಅಧ್ಯಾಯಕ್ಕೆ ವಿಫಲವಾಗಿ, 19ವರ್ಷ ಸಾಮಾನ್ಯ ಬದುಕನ್ನು ನನ್ನ ಹಿಂದೆ ಬಿಟ್ಟು, ನಾನು ನನ್ನ ಗೆಳೆಯ ವಿಜಯರಾಘವನ್ ಹೇಳುವುದನ್ನು ಆಲಿಸಿದೆ: "ನೀವು ಒಂದು ಸ್ಪ್ರಿಂಗನ್ನು ಎಷ್ಟು ಜೋರಾಗಿ ಒತ್ತುವಿರೋ ನೀವು ಅದನ್ನು ಬಿಟ್ಟಾಗ ಅಷ್ಟೇ ಜೋರಾಗಿ ಹಿಂದಕ್ಕೆ ನೆಗೆಯುತ್ತದೆ. 19ವರ್ಷ ಕಾಲ ವಿಫಲತೆಯಿಂದ ತುಂಬಿ ಸಂದ ಬದುಕಾದರೇನು? ಮುಂದಕ್ಕೆ ನೆಗೆಯುವುದಕ್ಕೆ ತೀರ್ಮಾನಿಸು. ನಿನ್ನ ಹಸ್ತಪ್ರತಿಯನ್ನು ಮತ್ತೆ ತಿದ್ದುವಿಯಂತೆ." ಅದು ನನ್ನ ಮೇಲಿನ ಮೊತ್ತಮೊದಲ ಎಚ್ಚರಿಕೆ, ಆ ಮೇಲೆ ನಾನೆಂದೂ ತಿರುಗಿ ನೋಡಲಿಲ್ಲ..... ಅದು ಅವಶ್ಯವೂ ಇರಲಿಲ್ಲವೆನ್ನಿ. ಪುಣ್ಯಕ್ಕೆ ನಾನು ವಿಜಯರಾಘವನ್‌ಗೆ ಹೀಗೆ ಅಂದಿರಲಿಲ್ಲ, "ನೀನು ಈ ಸಂದೇಶದೊಂದಿಗೆ 5ವರ್ಷಕ್ಕೆ ಮೊದಲು ನನ್ನ ಬದುಕಿನಲ್ಲಿ ಬಂದಿದ್ದರೆ!"

ಸದ್ಯದ ಪರಿಸ್ಥಿತಿಯಲ್ಲಿ ನೀವು ಯಾವ ಕಡೆ ನೋಡುತ್ತಿದ್ದೀರಿ ಎಂಬುದೇ ಮುಖ್ಯ– ಸಂದು ಹೋದುದನ್ನೇ ಅಥವಾ ಭವಿಷ್ಯವನ್ನೇ?

'ನನ್ನ ಇಂಗ್ಲಿಷ್ ಚೆನ್ನಾಗಿಲ್ಲ', ಅಥವಾ 'ನನ್ನ ಇಂಗ್ಲಿಷ್‌ನ್ನು ಉತ್ತಮಗೊಳಿಸಬೇಕೆಂದು ಬಯಸುವೆ'– ಇವೆರಡನ್ನೂ ನಾನು ಬಲ್ಲೆ. ನಿಮ್ಮ ಇಂದಿನ ಮೇಲೆ ಸ್ಥಿರಗೊಳ್ಳಿ,

ನಾಳೆಯ ಕಡೆಗೆ ನೋಡಿ, ನಿನ್ನೆ ಬೇಕಿಲ್ಲ. ಸದ್ಯದ ಪರಿಸ್ಥಿತಿಯಲ್ಲಿ ಹಿಂದಿರುಗಿ ನೋಡಬೇಡಿ, ಮುಂದಕ್ಕೆ ನೋಡಿ. 'ಒಂದು ವೇಳೆ....' ಎಂಬ ಮಾತನ್ನು ಉಪಯೋಗಿಸುವ ಜನರು, ಮೂಲಭೂತವಾಗಿ, ಸದ್ಯದ ಪರಿಸ್ಥಿತಿಯಲ್ಲಿ, ಹಿಂದೆ ನೋಡುತ್ತಿದ್ದಾರೆ ಎಂದು ತಿಳಿಯಿರಿ. ನಿಮ್ಮ ಭವಿಷ್ಯವನ್ನು ರೂಪಿಸುವಂತೆ ನಿಮ್ಮನ್ನು ಎಚ್ಚರಗೊಳಿಸಲಾಗಿದೆ..... ಕಳೆದು ಹೋದುದನ್ನು ಜೀರ್ಣೋದ್ಧಾರ ಮಾಡುವ ನಿರರ್ಥಕ ಪ್ರಯತ್ನ ಬೇಡ.

ಯಾವುದೇ ಜ್ಞಾನ ನಿಮಗೆ ವಿಳಂಬಿತವಾಗಿ ಬರುವುದು ಅಂತ ಇಲ್ಲ... ಅದು ಯಾವಾಗ ಬಂದಿರಬೇಕೋ ಆವಾಗ ಬಂದಿರುತ್ತದೆ.... ನೀವು ಸಿದ್ಧರಾದ ತಕ್ಷಣ. ಕೆಲವು ವರ್ಷಗಳ ಹಿಂದೆ ವಿಜಯರಾಘವನ್ ಅವರ ಅದೇ ಸಂದೇಶ ನನ್ನ ಮೇಲೆ ಯಾವುದೇ ಪರಿಣಾಮ ಬೀರುತ್ತಿರಲಿಲ್ಲ. ಅಸ್ತಿತ್ವದ ಕಾಲವನ್ನು ಎಂದಿಗೂ ಪ್ರಶ್ನಿಸುವುದು ಬೇಡ.

ಮೋಹನ್‌ದಾಸ್ ಕರಮಚಂದ ಗಾಂಧಿ ಮುಂದಕ್ಕೆ ನೋಡಿದಾಗ, ಒಬ್ಬ ಮಹಾತ್ಮಾ ಗಾಂಧಿ ಆಗುತ್ತಾರೆ. ನರೇಂದ್ರ ಮುಂದಕ್ಕೆ ನೋಡಿದಾಗ ಒಬ್ಬ ಸ್ವಾಮಿ ವಿವೇಕಾನಂದ ಆಗುತ್ತಾರೆ. ನಮ್ಮ ಭವಿಷ್ಯ ಭೂತಕ್ಕೆ ಸಮಾನವಲ್ಲ. 'ನಮ್ಮ ಅತ್ಯುತ್ತಮ ಇನ್ನು ಬರಲಿದೆ' ಎನ್ನುವ ಮನವರಿಕೆಯೇ ನಾಳೆಯತ್ತ ನೋಡುವುದಕ್ಕಿರುವ ಬಹುದೊಡ್ಡ ಪ್ರೇರಣೆ. ಜ್ಞಾನದ ಪ್ರತಿ ತುಣುಕಿನಲ್ಲೂ, ಪ್ರತಿ ಮನವರಿಕೆಯಲ್ಲೂ, ಪ್ರತಿಯೊಂದು ಅಗಾಧವಾದ ಎಚ್ಚರಗೊಳ್ಳುವಿಕೆಯಲ್ಲೂ.. ನಾವು ನಮ್ಮ ಬಯಕೆಯ ಭವಿಷ್ಯವನ್ನು ಕಟ್ಟಲು ಮುಂದಾಗೋಣ.

ಜ್ಞಾನ ನಿಮ್ಮ ಹಳೆತನ್ನು ಛೇದಿಸಿ ಪರೀಕ್ಷಿಸುವುದಕ್ಕೆ ಇರುವಂಥದ್ದಲ್ಲ. ಅದು ನಿಮ್ಮ ಭವಿಷ್ಯವನ್ನು ರೂಪಿಸಲು ಇರುವಂಥದ್ದು.

ಮುಂದಕ್ಕೆ ನೋಡಿ.. ನೀವು ಏನಾಗುವಿರೋ ಅದು ಎಂದಿಗೂ ನಿಮಗೆ ತಿಳಿಯಲಾಗದು. ಭವಿಷ್ಯದಲ್ಲಿ ನೀವು ಎಂತಹ ವ್ಯಕ್ತಿಯಾಗುವಿರಿ, ಆತ ನಿಮಗಾಗಿ ಈಗಾಗಲೇ ಕಾಯುತ್ತಿದ್ದಾನೆ ನೋಡಿ. ಹೋಗಿ... ಹೋಗಿ ಮತ್ತು ಆ ನೀವಾಗಲಿರುವ ಅವನನ್ನು ಭೇಟಿ ಮಾಡಿ.

• • •

ಗುಣಮಟ್ಟವೇ ಆ ಅಗೋಚರ ವಿವರ.

ಆ ಹೆಸರಾಂತ ಭಾಷಣಕಾರ ಅಂಥದ್ದೊಂದು ಕೊಳಕಾದ ಕಾರಿನಿಂದ ಇಳಿಯುವುದನ್ನು ಕಂಡು ನನಗೆ ಆಶ್ಚರ್ಯವಾಯಿತು.... ನನ್ನ ಎಡಗೈಯ ಗ್ಲೌಸಿನಿಂದ ಕೂಡಾ ಅದನ್ನು ನಾನು ಮುಟ್ಟಲಾರೆ ಎನ್ನುವಷ್ಟರ ಮಟ್ಟಿಗೆ ಅದು ಕೊಳಕಾಗಿತ್ತು. ಕಾರಿನ ಒಳಗೂ ನಾನು ಸನಿಹದಿಂದ ನೋಡಿದ್ದು, ಅದೊಂದು ಕಸತುಂಬಿದ ಕೊಳಕು ತೋಡಾಗಿತ್ತು.... "ಬದುಕಿನ ಗುಣಮಟ್ಟ" ಎಂಬ ವಿಷಯದ ಕುರಿತು ಭಾಷಣಕಾರ ಮಾತನಾಡುವುದಿತ್ತು.... ಹ್ಞಂ... ಆಧ್ಯಾತ್ಮಿಕ ಸತ್ಸಂಗದಿಂದ ಹೊರಬರುವ ಶಿಷ್ಯವೃಂದ ತಮ್ಮ ಕಣ್ಣಿನ ಕೊಳೆಯನ್ನು ನೀಗಿಸಿಕೊಳ್ಳುವುದನ್ನು ನಾನು ಕಂಡಿದ್ದೇನೆ.... ಜನರು ತಮ್ಮ ಶಾರೀರಿಕ ಶುಚಿತ್ವವನ್ನು ಕಾಪಾಡಿಕೊಳ್ಳಲು ಕಾಳಜಿ ವಹಿಸದವರು ಆತ್ಮವನ್ನು ಶುಚಿಮಾಡಲು ಹಂಬಲಿಸಿದರೆ ಹೇಗೆ?....ಎಂತಹ ತಿಳಿಗೇಡಿತನ! ಅವರು ಸ್ನಾನವನ್ನು ಮಾಡುವುದಿಲ್ಲ, ಆದರೆ ಅವರು ತಮ್ಮ ಗುರುವಿನ ಅನುಗ್ರಹದಲ್ಲಿ ಮೈತೋಯಿಸಿಕೊಳ್ಳಲು ಬಯಸುತ್ತಾರೆ. ಮಾರಾಟ ಪ್ರತಿನಿಧಿಗಳು ಮುಖಕ್ಷೌರ ಮಾಡಿಕೊಳ್ಳದೆ, ಮೆರುಗಿಲ್ಲದ ಷೂ, ಕೆಟ್ಟದಾಗಿ ತೊಟ್ಟ ಟೈಗಳೊಂದಿಗೆ, ಕೂಗಿ ಹೇಳುವುದಿದೆ– 'ಜಾಗತಿಕ ನೆಲೆಯಲ್ಲಿನ ಗುಣಮಟ್ಟದ' ತಯಾರಿಕೆ ಮತ್ತು

ಸೇವೆಗಳು ಅಂತ.

ಗುಣಮಟ್ಟ ಒಳಗಿನಿಂದ ಶುರುವಾಗಿ ಹೊರಗೆ ಕಾರ್ಯನಿರ್ವಹಿಸುತ್ತದೆ ಎಂಬುದಾಗಿ ನಾವು ತಿಳಿಯಬೇಕು. ನಾವು ಕೊಡುವ ಗುಣಮಟ್ಟ, ನಮ್ಮಲ್ಲಿ ಏನು ಗುಣಮಟ್ಟ ಇದೆಯೋ ಅದನ್ನು ಅವಲಂಬಿಸಿದೆ; ನಮ್ಮಲ್ಲಿನ ಗುಣಮಟ್ಟ, ನಾವು ಯಾವ ಗುಣಮಟ್ಟದ ಮೇಲೆ ಕಾರ್ಯ ನಿರ್ವಹಿಸುತ್ತೇವೆ ಅದನ್ನು ಅವಲಂಬಿಸಿದೆ; ನಾವು ಕಾರ್ಯ ನಿರ್ವಹಿಸುವ ಗುಣಮಟ್ಟ, ನಾವು ಯಾವ ಗುಣಮಟ್ಟದಲ್ಲಿದ್ದೇವೆ ಎಂಬುದರ ಮೇಲಿದೆ.

ಗುಣಮಟ್ಟದ ಪ್ರಜ್ಞೆ, ಹೊರಗಿನವರು ನಿಮ್ಮಿಂದ ಏನನ್ನು ಅಪೇಕ್ಷಿಸುತ್ತಾರೆ ಎಂಬುದಕ್ಕಿಂತ ಹೆಚ್ಚಾಗಿ, ಅದು ನಿಮ್ಮಿಂದ ಏನನ್ನು ಅಪೇಕ್ಷಿಸುತ್ತದೆ ಎಂಬುದರ ಮೇಲಿದೆ. ನಿಮ್ಮ ಮೇಲೆ ಉತ್ಕಟ ಮಾನದಂಡವನ್ನು ಹೇರುತ್ತದೆ ಹೊರತು ಪ್ರಪಂಚದ ಮೇಲಲ್ಲ. ಗುಣಮಟ್ಟದ ಪ್ರಜ್ಞೆ ಎಂದರೆ, ಎಲ್ಲವೂ ಸುಧಾರಿಸಲು ಸಾಧ್ಯ ಮತ್ತು ಸುಧಾರಿಸಲೇ ಬೇಕು ಎಂಬ ನಂಬಿಕೆ. ಗುಣಮಟ್ಟ ಅಂದರೆ ನಿಮ್ಮ ಕಾಲುಚೀಲದಲ್ಲಿನ ತೂತಲ್ಲ.... ಬಾಗಿಲ ಕಿರ್ರೆಂಬ ಸದ್ದಲ್ಲ...ಮನೆಯಲ್ಲಿ ಒಂದೇ ಸಮಯ ತೋರಿಸುವ ಎಲ್ಲ ಗಡಿಯಾರಗಳಲ್ಲ... ಹರಿದು ಹೋದ ಛತ್ತಿನ ಹೊದಿಕೆ ಅಲ್ಲ, ಕೊಳಕಾದ ಫ್ಯಾನ್ ಅಲ್ಲ, ಗೋಡೆಯ ಮೇಲಿನ ಜೇಡರ ಬಲೆಯಲ್ಲ, ಸೋರುತ್ತಿರುವ ನೀರ ನಳಿಗೆಯಲ್ಲ... ಐದು ಸಲ ಬಾರಿಸುವುದರ ಒಳಗೆ ದೂರವಾಣಿಯನ್ನು ಎತ್ತಿಕೊಳ್ಳುವುದಲ್ಲ... ಪೈಂಟ್ ಎದ್ದು ಬರುವ ಭಿತ್ತಿಗಳಲ್ಲ... ಸಿಬ್ಬಂದಿಗಳು ಉಪಯೋಗಿಸುವ ವಾಶ್‌ರೂಂಗಳಲ್ಲಿ ನೆಲದ ಮೇಲೆ ಮಲಗಿಕೊಳ್ಳುವಂಥ ಸ್ವಚ್ಛತೆಯಲ್ಲ... ಬಾಗಿಲ ಕೊಂಡಿಗಳು ಸರಿಯಾಗಿ ಕೆಲಸ ಮಾಡುವಂಥದ್ದಲ್ಲ...

ಗುಣಮಟ್ಟ ಒಮ್ಮೊಮ್ಮೆ ಮಾತ್ರ ಗಮನಕ್ಕೆ ಬರುವಂಥದ್ದು, ಗುಣಮಟ್ಟ ಇಲ್ಲದೇ ಹೋದಲ್ಲಿ ಗಮನಕ್ಕೆ ಬಂದೇ ಬರುತ್ತದೆ. ಬೇರೆ ಯಾರೂ ಗಮನಿಸದಂಥ ವಿಸ್ತೃತವಾದ ಉತ್ಕೃಷ್ಟತೆ.... ಒಂದು ಹೂವು ಹೂವೇ, ಪರಿಮಳ ಇರಲಿ ಇಲ್ಲದಿರಲಿ; ಆದರೆ ಪರಿಮಳವಿದ್ದಾಗ ತೋರುವ ವ್ಯತ್ಯಾಸವೇ ಬೇರೆ. ಗುಣಮಟ್ಟವೆಂದರೆ ಆ ಅಗೋಚರ ವಿವರ... ಅದರ ಪ್ರಸ್ತುತಿಯಿಂದಾಗುವ ವ್ಯತ್ಯಾಸ.

• • •

ಪ್ರತಿಯೊಬ್ಬರಿಗೂ ಪ್ರತಿಯೊಂದಕ್ಕೂ ಒಂದು ವಿವರಣೆ ಇರುತ್ತದೆ ಮತ್ತು ಪ್ರತಿಯೊಬ್ಬರಿಗೂ ಅವರದೇ ಅಂತಿಮ ತೀರ್ಮಾನ.

ಆಕೆಗೆ ನಾನು ತಪ್ಪು ಎಂದು ಮನದಟ್ಟಾಗಿದೆ. ಗೆಳತಿಯಾದರೂ ಯಾಕೆ ಹಾಗೆ ಯೋಚಿಸಿದ್ದು ಎಂಬುದಕ್ಕೆ ಆಕೆಗೆ ಸೂಕ್ತ ಸ್ಪಷ್ಟೀಕರಣವಿದೆ. ನಾನು ಮಾಡಿದ್ದನ್ನು ಯಾಕೆ ಹಾಗೆ ಮಾಡಿದೆ ಎಂಬುದಾಗಿ ಆಕೆಗೆ ವಿಶದೀಕರಿಸಿದೆ. ನನ್ನಲ್ಲಿ ಯಾಕೆ ತಪ್ಪಿಲ್ಲ ಎಂಬುದಕ್ಕೆ ನನಗೊಂದು ಸಮಜಾಯಿಕೆ ಇತ್ತು. ನಾನು ವಾದಿಸಿದ ಅಂಶವನ್ನು ನನ್ನ ಸಮಜಾಯಿಕೆ ಎತ್ತಿ ಹಿಡಿಯಲಿಲ್ಲ ಎಂದು ಅವಳು ಯೋಚಿಸುವುದಕ್ಕೆ ವಿವರಣೆ ಒದಗಿಸಿದಳು. ನಾನು ಸರಿಯಲ್ಲ ಎಂಬುದನ್ನು ಮತ್ತೂ ಅವಳು ವಿಶದೀಕರಿಸಿದಳು. ನನ್ನ ಸ್ಪಷ್ಟೀಕರಣವನ್ನು ಅವಳು ಸರಿಯಾದ ಅರ್ಥದಲ್ಲಿ ಸ್ವೀಕರಿಸಲಿಲ್ಲವೆಂದು ನಾನು ಅವಳಿಗೆ ವಿವರಿಸಿದೆ. ನಾನು ಸರಿ ಎಂಬುದನ್ನು ಮತ್ತೂ ಅವಳಿಗೆ ಸಮಜಾಯಿಸಿದೆ.... ನಾನು ತಪ್ಪು ಎಂಬುದಾಗಿ ಸಾಧಿಸುವಲ್ಲಿ ಅವಳೂ ಮತ್ತು ನಾನು ಸರಿ ಎಂಬುದಾಗಿ ಸಾಧಿಸುವಲ್ಲಿ ನಾನೂ, ನಾವಿಬ್ಬರೂ ನಮ್ಮ ನಮ್ಮ ದೃಷ್ಟಿಕೋನ ಸರಿಯಾಗಿದೆ ಎಂದು ಸಾಧಿಸಲು ಹೆಣಗಿದ್ದೇವೆ.

ಆತ ನನ್ನನ್ನು ವಿಮರ್ಶಿಸುತ್ತ ಒಂದು ಇ–ಮೈಲ್ ಕಳುಹಿಸುತ್ತಾನೆ ಮತ್ತು ನಾನು ಆತನ ಆಪಾದನೆಯನ್ನು ತಳ್ಳಿಹಾಕುತ್ತ ಉತ್ತರಿಸುತ್ತೇನೆ..... ತನ್ನ ನಿಲುವನ್ನು ಸಮರ್ಥಿಸಿಕೊಳ್ಳಲು ಆತ ಉತ್ತರಿಸುತ್ತಾನೆ ಮತ್ತು ನಾನು ಅದನ್ನು ಒಪ್ಪಲಾರೆ ಎಂದು ನನ್ನ ಸ್ಪಷ್ಟೀಕರಣ ನೀಡುತ್ತೇನೆ....

ಎರಡು ವಿಷಯಗಳಲ್ಲಿ ನಾನೊಂದು ತೀರ್ಮಾನಕ್ಕೆ ಬಂದಿದ್ದೇನೆ... ಪ್ರತಿಯೊಂದಕ್ಕೂ ಪ್ರತಿಯೊಬ್ಬರಿಗೂ ಒಂದು ವಿವರಣೆ ಇದ್ದೇ ಇರುತ್ತದೆ ಮತ್ತು ಹೆಚ್ಚು ಮುಖ್ಯವಾಗಿ, ಪ್ರತಿಯೊಬ್ಬರಿಗೂ ಅವರದ್ದೇ ಅಂತಿಮ ತೀರ್ಮಾನ.

ಮಹಾತ್ಮಾ ಗಾಂಧಿಯವರನ್ನು ಕೊಲೆಮಾಡಿದ್ದಕ್ಕೆ ನಾಥೂರಾಮ್ ಗೋಡ್ಸೆಗೆ ಒಂದು ವಿವರಣೆ ಇದೆ. ವರ್ಲ್ಡ್ ಟ್ರೇಡ್ ಸೆಂಟರ್‌ನ ಮೇಲೆ ಆತಂಕವಾದಿ ಧಾಳಿಗೆ ಒಸಾಮಾ ಬಿನ್ ಲಾಡನ್‌ಗೆ ಅವನದೇ ಆದ ಸ್ಪಷ್ಟೀಕರಣವಿದೆ. ತೆರೆಯ ಮೇಲೆ ಧೂಮಪಾನ ಮಾಡುವುದಕ್ಕೆ ನಟರಿಗೆ ಅವರದೇ ಆದ ಸಮಜಾಯಿಕೆ ಇದೆ. ಸಾಂಬಾರಿಗೆ ಉಪ್ಪು ಸೇರಿಸಲು ಮರೆತಿರುವುದಕ್ಕೆ ನನ್ನ ಪತ್ನಿಗೆ ಒಂದು ವಿವರಣೆ ಇದೆ ಮತ್ತು ನನ್ನ ಸಿಟ್ಟು ಸೂಕ್ತವಾದದ್ದೇ ಎಂಬುದಕ್ಕೆ ನನ್ನಲ್ಲಿ ಒಂದು ವಿವರಣೆ ಇದೆ.

ಪ್ರತಿಯೊಬ್ಬರಿಗೂ ಒಂದು ವಿವರಣೆ ಇದ್ದೇ ಇದೆ ಮತ್ತು ಪ್ರತಿಯೊಬ್ಬರೂ ತಮ್ಮದೇ ಅಂತಿಮ ಎಂದು ಭಾವಿಸುತ್ತಾರೆ. ಪ್ರತಿಯೊಂದಕ್ಕೂ ನಾನು ನೀಡುವ ವಿವರಣೆಯ ಕುರಿತು ನನಗೇ ನಿಜವಾಗಿಯೂ ಮನವರಿಕೆಯಾಗಿದ್ದು, ನನ್ನದೇ ಅಂತಿಮ ತೀರ್ಮಾನ ಆಗಬೇಕು ಎಂಬುದಕ್ಕೆ ನಾನು ಪ್ರಯತ್ನಿಸುತ್ತಿದ್ದುದರ ಕುರಿತು ನನಗೇ ತುಸು ಮುಜುಗರವಿದೆ. ಬದುಕಿನ ಎಲ್ಲ ಮಹತ್ವಹೀನ ವಿಷಯಗಳಲ್ಲಿ ನಾನು ಮನಃಪೂರ್ವಕವಾಗಿ ಇನ್ನೊಬ್ಬರಿಗೇ ಅಂತಿಮ ತೀರ್ಮಾನಕ್ಕೆ ಬಿಟ್ಟು ನಾನು ನನ್ನಷ್ಟಕ್ಕೇ ನನ್ನ ಸಮಯ, ಶಕ್ತಿ, ತ್ರಾಣ ಮತ್ತು ಅವಕಾಶವನ್ನು ಉಳಿಸಿಕೊಳ್ಳಬೇಕೆಂದು ಹೇಳಿಕೊಂಡಿದ್ದೇನೆ. ಸ್ಪಷ್ಟೀಕರಣ ನೀಡುವುದನ್ನು ಮೊಟಕು ಮಾಡುವುದರಲ್ಲಿ ಮತ್ತು ಇನ್ನೊಬ್ಬರು 'ಅಂತಿಮ ತೀರ್ಮಾನ' ಕೊಡುವುದರಲ್ಲಿ ನಮಗೆ ಅಪಾರ ಬಿಡುಗಡೆಯ ಅನುಭವವಾಗುತ್ತದೆ ಎಂದುಕೊಂಡಿದ್ದೇನೆ.... ಏನಿದ್ದರೂ ಇವೆಲ್ಲ ಮಹತ್ವಹೀನ ವಿಷಯಗಳಿಗಷ್ಟೇ ಸೀಮಿತ. ಸುದೈವದಿಂದ, 90 ಶೇಕಡಾದಷ್ಟು ವಿಷಯಗಳು ಮಹತ್ವದ್ದಾಗಿರುವುದಿಲ್ಲ.

ಈ ವಿಷಯದಲ್ಲಿ ನಿಮ್ಮದೇನಾದರೂ ಅಭಿಪ್ರಾಯ ವ್ಯತ್ಯಾಸವಿದೆಯೇ? ಅದಕ್ಕೆ ನೀವು ಬಾಧ್ಯರಿದ್ದೀರಿ. ನನಗೆ ಏನೂ ಹೇಳುವುದಕ್ಕಿಲ್ಲ. ನಿಮ್ಮದೇ ಅಂತಿಮ ತೀರ್ಮಾನ.

‘ಹತ್ತು ನಿಮಿಷ ಮುಂಚೆ’ ಅಂದರೆ ನಾನು ಹತ್ತು ವರ್ಷ ಹೆಚ್ಚು ಬದುಕಬಹುದು.

ವಿಮಾನ ನಿಲ್ದಾಣವನ್ನು ಎರಡು ರೀತಿಯಲ್ಲಿ ತಲುಪಬಹುದು. ನೀವು ನಿಯಮಿತವಾಗಿ ವಿಮಾನದಲ್ಲಿ ಪ್ರಯಾಣಿಸುತ್ತಿರುವಿರಾದರೆ, ಹೆಚ್ಚಿನ ಸಾಮಾನ್ಯ ವರ್ಗಕ್ಕೆ ನೀವು ಸೇರಿರುತ್ತೀರಿ ಎನ್ನೋಣ. ವಾಹನ ದಟ್ಟಣೆಯ ಒತ್ತಡಕ್ಕೆ ಬಲಿಯಾಗಿ, ಚಾಲಕನಿಗೆ ಸ್ವಲ್ಪ ಹೆಚ್ಚು ವೇಗದಿಂದ ವಾಹನ ಓಡಿಸುವಂತೆ ಹೇಳುತ್ತ, ಸಿಗ್ನೆಲ್‌ಗಳನ್ನು ಅನಾಮತ್ತಾಗಿ ದಾಟುತ್ತ, ಮತ್ತೆ ಮತ್ತೆ ಗಡಿಯಾರವನ್ನು ನೋಡಿಕೊಳ್ಳುತ್ತ, ವಿಮಾನ ನಿಲ್ದಾಣದತ್ತ ಧಾವಿಸುವುದು. ಸಾಮಾನು ಸರಂಜಾಮಿನ ತಪಾಸಣಾ ಸರದಿಯಿಂದ ತೊಡಗಿ, ಭದ್ರತಾ ತಪಾಸಣೆಯ ಸರದಿಯವರೆಗೆ, ಸರದಿಯನ್ನು ತಪ್ಪಿಸಿಕೊಳ್ಳುತ್ತ, ಪ್ರತಿಯೊಬ್ಬರಿಗೂ ತಾನು ಸ್ವಲ್ಪ ವಿಳಂಬವಾಗಿದ್ದೇನೆ ಎನ್ನುತ್ತ... ನಡೆಯುವುದರ ಬದಲು ದಾಪುಗಾಲು ಹಾಕುತ್ತ, ಜಾಗಿಂಗ್ ಮಾಡುವಂತೆ... ಬಿಗಿದ ಒತ್ತಡದ ಮುಖ, ಪ್ರತಿ ಸಹಾಯಕನಿಗೂ ಮಂದಹಾಸ ಬೀರಲು ಯತ್ನಿಸುತ್ತ, ನಿಮ್ಮದೇ ಒಂದು ಪರಿಸ್ಥಿತಿಯನ್ನು ಸೃಷ್ಟಿಸಿಕೊಂಡು... ಕೊನೆಗೂ...

ಎರಡನೇ ವಿಧಾನವೆಂದರೆ ವಿಮಾನ ನಿಲ್ದಾಣಕ್ಕೆ 10ನಿಮಿಷ ಮುಂಚಿತವಾಗಿ ಹೊರಡುವುದು.

ಪ್ರತಿ ಮನೆಯಲ್ಲೂ ಬೆಳಗ್ಗಿನ ಹೊತ್ತನ್ನು ಎರಡು ವಿಧದಲ್ಲಿ ಪ್ರಾರಂಭಿಸುತ್ತಾರೆ. ಮೊದಲ ರೀತಿಯಲ್ಲಿ ಮೂರನೇ ಮಹಾಯುದ್ಧದ ನಕಲು. ಪ್ರತಿಯೊಬ್ಬರೂ ಓಡುತ್ತಿರುತ್ತಾರೆ... ಪ್ರತಿಯೋರ್ವ ತನ್ನ ಕೆಲಸವನ್ನು ಮತ್ತೊಬ್ಬನಿಗೆ ಒಪ್ಪಿಸುತ್ತಾನೆ...

ಫೋನ್ ಬಾರಿಸಿಕೊಂಡರೆ, ಇನ್ನೊಬ್ಬ ಎತ್ತಿಕೊಳ್ಳುತ್ತಾನೆ ಎಂದು ಪ್ರತಿಯೋರ್ವ ಭಾವಿಸುತ್ತಾನೆ. ಬಾಗಿಲಲ್ಲಿ ಯಾರೋ ಕಾಯುತ್ತಿದ್ದಾರೆ ಮತ್ತು ಪ್ರತಿಯೊಬ್ಬ ತನಗೆ ಕರೆಗಂಟೆ ಕೇಳಿಸಿಯೇ ಇಲ್ಲವೆಂಬಂತೆ ನಟಿಸುತ್ತಾನೆ. ಸ್ಕೂಲ್ ಬಸ್ ರಸ್ತೆಯ ತಿರುವಿನಲ್ಲಿ ಅದಾಗಲೇ ತಿರುಗಿ ನಿಂತು ಕಾಯುತ್ತಿರುತ್ತದೆ...ಲಂಚ್ ಬಾಕ್ಸ್ ಎಲ್ಲಿದೆ?... ಇಲ್ಲಿದೆ, ವಾಟರ್ ಬಾಟಲ್ ತಗೋ, ಸ್ಕೂಲ್ ಬ್ಯಾಗ್ ಸರಿಯಾಗಿ ಮುಚ್ಚಿಲ್ಲ, ಬಸ್ಸಲ್ಲಿ ಕುಳಿತುಕೋ ಮತ್ತು ಷೂ ಲೇಸನ್ನು ಬಸ್ಸಲ್ಲೇ ಕಟ್ಟಿಕೋ... ಇದು ರಾಕೆಟ್ ಉಡಾಯಿಸಲು ಕ್ಷಣಗಣನೆ ಮಾಡಿದ ಹಾಗೆ... 10...9....8...ಹ್ಣೂಂ.....

ಇನ್ನೊಂದು ವಿಧಾನವೆಂದರೆ 10 ನಿಮಿಷ ಮೊದಲು ಏಳುವುದು.

ಎಲ್ಲಾ ವ್ಯಸನಗಳಲ್ಲಿ ಗಡಿಬಿಡಿ ಅತ್ಯಂತ ಅಪಾಯಕಾರೀ ವ್ಯಸನ. ಸಾಮಾನ್ಯವಾಗಿ ನಾವು ತೆಗೆದುಕೊಳ್ಳಬಾರದ ತೀರ್ಮಾನಗಳನ್ನು ಅದು ತೆಗೆದುಕೊಳ್ಳುವಂತೆ ಒತ್ತಾಯಿಸುತ್ತದೆ. ನಾವು ನಡೆದುಕೊಳ್ಳಬಾರದ ರೀತಿಯಲ್ಲಿ ನಡೆಯುವಂತೆ ಬಲವಂತ ಪಡಿಸುತ್ತದೆ. ನಾವು ಸರಿಯಾಗಿದ್ದೇವೆ ಮತ್ತು ಸನ್ನಿವೇಶ ತಪ್ಪಾಗಿ ಒದಗಿಬಂದಿದೆ ಎಂದು ಅದು ನಮ್ಮನ್ನು ಮೋಸ ಮಾಡುತ್ತದೆ. ನಕಲಿ ಕೆಲಸ ಮತ್ತು ತುಚ್ಛ ನಿರ್ಣಯಗಳನ್ನು ತೆಗೆದುಕೊಳ್ಳುವುದಕ್ಕೆ ಗಡಿಬಿಡಿ ಒಂದು ಪಲಾಯನ ವಾದವಾಗಿರುತ್ತದೆ. ನಾವು ಮಾಡುವ ಪ್ರತಿಯೊಂದು ಕಾರ್ಯವನ್ನು ಸರಿ ಎನ್ನುವುದನ್ನು ಸಮರ್ಥಿಸುವುದಕ್ಕೆ ಅದು ಒಂದು ವಾತಾವರಣವನ್ನು ಸೃಷ್ಟಿಸುತ್ತದೆ. 'ಕ್ಯೂ'ನಿಂದ ನೆಗೆಯುವುದಕ್ಕೂ, ಮೂರ್ಖನಂತೆ ವಿಮಾನವನ್ನು ಹಿಡಿಯಲು ಓಡುವಂತೆ ಮಾಡುತ್ತದೆ.

ಕಷ್ಟದ ನಿರ್ಣಯಗಳು ಸಾಮಾನ್ಯವಾಗಿ ಉತ್ತಮ ನಿರ್ಣಯಗಳಾಗಿರುತ್ತವೆ. '10 ನಿಮಿಷ ಮುಂಚೆ' ಅಂದಾಗ ಪ್ರಾರಂಭದಲ್ಲಿ ಅದೊಂದು ಮೂರ್ಖ ನಿರ್ಣಯವೆಂದು ನಿಮಗೆ ಅನಿಸಬಹುದು. ಆದರೆ, ಇಂದಿನ ದಿನಗಳಲ್ಲಿ ನರರೋಗಕ್ಕೆ ಅದೊಂದು ದಿವ್ಯೌಷಧಿಯೇ ಸರಿ. 'ಹತ್ತು ನಿಮಿಷ ಮುಂಚಿತವಾಗಿ', ವಿಷಮ ಸ್ಥಿತಿಯೊಂದಿಗೆ ನಿಮ್ಮ ಮುಖಾಮುಖಿಯನ್ನು ತಪ್ಪಿಸಬಹುದು.

'10 ನಿಮಿಷ ಮುಂಚಿತವಾಗಿ" ನನ್ನ ಹೃದಯ 10ಸಲ ಬಡಿಯುವುದನ್ನು ಕಡಿಮೆ ಮಾಡಬಹುದು... ಆ ಮೂಲಕ ನಾನು 10ವರ್ಷ ಹೆಚ್ಚು ಬದುಕಬಲ್ಲೆ.

• • •

ನೀವೆಲ್ಲಿದ್ದೀರಿ ಮತ್ತು ನೀವು ಎಲ್ಲಿರುತ್ತೀರಿ ಎಂಬುದರ ನಡುವಿನ ಅಂತರವೇ ಕನಸುಗಳು.

ಒಂದು ಐತಿಹಾಸಿಕ ಭಾಷಣವನ್ನು ನೀಡುತ್ತ, ಮಾರ್ಟಿನ್ ಲೂಥರ್ ಕಿಂಗ್ ಜೂನಿಯರ್ ಹೇಳಿದರು, "ಈ ದೇಶ ಒಂದು ದಿನ ಎಚ್ಚರಗೊಳ್ಳುತ್ತದೆ ಮತ್ತು ಅದರ ಜನಾಂಗ ನಿಜವಾದ ಅರ್ಥದಲ್ಲಿ ಜೀವಿಸುತ್ತದೆ ಎಂಬ ಕನಸೊಂದು ನನಗಿದೆ. 'ಈ ಸತ್ಯವನ್ನು ನಮ್ಮ ಆತ್ಮಸಾಕ್ಷಿಗಾಗಿ ಎತ್ತಿಹಿಡಿಯುತ್ತೇವೆ, ನಾವೆಲ್ಲ ಸಮಾನರಾಗಿ ಸೃಷ್ಟಿಸಲ್ಪಟ್ಟಿದ್ದೇವೆ.' ಜಾರ್ಗಿಯಾದ ಕೆಂಪು ಗುಡ್ಡಗಳಲ್ಲಿ ಹಿಂದಿನ ಗುಲಾಮನ ಮಕ್ಕಳು ಮತ್ತು ಹಿಂದಿನ ಗುಲಾಮರ ಒಡೆಯರ ಮಕ್ಕಳು, ಭ್ರಾತೃತ್ವದ ಒಂದೇ ಮೇಜಿನಲ್ಲಿ ಜತೆಯಾಗಿ ಕುಳಿತು

ಕೊಳ್ಳುವರು ಎಂಬ ಕನಸೊಂದು ನನಗಿದೆ. ನನ್ನ ನಾಲ್ಕು ಪುಟ್ಟ ಮಕ್ಕಳು ಅವರ ಬಣ್ಣವನ್ನು ಪರಿಗಣಿಸದೆ, ಅವರ ಚಾರಿತ್ರ್ಯದ ಸತ್ವವನ್ನು ಪರಿಗಣಿಸಿ ಈ ದೇಶದಲ್ಲಿ ಒಂದು ದಿನ ಬಾಳುತ್ತಾರೆ ಎಂಬ ಕನಸೊಂದು ನನಗಿದೆ. ಈ ದಿನ ನನಗೊಂದು ಕನಸಿದೆ! ಈ ನಂಬಿಕೆಯಿಂದ ನಾವೆಲ್ಲ ಜತೆಯಾಗಿ ದುಡಿಯಬಹುದು, ಜತೆಯಾಗಿ ಪ್ರಾರ್ಥಿಸಬಹುದು, ಜತೆಯಾಗಿ ಹೋರಾಡಬಹುದು, ಜತೆಯಾಗಿ ಸೆರೆಮನೆಗೆ ಹೋಗಬಹುದು, ಜತೆಯಾಗಿ ಸ್ವಾತಂತ್ರ್ಯಕ್ಕಾಗಿ ಎದ್ದು ನಿಲ್ಲಬಹುದು, ನಾವೆಲ್ಲ ಒಂದು ದಿನ ಸ್ವತಂತ್ರರಾಗುತ್ತೇವೆ ಎಂಬ ತಿಳುವಳಿಕೆಯಿಂದ. ಅಮೆರಿಕಾ ಮಹಾ ದೇಶವೆಂದಾದರೆ, ಇದು ಸತ್ಯದ ಮಾತು." ನಾಲ್ಕು ದಶಕಗಳ ಬಳಿಕ ಅಮೆರಿಕಾ ದೇಶ ಬರಾಕ್ ಒಬಾಮಾರನ್ನು ದೇಶದ ಅಧ್ಯಕ್ಷನಾಗಿ ಚುನಾಯಿಸಿ ಇತಿಹಾಸ ನಿರ್ಮಿಸಿತು....

ಇದರ ಮಹತ್ವಪೂರ್ಣ ಅಂಶವೆಂದರೆ, ಈ ಕನಸು ಸಾಮಾಜಿಕ ಪ್ರಜ್ಞೆಯಲ್ಲಿ ಬಿತ್ತಲಾದುದು, ಉತ್ತಮ ಸಮಯದಲ್ಲಾಗಿರದೆ, ತೀರಾ ಕೆಟ್ಟ ಸಮಯದಲ್ಲಾಗಿತ್ತು, ಆವಾಗ ಕಪ್ಪು ಜನರಿಗೆ ಮತದಾನ ಮಾಡುವ ಹಕ್ಕು ಕೂಡಾ ಇರಲಿಲ್ಲ.

ಧೀರೂಭಾಯಿ ಅಂಬಾನಿ ಒಂದು ಡಿಜಿಟಲ್ ಇಂಡಿಯಾದ ಕನಸು ಕಂಡರು, ಆ ಮೂಲಕ, ಸಾಮಾನ್ಯ ಜನರು ಅನುಕೂಲಕರ ಮಾಧ್ಯಮದ ಮೂಲಕ ಮಾಹಿತಿ ಮತ್ತು ಸಂಪರ್ಕವನ್ನು ಪಡೆಯಲು ಸಾಧ್ಯವಾಯಿತು. ಅದರಿಂದ ಅನಕ್ಷರತೆ ಮತ್ತು ಸಂಚಾರದ ಕೊರತೆಯನ್ನು ನೀಗಿಸಲು ಸಾಧ್ಯವಾಯಿತು. ಭಾರತದಲ್ಲಿ ಇದೊಂದು ವಾಸ್ತವವಾಗಿ ಪರಿಣಮಿಸಿತು. ಹೆಚ್ಚು ಮಹತ್ವದ ಸಂಗತಿ ಅಂದರೆ, ಈ ಕನಸಿನ ಬೀಜವನ್ನು 1999ರಲ್ಲಿ ರಿಲಯನ್ಸ್ ಇಂಟೆಲಿಜೆಂನ್ಸಿಯಾದ ಮನಸ್ಸಿನಲ್ಲಿ ಬಿತ್ತಲಾಯಿತು. ಆ ಸಮಯದಲ್ಲಿ ಮೂಲ ಸಂಪರ್ಕ ಚಾನೆಲ್ ಇನ್ನೂ ವಿಸ್ಮಯದ ವಿಷಯಗಳಾಗಿದ್ದವು. ಪ್ರತಿಯೊಂದು ಉತ್ಪಾದನೆ, ಸೇವೆ ಮತ್ತು ವಸ್ತುಗಳು ಹೆಚ್ಚು ಹೆಚ್ಚು ದುಬಾರಿಯಾಗಿರುವಾಗ, ರತನ್ ಟಾಟಾ ಒಂದು ಲಕ್ಷ ರೂಪಾಯಿ ಬೆಲೆಯ ಕಾರಿನ ಕನಸು ಕಂಡರು. ಆ ಮೂಲಕ 'ನ್ಯಾನೋ' ಅವರ ಕನಸಿನ ಸಾಕಾರ ರೂಪ ಕಂಡಿತು.

ಮೂರು ಶತಮಾನಗಳ ಕಾಲ ವಿದೇಶೀಯರ ಕೈಗಳಲ್ಲಿ ಸೇರಿಕೊಂಡು ಗುಲಾಮಗಿರಿಗೆ ಎರವಾಗಿದ್ದ ದೇಶವನ್ನು ಸ್ವತಂತ್ರ ಭಾರತವೆಂಬ ಕನಸನ್ನು ಮಹಾತ್ಮಾ ಗಾಂಧಿ ಕಂಡರು. ಭಾರತ ಜಾಗತಿಕ ಮಟ್ಟದ ವಿಮಾನಗಳನ್ನು ನಿರ್ಮಾಣ ಮಾಡುವಷ್ಟೂ ಶಕ್ತವಾಗಿರದ ಸಮಯದಲ್ಲಿ, 'ಭಾರತದ ಕ್ಷಿಪಣಿ ಮನುಷ್ಯ' ಎಂದೇ ಪ್ರಖ್ಯಾತರಾದ ಎಪಿಜೆ ಅಬ್ದುಲ್ ಕಲಾಮ್, ಕನಸು ಕಂಡದ್ದು– "ಭಾರತದ 3000 ವರ್ಷಗಳ ಇತಿಹಾಸದಲ್ಲಿ, 600ವರ್ಷಗಳನ್ನು ಹೊರತುಪಡಿಸಿದರೆ, ಮಿಕ್ಕೆಲ್ಲ ಸಮಯ ದೇಶ ವಿದೇಶೀಯರ ಆಳ್ವಿಕೆಯಲ್ಲಿತ್ತು. ಅಭಿವೃದ್ಧಿ ನಮಗೆ ಬೇಕಿದ್ದಲ್ಲಿ, ದೇಶ ಶಾಂತಿಯನ್ನು ಕಾಪಾಡಬೇಕು ಮತ್ತು ಶಾಂತಿ ಬೇಕಿದ್ದಲ್ಲಿ ಶಕ್ತಿ ಬೇಕಾಗುತ್ತದೆ." ದೇಶದ ಶಕ್ತಿಯನ್ನು ವೃದ್ಧಿಸುವುದಕ್ಕೆ ಕ್ಷಿಪಣಿಗಳ ನಿರ್ಮಾಣವಾದವು. ಭಾರತ 'ಅಂತರಿಕ್ಷ'ದಲ್ಲೂ, 'ಚಂದ್ರ'ನ ಮೇಲೂ ನಿಲ್ಲಿಸಲ್ಪಟ್ಟಿತು.

ನಮಗೆಲ್ಲರಿಗೂ ತಿಳಿದಿರುವಂತೆ ನಾವು ಕನಸು ಕಾಣಬೇಕು. ಮಹತ್ವದ ಅಂಶವೆಂದರೆ, ಈ ಮಹಾನ್ ಕನಸುಗಾರರೆಲ್ಲ ಕನಸುಗಳನ್ನು ಕಟ್ಟಿದ್ದು, ಅನುಕೂಲಕರ ಸಮಯದಲ್ಲಾಗಿರಲಿಲ್ಲ. ಅದು ಅತ್ಯಂತ ಕಠಿಣತಮ ಸಮಯವಾಗಿದ್ದಿತು. ಅತ್ಯಂತ ಕಷ್ಟದ ಸಮಯದಲ್ಲಾಗಿತ್ತು. ಸಮಗ್ರ ಸಾಮಾಜಿಕ ಪ್ರಜ್ಞೆ ಆಶಾದಾಯಕವಾಗಿರದಿದ್ದ ಸಮಯದಲ್ಲಾಗಿತ್ತು. ಹಾಗಿದ್ದರೂ, ಅವರು ಕನಸುಕಂಡರು, ಬರೀ ಕನಸುಗಳ ಶಕ್ತಿಯ ಮೇಲೆ, ಸಂಸ್ಥೆಗಳು, ದೇಶಗಳು ಮತ್ತು ಸಮಸ್ತ ಮಾನವ ಜನಾಂಗ ಎದ್ದು ನಿಲ್ಲುವಂತಾಯಿತು.

ಕಷ್ಟದ ಸಮಯವನ್ನು ನೀವು ಎದುರಿಸಬಹುದು. ಕಠಿಣತಮ ಕಾಲವನ್ನು ನೀವು ಸಂಧಿಸಬಹುದು. ಆದರೆ ನೀವು ಕನಸು ಕಾಣಬೇಕು. ನೀವೆಲ್ಲಿದ್ದೀರಿ ಮತ್ತು ನೀವೆಲ್ಲಿರಬೇಕು ಎಂಬುದರ ನಡುವಿನ ಅಂತರವೇ ಕನಸುಗಳು. "ನನಗೆ ಸಾಧ್ಯವೇ?" ಎಂಬುದು ಯಾವತ್ತೂ ಪ್ರಶ್ನೆಯಲ್ಲ. ಮಹಾನ್ ವ್ಯಕ್ತಿಗಳ ಕನಸುಗಳು ಎಂದಿಗೂ ಪೂರೈಸಲಾಗುವುದು. ಮನುಷ್ಯನ ಮನಸ್ಸು ಏನನ್ನು ಕಲ್ಪಿಸಬಲ್ಲುದೋ, ಏನನ್ನು ನಂಬಬಲ್ಲುದೋ, ಅದನ್ನು ಸಾಧಿಸಬಲ್ಲುದು. ಯಾವುದನ್ನೇ ಸಾಧಿಸಲು ಸಾಧ್ಯವಾಗದ ಕಲ್ಪನೆಯನ್ನು ದೇವರು ನಿಮ್ಮಲ್ಲಿ ಹುಟ್ಟುಹಾಕಲಾರ. ಒಬ್ಬ ಕನಸುಗಾರನಿಗೆ ಕೇವಲ ಒಂದು ಪ್ರಶ್ನೆ ಅಂದರೆ, "ನಾನು ಯಾವತ್ತು ಸಾಧಿಸಬಲ್ಲೆ?"

• • •

ನೀರಿನಿಂದ ಸಾಧ್ಯವಾದದ್ದು, ಗ್ಯಾಸೋಲಿನ್‌ನಿಂದ
ಸಾಧ್ಯವಿಲ್ಲ, ತಾಮ್ರದಿಂದ ಸಾಧ್ಯವಾದದ್ದು,
ಬಂಗಾರದಿಂದ ಸಾಧ್ಯವಿಲ್ಲ.

ಇರುವೆಯ ನಾಜೂಕುತನ ಅದು
ಸಂಚರಿಸುವುದಕ್ಕೆ ಸಹಕಾರಿ.
ಮರದ ಗಡಸುತನ ಅದು ಬೇರಿನೊಂದಿಗೆ
ಸ್ಥಿರವಾಗಿರುವುದಕ್ಕೆ ಸಹಕಾರಿ.

ಪ್ರತಿಯೊಂದು ಮತ್ತು ಪ್ರತಿಯೊಬ್ಬರೂ
ವಿಶೇಷವಾದ ಉದ್ದೇಶದ ಸಾಧನೆಗಾಗಿ
ಹಾಗೆ ಸೃಷ್ಟಿಸಲ್ಪಟ್ಟಿರುತ್ತಾರೆ.

ನನ್ನಲ್ಲಿ ದೌರ್ಬಲ್ಯಗಳ ಪಾಲು ಇದ್ದಾಗ್ಯೂ ನಾನು
ಇತರರಿಗಿಂತ ಹೇಗೆ ಭಿನ್ನವಾಗಿರದೆ ಇರಲುಸಾಧ್ಯ?
ಇತರರ ಶಕ್ತಿ ನನಗೆ ವೇದ್ಯವೆನಿಸಿದರೂ, ನಾನು
ಇತರರಂತೆ ಆಗಲು ಯಾಕೆ ಹೋರಾಡಬೇಕು?

ನಾನು ಇಲ್ಲಿರುವುದು ನಾನಾಗಿಯೇ ಇರುವುದಕ್ಕೆ.

•••

ಸ್ಥಿರತೆ ಮತ್ತು ಕೊನೆಯಿಲ್ಲದ ಸ್ವಯಂ ಸುಧಾರಣೆಗೆ ಒಂದೇ ದಾರಿ.

ಬರೆಯುವ ವಿಷಯಕ್ಕೆ ಬಂದರೆ, ಶಾಲೆಯಲ್ಲಿ ನಾನು ಕಾಂಪೋಸಿಷನ್ ಅಥವಾ ಪ್ರಬಂಧಗಳನ್ನು ಅಷ್ಟೇನೂ ನುರಿತವನಾಗಿ ಬರೆಯುತ್ತಿರಲಿಲ್ಲ. ಆದರೆ ವಾಗ್ಮಿಯಾಗಿ, ಎಷ್ಟೇ ಕ್ಲಿಷ್ಟಕರ ವಿಷಯದ ಕುರಿತು ಸರಳ ರೂಪದಲ್ಲಿ ಭಾಷಣ ಮಾಡುವ ಅಸಾಮಾನ್ಯ ಪ್ರತಿಭೆ ನನ್ನಲ್ಲಿತ್ತು. ಬದುಕಿನ ಕ್ಲಿಷ್ಟವಾದ ಸತ್ಯಗಳನ್ನು ನಾನು ಕಲ್ಪಿಸಿಕೊಂಡು ಅದನ್ನು ಎಲ್ಲರಿಗೂ ಅರ್ಥವಾಗುವ ರೀತಿಯ ಭಾಷೆಯಲ್ಲಿ ಹೇಳಲು ಶಕ್ತನಾಗಿದ್ದೆ. ಮೂಲಭೂತವಾಗಿ ನನಗೆ ಬದುಕಿನಲ್ಲಿ ಅಡಕವಾದ ಮೌಲ್ಯಗಳ ಅರಿವಿದ್ದಿತು. ಹಾಗಾಗಿ ನಾನು ಸಣ್ಣ ಸಣ್ಣ ಲೇಖನಗಳನ್ನು ಬರೆಯಲು

ತೀರ್ಮಾನಿಸಿದೆ. ಆದರೆ ನನ್ನ ಬರವಣಿಗೆಯನ್ನು ಯಾರು ತಾನೆ ಪ್ರಕಟಿಸುತ್ತಾರೆ? ಆದ್ದರಿಂದ ನಾನು ಒಂದು ಪತ್ರಿಕೆಯನ್ನು ಹೊರಡಿಸಲು ತೀರ್ಮಾನಿಸಿದೆ. ಫ್ರೋಜ಼ನ್ ಥಾಟ್ಸ್ ಆ ಮೂಲಕ ಅಸ್ತಿತ್ವಕ್ಕೆ ಬಂತು.

2000ನೇ ಇಸವಿಯಲ್ಲಿ ಪ್ರಥಮ ಬಾರಿಗೆ ನಾನು ಫ್ರೋಜ಼ನ್ ಥಾಟ್ಸ್‌ನಲ್ಲಿ ಬರೆದಾಗ, ನನಗೇ ನನ್ನ ಲೇಖನ ಇಷ್ಟವಾಗಲಿಲ್ಲವೆಂದು ಒಪ್ಪಿಕೊಳ್ಳುತ್ತೇನೆ. ನನ್ನ ಇಂಗ್ಲಿಷ್ ವ್ಯಾಕರಣ ತಕ್ಕ ಮಟ್ಟಿಗೆ ಇರಲಿಲ್ಲವೆಂದು ನಾನು ಬೇಗನೆ ಮನವರಿಕೆ ಮಾಡಿಕೊಂಡೆ. ಒಬ್ಬ ಓದುಗ ಫ್ರೋಜ಼ನ್ ಥಾಟ್ಸ್‌ನ ಪ್ರಥಮ ಸಂಚಿಕೆಯನ್ನು ನನ್ನತ್ತ ಎಸೆದು ಕಿರುಚಿದ, "ಅಸಹ್ಯ ಮತ್ತು ಸಂಕೀರ್ಣ ವಾಕ್ಯ ರಚನೆಗಳು, ವಿಚಿತ್ರ ಭಾಷೆ, ಭೀಕರ ವ್ಯಾಕರಣ, ಅಗ್ಗದ ಹಾಸ್ಯ, ಕಡುಬಣ್ಣದ ವಿನ್ಯಾಸ ಮತ್ತು ನೂರಾರು ಕಾಗುಣಿತ ತಪ್ಪುಗಳು... ಈ ಪತ್ರಿಕೆ ಯಾವುದಕ್ಕೂ ಬೇಡ." ಹೀಗೆ ಉಂಟಾದ ಗಾಯ ನನಗೊಂದು ಪ್ರೇರಣೆಯ ಸ್ರೋತವಾಯಿತು. ನೀವೊಂದು ಖಡ್ಗವನ್ನು ನನ್ನತ್ತ ಎಸೆದರೆ, ನಾನು ಅದನ್ನು ಅದರ ಅಲಗಿನಿಂದ ಹಿಡಿಯುವ ಬದಲು ಅದರ ಹಿಡಿಯ ಮೂಲಕ ಹಿಡಿದುಕೊಳ್ಳುವೆ. ಈಗ ಆ ಖಡ್ಗ ನನ್ನ ಆಯುಧಗಳಲ್ಲಿ ಒಂದು ಹೆಚ್ಚುವರಿ ಸಾಧನವಾಗುತ್ತದೆ. ಒಂದು ಪರಿಸ್ಥಿತಿ ನಿಮಗೊಂದು ಅವಕಾಶವಾಗಬೇಕಾದರೆ, ನಿಮ್ಮಲ್ಲಿರುವ ಸಂಪನ್ಮೂಲ ನೀವು ಎದುರಿಸುವ ಪರಿಸ್ಥಿತಿಯನ್ನು ಮೀರಿಸಿರಬೇಕು. ಹಾಗೆ ನನಗೊಂದು ಅವಕಾಶ ಎದುರಾಯಿತು. ನಿಮ್ಮನ್ನು ಹಾದುಹೋಗುವ ಎಲ್ಲಾ ಅವಕಾಶಗಳ ಸಂಧಿಸ್ಥಾನವೇ ಅದೃಷ್ಟ ಮತ್ತು ಅದನ್ನು ಸೆಳೆದುಕೊಳ್ಳುವ ಚುರುಕುತನ ನಿಮ್ಮಲ್ಲಿರಬೇಕು. ನನ್ನ ಅದೃಷ್ಟವನ್ನು ಪರೀಕ್ಷಿಸಲು ಸನ್ನದ್ಧನಾದೆ. ಈ ಸಮಸ್ಯೆಗಳನ್ನೆಲ್ಲ ತೊಡೆದುಹಾಕಲು ನಾನೊಂದು ಬಳಗವನ್ನು ಕಲೆಹಾಕಿದೆ. ನಿಮ್ಮ ಸುತ್ತಮುತ್ತಲಿನವರು ಚತುರರಾಗಿರುವಂತೆ ಮಾಡಿಕೊಂಡರೆ, ನೀವು ಅಷ್ಟೇನೂ ಜಾಣರಾಗಿರಬೇಕಾದ ಅವಶ್ಯಕತೆ ಇರುವುದಿಲ್ಲ. ಅಂತಹ ಚತುರ ಬಳಗವನ್ನು ಕಲೆಹಾಕಿದೆ. ಮಂದಿ ಯಾವುದೇ ವಿಷಯದಲ್ಲಿ ಮುಂದುವರಿಯುವಂತೆ ಮಾಡಬೇಕಾದರೆ, ನಿಮಗೆ ಆ ವಿಷಯದ ಪ್ರಾಥಮಿಕ ಜ್ಞಾನ ಇರಬೇಕಾಗುತ್ತದೆ. ಹಾಗಾಗಿ ನಾನು ನನ್ನ ಲೇಖನ ವ್ಯವಸಾಯದ ದುಡಿಮೆಗೆ ತೊಡಗಿದೆ, ವ್ಯಾಕರಣದ ಮೂಲಭೂತಗಳನ್ನು ಕಲಿಯುವುದಕ್ಕೆ ಶುರುಮಾಡಿ,

ವಿನ್ಯಾಸ ಹಾಗೂ ತಾಂತ್ರಿಕತೆಯ ಬಗೆಗೆ ಹೆಚ್ಚಿನ ಅಭ್ಯಾಸಕ್ಕೆ ತೊಡಗಿದೆ- ಜವಾಬ್ದಾರಿಯನ್ನು ವಹಿಸಿಕೊಳ್ಳುವುದಕ್ಕೆ ಏನೇನು ಬೇಕೋ ಅವೆಲ್ಲವನ್ನೂ ಕರಗತಮಾಡಿಕೊಳ್ಳತೊಡಗಿದೆ.

ಒಂದು ಪತ್ರಿಕೆಯನ್ನು ಸಂಪಾದಿಸುವುದು, ಪ್ರಕಟಿಸುವುದು ಮತ್ತು ವಿತರಿಸುವುದು ಬಹಳ ಗೊಂದಲದ ವಿಷಯವೆಂದು ನಾನು ಹೇಳಲಾರೆ, ಆದರೆ ನನಗೆ ಅದು ಗೊಂದಲವಾಗಿ ಪರಿಣಮಿಸಿದ್ದು ಯಾಕೆಂದರೆ, ಜವಾಬ್ದಾರಿ ಹಂಚಿಕೊಳ್ಳಲು ಸಾಕಷ್ಟು ಬೇಡಿಕೆ ಇಲ್ಲದೆ ಇದ್ದುದರಿಂದ. ಒಂದು ಪರಿಸ್ಥಿತಿ ಯಾವಾಗ ಪಂಥಾಹ್ವಾನವಾಗುತ್ತದೆ ಅಂದರೆ, ನೀವು ಎದುರಿಸುವ ಸನ್ನಿವೇಶ ನಿಮ್ಮ ಸಂಪನ್ಮೂಲಕ್ಕಿಂತ ಅಗಾಧವಾಗಿದ್ದಲ್ಲಿ. ನನ್ನ ಪಂಥಾಹ್ವಾನದ ಸ್ಥಿತಿ ಹಾಗಿತ್ತು. ನಾನು ವಹಿಸಿಕೊಂಡ ಜವಾಬ್ದಾರಿಗೆ ನಾನು ಅರ್ಹನಾಗಿರಲಿಲ್ಲ. ಹಾಗಾಗಿ ನಾನು ಸ್ಥಿರತೆಯನ್ನೂ ಕೊನೆಮೊದಲಿಲ್ಲದಂತೆ ಸ್ವ-ಸುಧಾರಣೆಯನ್ನೂ ಸಾಧಿಸಲು ಪಣತೊಟ್ಟೆ. ನಾವು ಏನನ್ನು ಶ್ರೇಷ್ಠವಾಗಿಸಬೇಕೆಂದು ಎಣಿಸಿದೆವೋ ಅವೆಲ್ಲ ಶ್ರೇಷ್ಠವಾದವು.

ಗತಿಶೀಲವಲ್ಲದ ಜವಾಬ್ದಾರಿ ಅಂತ ಇರುವುದಿಲ್ಲ. ಅವು ಚಾಲನೆಯಲ್ಲಿರುತ್ತವೆ. ಆದ್ದರಿಂದ, ನಿಮ್ಮ ವೈಯಕ್ತಿಕ ಬೆಳವಣಿಗೆಯನ್ನು ಅದಕ್ಕೆ ಅನುಗುಣವಾಗಿ ಸಮೀಕರಿಸಬೇಕು. ಸಂಪಾದಕನೆಂಬುದು ನನಗೆ ನೀಡಿದ ಕಿರೀಟವಲ್ಲ, ನಾನು ಕೈಗೊಂಡ ಜವಾಬ್ದಾರಿ. ಈವೊತ್ತು ಫ್ರೋಜ಼ನ್ ಥಾಟ್ಸ್ ಪ್ರಪಂಚದ 65 ದೇಶಗಳಲ್ಲಿ ಮತ್ತು ಭಾರತದ 450ತಾಣಗಳಲ್ಲಿ ಓದುಗರನ್ನು ಹೊಂದಿದೆ. ಇಂದು ನೆಮ್ಮದಿಯ ವಿಷಯವೆಂದರೆ, ಫ್ರೋಜ಼ನ್ ಥಾಟ್ಸ್‌ನ ಪ್ರತಿಗಳನ್ನು ಯಾರೂ ಎಸೆಯಲಾರರು. ನೀವು ನಿಮ್ಮ ಕೈಯ್ಯಲ್ಲಿ ಹಿಡಿದಿರುವ ಈ 'ಅಂಚೆಗೆ ಹೋಗದ ಪತ್ರ' ಪುಸ್ತಕ ಫ್ರೋಜ಼ನ್ ಥಾಟ್ಸ್‌ನ ಉದರದಿಂದ ಹುಟ್ಟಿದ್ದು ಎಂದು ಹೇಳಲು ಹೆಮ್ಮೆ ಎನಿಸುತ್ತದೆ.

ಇಂದಿನ ಪಂಥಾಹ್ವಾನವೆಂದರೆ, ಓರ್ವ ವ್ಯಕ್ತಿ ತನ್ನ ವ್ಯಕ್ತಿತ್ವವನ್ನು, ತನಗಿಂತಲೂ ಹೆಚ್ಚು ವೇಗವಾಗಿ ಬೆಳೆಸಬೇಕು. ತನ್ನ ವ್ಯಕ್ತಿತ್ವದ ಬೆಳವಣಿಗೆಗೆ ಅನುಗುಣವಾಗಿ ಆತ ತನ್ನ ಕಾರ್ಯಕ್ಷಮತೆ ಹಾಗೂ ಅದರ ಪರಿಣಾಮವನ್ನು ಹೊಂದಿಸಿಕೊಳ್ಳಬೇಕಾಗುತ್ತದೆ. ಇದಕ್ಕೆ ಸ್ಥಿರತೆ ಮತ್ತು ನಿರಂತರ ಸ್ವಯಂ ಸುಧಾರಣೆಯೇ ದಾರಿ.

• • •

ಯಾರೂ ಎಲ್ಲಾ ಸಮಯದಲ್ಲೂ
ಯಶಸ್ವಿಯಾಗುವುದಿಲ್ಲ.
ಯಾರಿಗೂ ಸೋಲೇ ಸದಾ ಕಾಲ
ವಿಧಿಸಿರುವುದಿಲ್ಲ.

ಸೋಲು ತಡವಾಗಿ ಬಂದಾಗ ಗೆಲುವು ಮತ್ತು
ಗೆಲುವು ತಡವಾದಾಗ ಸೋಲು. ಸೋಲೇ
ಅಂತಿಮವಲ್ಲ ಅಥವಾ ಗೆಲುವೇ ಸ್ಥಿರವಾದುದಲ್ಲ.

ಇಂದಿನ ಗೆಲುವು ಮತ್ತು ಇಂದಿನ ಸೋಲು
ಬದುಕಿನ ದೀರ್ಘ ಪಯಣದಲ್ಲಿ ಇನ್ನೊಂದು
ಹೆಜ್ಜೆ ಅಷ್ಟೆ. ಬದುಕು ಒಂದು ಆಟ.
ನೀವು ಈ ಆಟವನ್ನು ದೀರ್ಘವಾಗಿ ಆಡಿದರೆ
ಅದನ್ನು ಗಳಿಸುವಿರಿ.

ಮಧ್ಯದಲ್ಲಿ ಆಟವನ್ನು ಬಿಡಬೇಡಿ. ದೀರ್ಘವಾಗಿ
ಆಡಿ. ಕಾಲಕ್ರಮದಲ್ಲಿ ನೀವು ಗುರಿಯ
ಗೆರೆಯನ್ನು ದಾಟುವಿರಿ.

ನಾನು ಕೊನೆಯ ಸಲ ಹೊಸತು ಮಾಡಿದ್ದು ಯಾವತ್ತು?

ಜನರಲ್ಲಿ ಹೆಚ್ಚಿನವರಿಗೆ, ಬದುಕು ಒಂದು ಪುನರಾವರ್ತನೆಯ ಕಸರತ್ತು. ಒಂದೇ ಸಮಯಕ್ಕೆ ಎದ್ದಿರುವುದು ಎದ್ದಮೇಲೆ ಕೆಲವು ನಿಮಿಷಗಳವರೆಗೆ ಹಾಸಿಗೆಯಲ್ಲಿ ಹೊರಳಾಡುವುದು, ಅದೇ ರೀತಿ ಹಲ್ಲುಜ್ಜುವುದು, ಅದೇ ಕಾಫಿಯನ್ನು ಗುಟುಕರಿಸುವುದು, ಅದೇ ವೃತ್ತಪತ್ರಿಕೆಯನ್ನು ಓದುವುದು, ನಿಗದಿತ ವೇಳೆಗೆ ಸ್ನಾನ, ಗಡಿಬಿಡಿಯ ಬೆಳಗ್ಗಿನ ಉಪಾಹಾರ ಸೇವನೆ, ಕೆಲಸಕ್ಕೆ ಹೋಗುವ ದಾರಿಯಲ್ಲಿ ಜನರ ಅದೇ ದಟ್ಟಣೆ, ಅದೇ ಕಚೇರಿ, ಅದೇ ದುಡಿಮೆ, ಹಾಳುಹರಟೆಯ ಜೊತೆಗೆ ಮಧ್ಯಾಹ್ನದ ಭೋಜನ, ಅದೇ ದಾರಿಯಿಂದ ಮರಳಿ ಮನೆಗೆ, ಅವೇ ಮೆಗಾ ಧಾರಾವಾಹಿಗಳು, ಅದೇ ಚರ್ಚೆಗಳು, ನಿರ್ಬಂಧಿತ ರಾತ್ರಿಯ ಊಟ, ಅದೇ ಹಾಸಿಗೆ, ನಿದ್ದೆಗೆ ಶರಣುಹೋಗಿ ಮತ್ತೆ ಇನ್ನೊಂದು ದಿನದ ಬೆಳಗ್ಗಿನ ಎಚ್ಚರ ಮತ್ತು ಅವೇ ಕಸರತ್ತುಗಳು.

ಬದುಕು ಪ್ರಾಪಂಚಿಕವಾಗ ಬೇಕಿಲ್ಲ. ಬದುಕನ್ನು ನಿರುತ್ಸಾಹದಿಂದ ತುಂಬಬಾರದು. ವರ್ಷಂಪ್ರತಿಯ ಅನುಭವಗಳು 'ಎನ್' ಸಲ ಪುನರಾವರ್ತಿಸಬಾರದು. ಬದುಕು ಒಂದು ಒತ್ತಡ ಪೂರ್ಣ ಲೇಖನವಾಗಬಾರದು, ಬದುಕು ಆಜೀವ ಸೆರೆಮನೆವಾಸವಲ್ಲ... ಈಗಿರುವುದಕ್ಕಿಂತ ಬದುಕು ಹೆಚ್ಚಿನದಿದೆ.

ಪ್ರತಿ ವರ್ಷ ಒಂದು ಹೊಸ ನೈಪುಣ್ಯವನ್ನು ಸಾಧಿಸಿ, ಪ್ರಸ್ತುತ ಬದುಕು ಹೇಗಾಗುತ್ತದೆ ಎಂದು ನೋಡಿ. ಓರ್ವ ಚಟುವಟಿಕೆಯಿಂದ ತುಂಬಿದ ವಿದ್ಯಾರ್ಥಿಯನ್ನು ಶಾಲೆಗೆ ಸೇರಿಸದೆ ಸುಮ್ಮನೆ ಬಿಟ್ಟಿರುವ ಸ್ಥಿತಿ ನಿಮ್ಮ ಬದುಕಿನಲ್ಲಿ ಬರುವುದು ಬೇಡ. ಅದು ಸಂಗೀತ ಪಾಠವಿರಬಹುದು, ಸಂಗೀತ ವಾದ್ಯಗಳ ಕಲಿಕೆ ಇರಬಹುದು, ನೃತ್ಯ

ಪಾಠಗಳು ಇರಬಹುದು, ಮುಂದುವರಿದ ವ್ಯಾಕರಣ, ಸೃಜನಾತ್ಮಕ ಬರವಣಿಗೆ, ಸಾರ್ವಜನಿಕ ಭಾಷಣ, ಪಾಕಪಾಠಗಳು, ಚಿತ್ರಕಲೆ, ಕೈಬರಹ, ಹೊಸ ಕಲಾ ವಿನ್ಯಾಸಗಳು, ವಾಹನ ಚಾಲನೆ, ಈಜುವುದು, ಒಂದು ಹೊಸ ಕ್ರೀಡೆ, ತಾಂತ್ರಿಕ ಶಿಕ್ಷಣ, ಆಧ್ಯಾತ್ಮಿಕ ಅಧ್ಯಯನ ಗುಂಪು, ತೋಟಗಾರಿಕೆ, ಪಕ್ಷಿಪ್ರಾಣಿಗಳ ಸಾಕಾಣಿಕೆ, ಮೀನುತೊಟ್ಟಿಯನ್ನು ನಿರ್ವಹಿಸುವುದು, ಛಾಯಾಚಿತ್ರ ಗ್ರಹಣ, ಸಾಂಸ್ಕೃತಿಕ.... ಈ ಪಟ್ಟಿ ನಿಜಕ್ಕೂ ಕೊನೆಯಿಲ್ಲದ್ದು. ಯಾವುದನ್ನಾದರೂ ಆಯ್ದುಕೊಂಡ ಓರ್ವ ವಿದ್ಯಾರ್ಥಿಯಾಗಿ.

ಯಾವಾಗಲೂ ಬದುಕಿನ ಅನ್ವೇಷಕನಾಗಿ. ಪ್ರಯೋಗ ಮಾಡುತ್ತಲೆ ಇರಿ. ಯತ್ನಿಸುತ್ತಲೇ ಇರಿ. ನಿಮ್ಮ ಕುತೂಹಲವನ್ನೂ, ಅನ್ವೇಷಣಾಶೀಲ ಪ್ರವೃತ್ತಿಯನ್ನೂ ಬೆಳೆಸಿ. ಎಂದೂ ಪ್ರಯತ್ನಿಸದಿದ್ದಂಥ ಪ್ರಯತ್ನಕ್ಕೆ ಕೈಹಾಕಿ. ಹೊಸ ರುಚಿ ತಯಾರಿಕೆ ಪ್ರಯತ್ನಿಸಿ. ನಿಮಗೆ ಮುಜುಗರವೆನಿಸುವ ಪೋಷಾಕನ್ನು ಧರಿಸಿ ನೋಡಿ. ಕೂದಲನ್ನು ಹೊಸ ಬಗೆಯಲ್ಲಿ ಓರಣಗೊಳಿಸಿ ನೋಡಿ. ಅದ್ವಿತೀಯ ಸ್ಥಳಗಳನ್ನು ಸಂದರ್ಶಿಸಿ, ಗಂಡಸರು ಅಡುಗೆಯನ್ನು ಒಂದು ದಿನದ ಮಟ್ಟಿಗೆ ನಿರ್ವಹಿಸಿ, ಒಂದು ಭಾನುವಾರ ಗಂಡಸರೇ ಅಡುಗೆ ಮಾಡಿ ಪತ್ನಿಯರಿಗೆ ಬಡಿಸಿ. ಕಣ್ಣು ಮುಚ್ಚಿಯೇ ಒಂದು ದಿನವನ್ನು ಕಳೆಯಿರಿ. ಒಂದು ದಿನವಿಡೀ ಮೌನಾಚರಣೆ ಮಾಡಿ. ಸಾರ್ವಜನಿಕ ಸಾರಿಗೆಯನ್ನು ಒಂದು ದಿನ ಬಳಸಿ, ನಿಮ್ಮ ದುಡಿಮೆಯ ಸ್ಥಳದಲ್ಲಿ ಸ್ಥಾನ ಬದಲಾಯಿಸಿ, ವ್ಯವಸ್ಥಾಪಕ ನಿರ್ದೇಶಕ ಸ್ವಾಗತಕಾರಿಣಿಯ ಕೆಲಸ ಮಾಡಲಿ... ಮತ್ತೆ ಕೊನೆಯಿಲ್ಲದ ಪಟ್ಟಿ. ಬದುಕನ್ನು ರಚನಾತ್ಮಕವನ್ನಾಗಿಸಿ. ಹಾಗೆಯೇ ಮುಂದುವರಿಯಲಿ.

ನಿಮ್ಮೆಲ್ಲ ಯಶಸ್ಸು, ಸಾಧನೆ ಮತ್ತು ಪ್ರಾಪ್ತಿಗಳಿಗಿಂತ, ಜೀವಂತ ಬದುಕನ್ನು ನಿಮ್ಮದಾಗಿಸಿಕೊಳ್ಳಲು ಈ ಪ್ರಶ್ನೆಯನ್ನು ಉತ್ತರಿಸಿ: ನಾನು ಕೊನೆಯ ಸಾರಿ ಹೊಸತನ್ನು ಮಾಡಿದ್ದು ಏನನ್ನು?

ನಿಮ್ಮ ಬದುಕನ್ನು ಆಚರಿಸಿ. ನಿಮ್ಮ ಪ್ರತಿದಿನದ ಬದುಕಿನಲ್ಲಿ ನಿಮ್ಮ ಇರುವಿಕೆಯನ್ನು ಸ್ಥಾಪಿಸಿ. ಬದುಕನ್ನು ಎಲ್.ಐ.ಎಫ್.ಇ. ಎಂದು ಉಚ್ಚರಿಸಿ. ಜೀವಂತಿಕೆಯಲ್ಲಿ ರೋಮಾಂಚನ ಅನುಭವಿಸಿ.

• • •

ಕಡಿಮೆ ದೊಡ್ಡದಾಗಿಸುತ್ತದೆ. ಹೆಚ್ಚು ಸಣ್ಣದಾಗಿಸುತ್ತದೆ.

ಎಷ್ಟು ಬೇಗನೆ ಸಂಸ್ಥೆಗಳು ಬೆಳೆಯುತ್ತವೆಯೋ ಅಷ್ಟೇ ಬೇಗನೆ ಕಮರಿ ಹೋಗುವುದನ್ನು ನಾವು ಸಾಮಾನ್ಯ ಕಾಣುವ ಸಂಗತಿ. ಅಂತಹ ಸಂಸ್ಥೆಗಳ ಮೇಲೆ ಸ್ಟಾಕ್ ಮಾರ್ಕೆಟ್‌ನಲ್ಲಿ ಹಣ ತೊಡಗಿಸಿ ಕೈಸುಟ್ಟುಕೊಂಡಿರುವವರನ್ನು ಕೇಳಿ. ಅಂತಹ ಹಣಕಾಸು ವಹಿವಾಟಿನಲ್ಲಿ ಕಂಪೆನಿಗಳಲ್ಲಿ ತಮ್ಮೆಲ್ಲ ಹಣವನ್ನು ತೊಡಗಿಸಿ ಕೊನೆಗೆ ಅಲೆದಾಡುವವರ ಬಗೆಗೆ ಕೇಳಿ... ಅವರಲ್ಲಿ ಕಣ್ಣೀರಿನ ಕಥೆಗಳಿರುತ್ತವೆ.

ತಮ್ಮ ಬುಡವನ್ನು ಗಟ್ಟಿಮಾಡಿಕೊಳ್ಳುವ, ಆದರ್ಶಪೂರ್ಣ ವಾಣಿಜ್ಯ ಸ್ಥಾಪನೆ, ಮೂಲಭೂತ ಹಕ್ಕುಗಳ ರಕ್ಷಣೆಗೆ, ಪ್ರಾರಂಭಿಕ ಹಂತದಲ್ಲಿ ನಿಧಾನವಾಗಿಯಾದರೂ, ವ್ಯವಸ್ಥೆಯಲ್ಲಿ ಮೂಲಭೂತ ಸೌಕರ್ಯವನ್ನು ಒದಗಿಸುವುದಕ್ಕೆ ಸಮಯ ಹಿಡಿಯುತ್ತದೆ. ಈ ಸಂಸ್ಥೆಗಳು ತಮ್ಮ ಪ್ರಾರಂಭಿಕ ಹಂತದಲ್ಲಿ ಅವುಗಳ ಬೆಳವಣಿಗೆ ನಿಧಾನವಾಗಿಯಾದರೂ ವಾರ್ಷಿಕವಾಗಿ ಅದು ಜಾಮೆಟ್ರಿಕ್ ಪ್ರೊಗ್ರೆಶನ್‌ನಲ್ಲಿ ಬೆಳೆಯುತ್ತದೆ. ಯಾರು ತನ್ನ ಸಂಪತ್ತನ್ನು ತಾಂತ್ರಿಕತೆಯ ಸಬಲ ಕಂಪೆನಿಗಳಲ್ಲಿ ತೊಡಗಿಸುತ್ತಾರೋ, ಅವರಿಂದ ನೀವು ಯಶಸ್ವೀ ಕಥೆಗಳನ್ನು ಕೇಳಬಹುದಾಗಿದೆ.

'ರೋಮ್ ನಗರವನ್ನು ಒಂದು ದಿನದಲ್ಲಿ ಕಟ್ಟಲಾಗಿಲ್ಲ' ಎಂಬ ನಾಣ್ಣುಡಿ ಇದೆ. ಒಂದೇ ದಿನದಲ್ಲಿ ರೋಮ್ ನಗರವನ್ನು ಕಟ್ಟಿದ್ದೇ ಆಗಿದ್ದಲ್ಲಿ ಮರುದಿನವೇ ಅದು ಬೀಳುತ್ತಿತ್ತು.

ಸಂಬಂಧಗಳ ವಿಷಯದಲ್ಲೂ ಅಷ್ಟೇ. ಸಣ್ಣ ಅವಧಿಯಲ್ಲಿ ಕೂಡಿ ಬಂದ ಸಂಬಂಧಗಳು, ಕೇವಲ ಒಂದು ತಪ್ಪು ತಿಳುವಳಿಕೆಯಿಂದ, ಒಂದು ತರ್ಕದಿಂದ ಕೊನೆಗೊಳ್ಳುವುದನ್ನು ನಾನು ಕಂಡಿದ್ದೇನೆ. ದೀರ್ಘಕಾಲೀನ ಸಂಬಂಧಗಳಲ್ಲಿ ಮಾತ್ರ ಶಕ್ತಿ, ನಂಬಿಕೆ, ಪಾರದರ್ಶಿತ್ವ ಮತ್ತು ಆತ್ಮೀಯತೆಗಳು ವೃದ್ಧಿಸುತ್ತವೆ ಹಾಗೂ ಅದರಿಂದ ಅವು ಕಾಲದ ಪರೀಕ್ಷೆಯಲ್ಲಿ ಸ್ಥಿರತೆಯನ್ನೂ ಸುದೃಢತೆಯನ್ನೂ ಪಡೆಯುತ್ತವೆ.

ಒಂದು ಶಂಕುವಿಗೆ ಯಾವಾಗ ಸ್ಥಿರತೆ ಲಭಿಸುತ್ತದೆ– ಅದರ ಬುಡದ ಮೇಲೆ ನಿಲ್ಲಿಸಿದಾಗಲೋ ಅಥವಾ ತುದಿಯ ಮೇಲೆ ನಿಲ್ಲಿಸಿದಾಗಲೋ? ಬುಡವನ್ನು ಸಂಘಟಿಸುವುದಕ್ಕೆ ಸಮಯ ಹಿಡಿಯುತ್ತದೆ. ಪ್ರಾರಂಭದಲ್ಲಿ ಬುಡವನ್ನು ಸುಭದ್ರಗೊಳಿಸಲು ಸಮಯ ತೆಗೆದುಕೊಂಡರೂ ಪರವಾಗಿಲ್ಲ, ಯಾಕಂದರೆ, ಮುಂದೆ ಎದುರಿಸಬೇಕಾಗಿ ಬರುವ ಸಮಸ್ಯೆಯನ್ನು ನೀಗಿಸಬಹುದಾಗಿದೆ.

"ತಿನ್ನುವುದೆಂದರೆ ನನಗೆ ಇಷ್ಟ" ಎಂದು ನೀವು ಹೇಳುತ್ತೀರಿ. ಆ ಕಾರಣಕ್ಕಾಗಿಯೇ ಕಡಿಮೆ ತಿನ್ನಿರಿ. ಹಾಗೆ ನೀವು ಹೆಚ್ಚು ಕಾಲ ತಿನ್ನುವುದಕ್ಕೆ ಬದುಕುತ್ತೀರಿ. "ನನಗೆ ನಿದ್ದೆ ಎಂದರೆ ಇಷ್ಟ." ಎಂದು ನೀವು ಹೇಳುತ್ತೀರಿ. ಆ ಕಾರಣದಿಂದಾಗಿಯೇ ಕಡಿಮೆ ಹೊತ್ತು ನಿದ್ರಿಸಿ. ನೀವು ಹೆಚ್ಚುಕಾಲ ನಿದ್ರಿಸಲು ಬದುಕುತ್ತೀರಿ. "ನಾನು ಅತನನ್ನು ಬಹಳ ಪ್ರೀತಿಸುತ್ತೇನೆ." ಎಂದು ನೀವು ಹೇಳುತ್ತೀರಿ. ಆ ಕಾರಣದಿಂದಾಗಿಯೇ ಆತನಿಗೆ ಅವಕಾಶ ಒದಗಿಸಿ. "ನಾನು ಉಚ್ಚ ಮಟ್ಟಕ್ಕೆ ಏರಲು ಬಯಸುತ್ತೇನೆ." ಎನ್ನುತ್ತೀರಿ. ಆ ಕಾರಣದಿಂದಾಗಿಯೇ ನೀವು ಬುಡವನ್ನು ಕಟ್ಟಲು ಸಮಯವನ್ನು ವಿನಿಯೋಗಿಸಿ. ಬುಡ ಬಲಿಷ್ಠವಾದಾಗ, ನಿಮಗೆ ತುತ್ತತುದಿಗೇರಲು ಸಾಧ್ಯವಾಗುತ್ತದೆ.

ಕಡಿಮೆ ದೊಡ್ಡದಾಗಿ ಪರಿವರ್ತನೆಗೊಳ್ಳುತ್ತದೆ. ಹೆಚ್ಚು ಸಣ್ಣದಾಗಿ ಪರಿವರ್ತಿತವಾಗುತ್ತದೆ.

ಎಲ್ಲಿ ಶ್ರೇಷ್ಠತೆ ಇದೆಯೋ ಅಲ್ಲಿ ವಿವರಣೆ ಅನಗತ್ಯ.

ಎಲ್ಲಿ ಶ್ರೇಷ್ಠತೆ ಇರುತ್ತದೆಯೋ ಅಲ್ಲಿ ವಿವರಣೆ ಅನಗತ್ಯ. ಶ್ರೇಷ್ಠತೆ ಸ್ವಯಂ ವಿಷದವಾಗಿರುತ್ತದೆ. ಎಲ್ಲಿ ವಿವರಿಸುವ ಅವಶ್ಯಕತೆ ಬರುತ್ತದೆಯೋ, ಅಲ್ಲಿ ಶ್ರೇಷ್ಠತೆಯನ್ನು ಕಾಣುವುದು ವಿರಳ.

ಯಾವುದು ಸರಿಯೋ ಅದು ಸರಿಯೇ ಆಗಿರುತ್ತದೆ ಮತ್ತು ಯಾವುದು ಸರಿಯಾಗಿಲ್ಲವೋ ಅದು ಸರಿಯಾಗಿಯೇ ಇರುವುದಿಲ್ಲ. ಹೇಗಿದ್ದರೂ, ಯಾವುದು ಸರಿಯಾಗಿಲ್ಲವೋ ಅದನ್ನು ಸರಿಯಾಗಿಸುವುದಕ್ಕೆ ನಾವು ವಿವರಿಸುತ್ತೇವೆ, ಸಮರ್ಥಿಸುತ್ತೇವೆ, ಕಾರಣ ಕೊಡುತ್ತೇವೆ ಮತ್ತು ಸರಿಯಾಗಿಲ್ಲದಿರುವುದನ್ನು ಸರಿಯಾಗಿಸುವುದಕ್ಕೆ ಯತ್ನಿಸುತ್ತೇವೆ. ಇಟ್ಟುಕೊಳ್ಳಿ. ಯಾವುದು ಸರಿಯಾಗಿಲ್ಲವೋ ಅದನ್ನು ಸರಿಯಾಗಿದೆ ಎಂದು ಸಮರ್ಥಿಸುವುದಕ್ಕೆ ನೀವು ತೊಡಗಿದರೆ, ನಿಮ್ಮದೇ ವಿನಾಶದ ಗುಂಡಿಯನ್ನು ನೀವು ಒತ್ತಿದಂತಾಗುತ್ತದೆ. ಶ್ರೇಷ್ಠತೆ ಇಲ್ಲದ್ದನ್ನು ಸಮರ್ಥಿಸಲು ಮನಸ್ಸು ತರಬೇತುಗೊಂಡದ್ದೇ ಆದಲ್ಲಿ, ಸಮರ್ಥನೆಗೆ ಒಪ್ಪಿಕೊಳ್ಳಲು ಒಡಂಬಡುತ್ತೀರಿ– ಸಮರ್ಥನೆಯೊಂದಿಗೇ ಜೀವಿಸಲು ಕಲಿಯುತ್ತೀರಿ.

100ರಲ್ಲಿ ನೀವು 88ನ್ನು ಗಳಿಸಿದ್ದಲ್ಲಿ ನೀವು 12 ಅಂಕಗಳನ್ನು ಕಳಕೊಂಡಿದ್ದೀರಿ ಎಂದರ್ಥ. ನೀವು ಎಷ್ಟೇ ಸಮರ್ಥಿಸಿಕೊಂಡರೂ, ನೀವು 12 ಅಂಕಗಳಿಗಿಂತ ಕಡಿಮೆ ಇದ್ದೀರಿ. ಸಂವಹನ 12 ಅಂಕಗಳನ್ನು ಹುಟ್ಟುಹಾಕಲು ಸಾಧ್ಯವಿಲ್ಲ. ನೀವು 88ನ್ನು 100 ಎಂಬುದಾಗಿ ಎಷ್ಟೇ ಸಮರ್ಥಿಸಲು ಯತ್ನಿಸಿದರೂ, 88, ಎಂಭತ್ತೆಂಟೇ ಆಗಿದೆ ಎಂದು ನಿಮಗೆ ಗೊತ್ತಿದೆ.

"ಒಂದು ಸುಳ್ಳನ್ನು ಸಾವಿರ ಸಲ ಹೇಳಿದಾಗ ಅದು ಸತ್ಯವಾಗಿ ಬಿಡುತ್ತದೆ." ಎಂಬ ಸೊಲ್ಲಿದೆ. ಬೇರೆಯವರಿಗೆ, ಅದು ಸತ್ಯವಾಗಿ ಕಾಣಬಹುದು, ಆದರೆ, ನಿಮಗೆ

ಅದು ಸುಳ್ಳೆ ಎಂದು ಸದಾ ಕಾಲ ಅರಿವಿದೆ. ಒಂದು ಬೆಕ್ಕನ್ನು ಒಂದು ಸಿಂಹವನ್ನಾಗಿ ತೋರಿಸಲು ಎಷ್ಟು ಕಾಲ ಹೆಣಗಾಡುವಿರಿ? ಯಾವುದೇ ಸಂಗತಿಯನ್ನು ನೀವು ನಿಮ್ಮಿಂದ ಹೇಗೆ ಅಡಗಿಸಲು ಸಾಧ್ಯವಿಲ್ಲವೋ, ಹಾಗೆಯೇ ಸಂಗತಿಯಿಂದ ನೀವು ಅಡಗಿಕೊಳ್ಳಲು ಸಾಧ್ಯವಿಲ್ಲ. ವಿವರಣೆ ಎಂದೂ ಕೊರತೆಯನ್ನು ತುಂಬಿಸಲಾರದು.

ನಿಮ್ಮ ಗುರಿ 40ಲಕ್ಷವಾಗಿದ್ದು, 36ಲಕ್ಷವನ್ನಷ್ಟೇ ನಿಮಗೆ ಹೊಂದಿಸಿಕೊಳ್ಳಲು ಸಾಧ್ಯವಾಗಿದ್ದಲ್ಲಿ, ನಿಮ್ಮ ಗುರಿಯಲ್ಲಿ ಕೊರತೆ ಕಾಣಿಸುತ್ತದೆ. ನಿಮ್ಮ ಭೇಟಿಯ ನಿಯೋಜಿತ ಸಮಯ 11ಗಂಟೆಯಾಗಿದ್ದು, ನೀವು 11.15ಕ್ಕೆ ತಲುಪಿದರೆ, ನೀವು ತಡವಾಗಿದ್ದೀರಿ. ನೀವು ಎಲ್ಲಾ ವಿಧಗಳಿಂದಲೂ, ಪ್ರತಿಯೊಂದು ಸಾಧ್ಯವಾದ ರೀತಿಯಿಂದಲೂ ವಿವರಿಸಲು ಯತ್ನಿಸಿದಾಗ್ಯೂ, ನೀವು ನಿಮ್ಮ ಗುರಿಯನ್ನು ಸಾಧಿಸಲು ಆಗಲಿಲ್ಲವೆಂಬ ಸಂಗತಿ ಇದ್ದೇ ಇರುತ್ತದೆ. ನೀವು ಸಮಯ ಪಾಲನೆಯನ್ನು ಗೌರವಿಸಲಿಲ್ಲ ಎಂದೂ ಆಗುತ್ತದೆ.

ಶ್ರೇಷ್ಠತೆಯ ಕೊರತೆಯನ್ನು ಸ್ವಯಂ ಸಮಾಧಾನದಿಂದ ಸರಿಪಡಿಸಲು ಯತ್ನಿಸಿದರೆ, ಅದು ನಿಮ್ಮ ಬದುಕಿನಲ್ಲಿ ಕೆಡುಕಾಗಿ ನೋವುಂಟುಮಾಡುತ್ತದೆ. ಮತ್ತೆ ಮತ್ತೆ, ನೀವು ನಿಗದಿತ ಗುರಿಯಿಂದ ಕೊರತೆ ಅನುಭವಿಸುತ್ತೀರಿ ಮತ್ತು ನಿಮ್ಮ ಕ್ಷಮತೆಯಲ್ಲಿ ಕೊರತೆ ಕಂಡುಬರುತ್ತದೆ. ಎಚ್ಚರಗೊಳ್ಳಿ. ಯಾವುದು ಸರಿಯಲ್ಲ ಅದು ಸರಿಯೇ ಅಲ್ಲ. 6.01, 6.00 ಅಲ್ಲವೇ ಅಲ್ಲ; ಸೋಮವಾರ ಮಾತ್ರ ಸೋಮವಾರ.

'ಶೂನ್ಯ ನ್ಯೂನತೆ' ಸಾಧ್ಯವಿದೆ. ನಿರ್ಧಿಷ್ಟ ಸಾಧ್ಯವಿದೆ. ಸ್ಥಿರ ಶ್ರೇಷ್ಠತೆ ಸಾಧ್ಯವಿದೆ. ಶ್ರೇಷ್ಠವಾಗಿದ್ದರೆ ಯಾವುದಕ್ಕೂ ತಲೆಬಾಗಿಸುವುದಿಲ್ಲವೆಂಬ ದಿಟ್ಟ ಸಂಕಲ್ಪದಿಂದ ಇವೆಲ್ಲ ಶುರುವಾಗಬಲ್ಲುದು. ವಿಚಿತ್ರ ವಿಷಯವೆಂದರೆ, ಬದುಕಿನಲ್ಲಿ ಯಾವುದನ್ನೇ ನೀವು ಶ್ರೇಷ್ಠತೆಯಿಲ್ಲದೆ ಸಮ್ಮತಿಸುವುದಿಲ್ಲವಾದರೆ, ಅದು ಶ್ರೇಷ್ಠವಾದುದನ್ನೇ ನಿಮಗೆ ಕೊಡುತ್ತದೆ.

ಶ್ರೇಷ್ಠತೆಯ ಕೊರತೆ ನಿಮಗೆ ನೋವುಂಟು ಮಾಡುತ್ತದೆ. ಯಾವುದು ನೋವುಂಟು ಮಾಡುತ್ತದೆಯೋ ಅದು ನಿಮಗೆ ಕಲಿಸುತ್ತದೆ. ಯಾವುದು ಕಲಿಸುತ್ತದೆಯೋ ಅದು ಸೃಷ್ಟಿಸಬಲ್ಲುದು. ಸೃಷ್ಟಿಸಿರಿ. ಶ್ರೇಷ್ಠತೆಯನ್ನು ಸೃಷ್ಟಿಸಿರಿ, ನಿಮ್ಮ ದುಡಿಮೆ ನಿಮಗಾಗಿ ನುಡಿಯಲಿ. ದುಡಿಮೆಗಾಗಿ ನೀವು ನುಡಿಯುವುದು ಬೇಡ.

• • •

ಮಾಹಿತಿಯೇ ನಂಬಿಕೆಯ ಬುನಾದಿ, ಆದ್ದರಿಂದ ಅದುವೇ ಸಂಬಂಧಗಳ ಮೂಲಾಧಾರ.

ಎಂದಿಗೂ ನಾನು ಪ್ರಶ್ನಿಸಲಿಲ್ಲ ನನ್ನ ಹೆತ್ತವರನ್ನು. ಅವರು ಏನು ಹೇಳಿದರೋ ಅದನ್ನಷ್ಟು ನಾನು ಮಾಡುತ್ತ ಬಂದೆ. ಹೆತ್ತವರ ಬಗೆಗಿನ ಗೌರವವನ್ನು ನಾನೆಂದೂ ಪ್ರಶ್ನಿಸಲಿಲ್ಲ. ನನ್ನ ಮಗ ಹಾಗಲ್ಲ. ನಾನು

ಅವನಿಗೆ ಏನಾದರೂ ಮಾಡಲು ಹೇಳಿದರೆ, ಅವನ ಯಾಕೆ, ಯಾವುದು, ಹೇಗೆ ಮತ್ತು ಯಾಕಿಲ್ಲ?" ಎಂಬ ಪ್ರಶ್ನೆಗಳಿಗೆ ಉತ್ತರಿಸಬೇಕಾಗಿದೆ. "ಇಂದಿನ ಮಕ್ಕಳು ಹಿರಿಯರನ್ನು ಗೌರವಿಸುವುದಿಲ್ಲ." ಒಬ್ಬ ಮಧ್ಯವಯಸ್ಕ ದೂರುತ್ತಾನೆ.

ಇದು ಸತ್ಯವಲ್ಲ. ಸಂಬಂಧಗಳ ಚೌಕಟ್ಟು ಮಾತ್ರ ಬದಲಾಗಿದೆ. ಹಿಂದಿನ ಕಾಲದಲ್ಲಿ ಭಾವನೆಗಳು ಸಂಬಂಧಗಳ ಮೂಲಾಧಾರವಾಗಿತ್ತು. ಇಂದು ಮಾಹಿತಿಯೇ ಸಂಬಂಧಗಳ ಮೂಲಾಧಾರ.

ಕೆಲವು ವರ್ಷಗಳ ಹಿಂದೆ ಯಜಮಾನ ಯಾವುದೇ ಟೀಮ್ ಸದಸ್ಯನಿಗೆ ಒಂದು ಕೆಲಸವನ್ನು ಮಾಡಲು ಹೇಳಿದರೆ, 'ಮಾಡುವೆ' ಎಂಬುದೇ ತಕ್ಷಣದ ಉತ್ತರವಾಗಿತ್ತು. ಇಂದು ಕೆಲಸವನ್ನು ಮಾಡುವ ಮೊದಲು ಆ ಟೀಮ್ ಸದಸ್ಯ ಯಜಮಾನನ್ನು ಪ್ರಶ್ನಿಸುತ್ತಾನೆ, "ಅದನ್ನು ಹೇಗೆ ಮಾಡಬೇಕು, ಯಾತಕ್ಕೋಸ್ಕರ, ಇತ್ಯಾದಿ..." ಅಂದಾಗ ಇಂದಿನ ಸದಸ್ಯ ಅಗೌರವವನ್ನು ಸೂಚಿಸುತ್ತಾನೆ ಎಂಬ ಅರ್ಥವಲ್ಲ. ಅವನು ಸಂಪೂರ್ಣ ಮಾಹಿತಿಯನ್ನು ತಿಳಿಯ ಬಯಸಿದ್ದಾನೆ ಅಷ್ಟೆ. ಇನ್ನೊಂದು ಅರ್ಥದಲ್ಲಿ ಪ್ರಶ್ನಿಸಲಾರದ ಶರಣಾಗತಿ ಇಂದು ಸಂಬಂಧಗಳಲ್ಲಿ ಉಳಿದುಕೊಂಡಿಲ್ಲ. ಇಂದಿಗೂ ಸಂಬಂಧಗಳಲ್ಲಿನ ಗುಣಮಟ್ಟ ಅವನತಿಗೆ ಇಳಿದಿಲ್ಲವೆಂದು ನಾನು ಭಾವಿಸುತ್ತೇನೆ. ಇಂದಿನ ಜ್ಞಾನ ನನಗೆ ಕೇಳುವುದು ಇದು: ಒಂದು ನಿರ್ಣಯ ತೆಗೆದುಕೊಳ್ಳಲು ನನಗೆ ಎಲ್ಲ ಮಾಹಿತಿಯನ್ನು ಒದಗಿಸಿ, ಅಥವಾ ನಾನು ಅನುಸರಿಸಬೇಕಾದ ನಿರ್ಣಯಕ್ಕೆ ಸಂಬಂಧಿಸಿದ ಎಲ್ಲ ಮಾಹಿತಿಯನ್ನು ನನಗೆ ಒದಗಿಸಿ.

ಒಂದು ಪುಟ್ಟ ಸಂಕೇತವನ್ನು ನೀಡಿದ್ದಾಗಲೇ, ನಿಮ್ಮ ತಂದೆಗೆ ನೀವು ನೀರನ್ನು ತಂದುಕೊಟ್ಟಿರಬಹುದು, ಆದರೆ ನಿಮ್ಮ ಮಗ ಅದನ್ನೇ ನಿಮಗೆ ಮಾಡುವ ಮೊದಲು ಕೆಲವು ಪ್ರಶ್ನೆಗಳನ್ನು ಕೇಳುತ್ತಾನೆ. ಅವನಿಗೆ ಸಾಕಷ್ಟು ಮಾಹಿತಿ ಒದಗಿಸಿದಾಗ,ಅವನೂ ನೀರನ್ನು ತಂದು ಕೊಡುತ್ತಾನೆ. ಹೆತ್ತವರು–ಮಕ್ಕಳು ಸಂಬಂಧ ಈ ದೃಷ್ಟಿಯಿಂದ ಕೆಳಗಿಳಿಯಲಿಲ್ಲ; ಸಂಬಂಧಗಳ ಚೌಕಟ್ಟು ಮಾತ್ರ ಬದಲಾಗಿದೆ. ಅಪ್ಪ ಅಮ್ಮನಲ್ಲಿ

ಮಧ್ಯಾಹ್ನದ ಊಟಕ್ಕೆ 3ಜನ ಹೆಚ್ಚಿಗೆ ಬರುತ್ತಾರೆ ಎಂದಾಗ, ಆಕೆ ಸರಳವಾಗಿ ಆಯ್ತು ಎನ್ನುತ್ತಿದ್ದರು. ಅದೇ ವಿಷಯವನ್ನು ನಿಮ್ಮ ಹೆಂಡತಿಗೆ ತಿಳಿಸಿದ್ದಲ್ಲಿ, ಆಕೆ ಯಾರು ಬರುತ್ತಾರೆ, ಯಾವಾಗ, ಅವರ ಇಷ್ಟಗಳೇನು, ಅವರು ಎಷ್ಟು ಸಮಯ ತಂಗುತ್ತಾರೆ...? ಅಂತ ಕೇಳುತ್ತಾಳೆ. ಆಕೆಯೂ ಊಟವನ್ನು ಸಿದ್ಧಪಡಿಸಿರುತ್ತಾಳೆ. ಆ ದೃಷ್ಟಿಯಿಂದ ವೈವಾಹಿಕ ಸಂಬಂಧದ ಪಾವಿತ್ರ್ಯ ಕೆಳಗಿಳಿಯುವುದಿಲ್ಲ; ಆ ಸಂಬಂಧಗಳ ಚೌಕಟ್ಟು ಮಾತ್ರ ಬದಲಾಗಿದೆ.... ಸಂಬಂದಗಳ ಬುನಾದಿ ಭಾವನೆಗಳಿಂದ ಮಾಹಿತಿಗೆ ಬದಲಾಗಿದೆ.

ಓರ್ವ ಗುರುವಾಗಿ ಹೇಳುತ್ತೇನೆ, ಆಧ್ಯಾತ್ಮಿಕ ಕ್ಷೇತ್ರದಲ್ಲಿ ಶರಣಾಗತಿಯ ಗುಣಮಟ್ಟ ಇಂದಿಗೂ ಬದಲಾಗಿಲ್ಲ. ಈಗ ಬದಲಾವಣೆಯಾಗಿದ್ದು ಕೇವಲ ಪ್ರಶ್ನಿಸದೆ ಆಗುವ ಶರಣಾಗತಿಯಿಂದ, ಸಾಕಷ್ಟು ಪ್ರಶ್ನೆಗಳಾದ ಬಳಿಕದ ಶರಣಾಗತಿಗೆ... ಹಾಗಿದ್ದಲ್ಲಿ ಅರ್ಜುನ ಭಿನ್ನವೇ?

ಸಂಬಂಧಗಳಲ್ಲಿ ಗುಣಮಟ್ಟ ಕೆಳಗಿಳಿದಿಲ್ಲ, ಸಂವಹನ ಮತ್ತು ಮಾಹಿತಿಗಳ ಬೇಡಿಕೆ ಎತ್ತರಿಸಿದೆ. ಸಂವಹನ ಮತ್ತು ಮಾಹಿತಿಗಳ ಹಂಚಿಕೆ ಇಂದಿನ ಸಂಬಂಧಗಳ ಜೀವಾಳವಾಗಿದೆ. ವಿವರಣೆಗಳು ಅಗತ್ಯವೆನಿಸಿವೆ ಮತ್ತು ಸ್ಪಷ್ಟೀಕರಣ ಕಡ್ಡಾಯವೆನಿಸಿದೆ. ಈ ಬದಲಾವಣೆ ಒಳಿತಿಗಾಗಿಯೂ ಅಲ್ಲ; ಕೆಟ್ಟದ್ದಕ್ಕಾಗಿಯೂ ಅಲ್ಲ; ಇದೊಂದು ನೂತನ ಸಂಗತಿ ಅಷ್ಟೆ. ಬದಲಾಗುವ ಒಂದು ಜಗತ್ತಿನಲ್ಲಿ ಅಂತಹ ಬದಲಾವಣೆಗಳನ್ನು ನಿರೀಕ್ಷಿಸಲೇಬೇಕು. ಈಗ ಬರೀ 'ಮಾಡು' ಎಂದರಷ್ಟೇ ಸಾಲದು. ಸಾಕಷ್ಟು ವಿವರಿಸಿ, ಆ ಮೇಲೆ 'ಮಾಡು' ಎನ್ನಿ; ಅದನ್ನು ಮಾಡಿಯೇ ತೀರುತ್ತಾರೆ.

ಸಂಬಂಧಗಳ ಮೂಲಾಧಾರವೇ ನಂಬಿಕೆ, ಆದರೆ ನಂಬಿಕೆಯನ್ನು ಎಂದಿಗೂ ಕಲ್ಪಿಸಲಾಗದು. ಮಾಹಿತಿ ನಂಬಿಕೆಯ ಮೂಲಾಧಾರವಾಗಿದೆ, ಆದ್ದರಿಂದ ಅದು ಸಂಬಂಧಗಳ ಮೂಲಾಧಾರವಾಗಿದೆ.

•••

ಎಲ್ಲಾ ಸಂಬಂಧಗಳು ಮೇಲ್ಪದರಿನಲ್ಲಿ ಮಾತ್ರ.
ಅಂತರಂಗದ ಆಳದಲ್ಲಿ ನೀವು ಎಂದಿಗೂ ಏಕಾಕಿ.

ಸಾವಿರಾರು ಜನರು ನಿಮ್ಮನ್ನು
ಸುತ್ತುವರಿದಿರಬಹುದು
ಆದರೆ, ನಿಮ್ಮ ಒಂದು ಭಾಗದಲ್ಲಿ ನೀವು
ಸದಾ ಏಕಾಕಿ. ನಿಮ್ಮ ಮನದನ್ನೆಯನ್ನು
ಆಲಿಂಗಿಸುವಾಗಲೂ ನಿಮ್ಮ ಒಂದು
ಭಾಗದಲ್ಲಿ ನೀವು ಸದಾ ಏಕಾಕಿ.

ನೀವು ಒಂಟಿಯಾಗಿಯೇ ಈ ಜಗತ್ತಿಗೆ
ಬಂದಿದ್ದೀರಿ. ಮತ್ತು ಒಂಟಿಯಾಗಿಯೇ ಈ
ಜಗತ್ತನ್ನು ಬಿಟ್ಟು ತೆರಳಲಿದ್ದೀರಿ.

ವಿಮೋಚನೆ ತಿಳುವಳಿಕೆಯ ಮೂಲಕ ಬರುತ್ತದೆ.
'ಅಸ್ತಿತ್ವದ ಏಕಾಕಿತನ' ನಿಮ್ಮ ನಿಜವಾದ
ಸ್ಥಿತಿಯಾಗಿರುತ್ತದೆ.

ಈ ಅವಕಾಶದೊಂದಿಗಿನ ಸಂಬಂಧದಿಂದ ನೀವು
ನಂಬಲರ್ಹರಾಗುತ್ತೀರಿ. ಇಲ್ಲವಾದರೆ, ನೀವು
(ನಿಮ್ಮಷ್ಟಕ್ಕೆ) ಪರಾವಲಂಬಿಯಾಗುತ್ತೀರಿ.

• • •

ಜಗತ್ತು ಯಾವುದನ್ನು ವಿಫಲತೆ ಎಂದು ಕರೆಯುತ್ತದೋ, ನಾನು ಅದನ್ನು ಬದುಕಿನ ತಿರುವು ಎನ್ನುತ್ತೇನೆ.

ಇಂಜಿನಿಯರ್ ಆಗಬೇಕೆಂದುಕೊಂಡಿದ್ದೆ ನಾನು, ನನಗೆ 17ವರ್ಷ ಪ್ರಾಯವಿದ್ದಾಗ. ಆದರೆ 12ನೇ ದರ್ಜೆಯಲ್ಲಿನ ನನ್ನ ಅಂಕಗಳಿಂದಾಗಿ ನಾನು ಗಣಿತದಲ್ಲಿ ಪದವಿ ಪಡೆಯಲು ಮಾತ್ರ ಸಾಧ್ಯವಾಯಿತು. ಬರೀ ಪದವಿ ಮಾತ್ರ ನನ್ನ ಭವ್ಯ ಭವಿಷ್ಯವನ್ನು ನಿರ್ಧರಿಸಲು ಸಾಧ್ಯವಿಲ್ಲವೆಂದಾಗ ನಾನು ಕಂಪ್ಯೂಟರ್ ಪ್ರೋಗ್ರಾಂನ ಹೆಚ್ಚಿನ ಕೋರ್ಸ್‌ಗಳನ್ನು ಮಾಡಬೇಕಾಯಿತು. ನಾನು ಏನಾಗಲು ಬಯಸಿದ್ದೆನೋ ಮತ್ತು ಏನಾದೆನೋ, ಇವೆರಡೂ ವಿಭಿನ್ನ ವಿಷಯಗಳಾದವು. ಆದರೇನು? 25ವರ್ಷ ವಯಸ್ಸಿಗೆ ನಾನು ನನ್ನದೇ ಸಾಫ್ಟ್‌ವೇರ್ ಸಲಹಾ ಸಂಸ್ಥೆ ಶುರುಮಾಡಿದೆ ಮತ್ತು ಅನೇಕ ಇಂಜಿನಿಯರ್‌ಗಳೂ ಎಮ್‌ಸಿಎಗಳೂ ನನ್ನೊಂದಿಗೆ ದುಡಿಯಲು ತೊಡಗಿದರು. 17ವರ್ಷದವನಿರುವಾಗ ನನ್ನ ಬಯಕೆಯ ಸಂಭಾವ್ಯಗಳನ್ನು ಸಾಧಿಸಲು ಸಾಧ್ಯವಾಗದಾಗ, ಜಗತ್ತು ನಾನೊಬ್ಬ ವಿಫಲ ವ್ಯಕ್ತಿ ಎಂದು ಕರೆಯಿತು. ವಾಸ್ತವದಲ್ಲಿ ಆ ವಿಫಲತೆಯ ಪರಿಣಾಮವೇ ನನ್ನ ಯಶಸ್ಸನ್ನು ರೂಪಿಸಿತು.

ನನ್ನೆಲ್ಲ ದೂರಗಾಮೀ ಗುರಿಗಳು ಇನ್‌ಫಾರ್ಮೇಶನ್ ಟೆಕ್ನಾಲಜಿಗೇ ಸೀಮಿತವಾದಂತಿತ್ತು ಮತ್ತು ಪೂರ್ತಿಯಾಗಿ ಬಯಸದೇ ಇದ್ದ ಕಾರಣಗಳಿಂದಾಗಿ, ನಾನು 30ನೇ ವರ್ಷದಲ್ಲಿ ಅಲ್ಮಾ ಮಾಟರ್‌ನ್ನು ಸ್ಥಾಪಿಸಿದೆ ಹಾಗೂ ಫ್ರೋಜ಼ನ್ ಥಾಟ್ಸ್‌ನ್ನು 35ರಲ್ಲಿ ಸ್ಥಾಪಿಸಿದೆ.... ನನ್ನ ಗುರಿಯ ದಿಕ್ಕಿನಲ್ಲಿ ನನಗೆ ಮುಂದುವರಿಯಲು ಸಾಧ್ಯವಾಗಲಿಲ್ಲ, ಆದರೆ, ಬದುಕು ನಾನು ಎಣಿಸದ ದಿಕ್ಕುಗಳಲ್ಲಿ ನನ್ನ ಬದುಕಿನ

ಉದ್ಧೇಶವನ್ನು ತೆರೆದು ತೋರಿಸಿತು.

ಯುಗೋಸ್ಲಾವಿಯಾದ ಆಗ್ನೆಸ್ ಗೋಂಕ್ಸ್ಯು ಬೊಜಾಕ್ಸಿಯು ಭಾರತಕ್ಕೆ ಬಂದು ಕಲ್ಕತ್ತೆಯ ಕಾನ್ವೆಂಟ್ ಶಾಲೆಯಲ್ಲಿ ಶಿಕ್ಷಕಿಯಾಗಿ ಸೇರಿಕೊಂಡರು– ಅನಿರೀಕ್ಷಿತವಾಗಿ, ಮದರ್ ಥೆರೆಸಾ ಎಂಬ ಆಕೆಯ ಹೃದಯ ಜಗತ್ತಿಗೆ ತೆರೆದುಕೊಂಡಿತು. 'ದಿ ನ್ಯಾಶನಲ್ ಹೆರಾಲ್ಡ್'ನ ಸಂಪಾದಕೀಯ ಸಿಬ್ಬಂದಿಗಳಲ್ಲಿ ಒಬ್ಬರಾಗಿದ್ದ ಬಾಲಕೃಷ್ಣ ಮೆನನ್ ಎಲ್ಲಾ ಸಾಧುಗಳು ಬೂಟಾಟಿಕೆಯವರು ಎಂದು ತಿಳಿದುಕೊಂಡಿದ್ದರೂ, ಸ್ವಾಮಿ ಶಿವಾನಂದರನ್ನು ಒಂದು ಸಂದರ್ಶನಕ್ಕಾಗಿ ಸಮೀಪಿಸಿದರು– ಅನಿರೀಕ್ಷಿತವಾಗಿ, ಸ್ವಾಮಿ ಚಿನ್ಮಯಾನಂದರು ಜಗತ್ತಿಗೆ ತೆರೆದುಕೊಂಡರು. ಅಮೆರಿಕಾವನ್ನು ಕಂಡುಹಿಡಿದ ಕ್ರಿಸ್ಟೋಫರ್ ಕೊಲಂಬಸ್‌ನದ್ದು ಒಂದು ಅನಿರೀಕ್ಷಿತ ಸಂಭವವಾಗಿತ್ತು.

ಜನರು ಮಹಾ ಔನ್ನತ್ಯಗಳನ್ನು ಅನಿರೀಕ್ಷಿತ ಸಂಭವಗಳಿಂದ ಸಾಧಿಸಿದ್ದಾರೆ, ಅವು ಸಂಕಲ್ಪವನ್ನಿಟ್ಟುಕೊಂಡು ಮಾಡಿದ ಸಾಧನೆಗಳಿಗಿಂತ ಜಗತ್ತಿನ ಮೇಲೆ ವಿಶೇಷ ಪರಿಣಾಮಗಳನ್ನು ಬೀರಿವೆ. ಆದ್ದರಿಂದ ನಿಮಗೆ ಏನು ಬೇಕೋ ಅದು ನಿಮಗೆ ಸಿಗದೇ ಹೋದಲ್ಲಿ ನಿಮ್ಮ ಪರಿಶ್ರಮದ ಹೊರತಾಗಿಯೂ ನಿಮ್ಮ ಆಕಾಂಕ್ಷೆಗೆ ತಕ್ಕ ಪ್ರತಿಫಲ ದೊರೆಯದೇ ಹೋದಲ್ಲಿ, ನಿಮ್ಮ ಆಯ್ಕೆಯ ಸಂಭವಗಳು ನಿರೀಕ್ಷಿಸಿದಂತೆ ನಡೆಯದೇ ಹೋದಲ್ಲಿ, ಧೃತಿಗೆಡುವುದು ಬೇಡ.

ನೀವು ಯೋಚಿಸದೇ ಇರುವ ಸಾಧ್ಯತೆಗಳೇ ಬದುಕಿನಲ್ಲಿ ತೋರಿಬರುವ ಅನಿರೀಕ್ಷಿತ ಸಂಭವಗಳು. ಅಸ್ತಿತ್ವವು ನಿಮಗೆ ಬೇರೆಯೇ ನಕಾಶೆ ಇದೆ ಅಂತ ಅನಿರೀಕ್ಷಿತ ಸಂಭವಗಳ ಮೂಲಕ ಹೇಳುತ್ತವೆ...... ನಿಮ್ಮ ನಿಮ್ಮ ನಿರೀಕ್ಷೆಯ ನಕಾಶೆಗಿಂತ ಅದು ಬೃಹತ್ತಾಗಿರುತ್ತದೆ. ನಿಮ್ಮ ನಕಾಶೆಗಳನ್ನು ತಿರುವುಮುರುವು ಮಾಡಿ ದೇವರು ನಿಮಗಾಗಿ ಅವನದೇ ನಕಾಶೆಯನ್ನು ತಯಾರಿಸುತ್ತಾನೆ.

ಜಗತ್ತು ಯಾವುದನ್ನು ವಿಫಲ ಎಂದು ಕರೆಯುತ್ತದೆಯೋ, ಅದು ನಿಮ್ಮ ಬದುಕಿನ ತಿರುವು ಎಂದು ನಾನು ಕರೆಯುತ್ತೇನೆ.

• • •

ನಕಾರಾತ್ಮಕತೆಯ ಬಗ್ಗೆ ಎರಡು ವಾಕ್ಯಗಳಲ್ಲಿ ಹೇಳಿ ಮತ್ತು ಕನಿಷ್ಠ ಐದು ವಾಕ್ಯಗಳನ್ನು ಸಕಾರಾತ್ಮಕತೆಯ ಬಗ್ಗೆ ಹೇಳಿ.

ಅಂತರಾತ್ಮ ಭಾವನೆಯ ಆಳವನ್ನು ತಿಳಿಯಲು ಆಗ್ರಹಿಸುತ್ತದೆ. ಅಂತರಾತ್ಮದ ಆಯ್ಕೆ ಸಕಾರಾತ್ಮಕ ಮತ್ತು ನಕಾರಾತ್ಮಕ ಭಾವನೆಗಳ ನಡುವೆ ಇರದೆ, ಆಳವಾದ ಭಾವನೆ ಮತ್ತು ಪೇಲವವಾದ ಭಾವನೆಗಳ ನಡುವಿನ ಆಯ್ಕೆಯಾಗಿರುತ್ತದೆ. ನಕಾರಾತ್ಮಕ ಭಾವನೆಗಳು ಸಕಾರಾತ್ಮಕ ಭಾವನೆಗಳಿಗಿಂತ ಹೆಚ್ಚಿನ ಎಚ್ಚರವನ್ನು ಕುದುರಿಸುವುದಿಲ್ಲ. ಮನುಷ್ಯ ನಕಾರಾತ್ಮಕ ಭಾವನೆಗಳ ಆಳದಲ್ಲಿ ಸುಲಭವಾಗಿ ಮುಳುಗಿ ಬಿಡುತ್ತಾನೆ. ತದ್ವಿರುದ್ಧವಾಗಿ, ಸಕಾರಾತ್ಮಕ ಭಾವನೆಗಳನ್ನು ಅನುಭವಿಸುವುದರಲ್ಲಿ ಅವರು ಪೇಲವವಾಗಿರುತ್ತಾರೆ. ನಿಮ್ಮದೇ ಉದಾಹರಣೆಯನ್ನು

ತೆಗೆದುಕೊಂಡು ಯೋಚಿಸಿ!

ಮಗು ಆನಂದದಿಂದ ಮನೆಯಲ್ಲಿ ಆಡುತ್ತಿದೆ. ಮಿಕ್ಕುಳಿದ ನಾವೆಲ್ಲ ನಮ್ಮದೇ ವಿಷಯಗಳಲ್ಲಿ ಮೈಮರೆತಿರುತ್ತೇವೆ. ಮಗುವಿನ ಆನಂದ ನಮ್ಮ ಶ್ರದ್ಧೆಯನ್ನು ಸೆಳೆಯುವುದೇ ಇಲ್ಲ. ಮಗುವಿಗೆ ಏನಾದರೂ ನೋವಾದರೆ, ಕುಟುಂಬದ ಪ್ರತಿಯೊಬ್ಬ ಸದಸ್ಯನೂ ಮಗುವಿನತ್ತ ಓಡಿಬಂದು "ಏನಾಯಿತು?" ಎಂದು ಕೇಳುತ್ತಾನೆ.

ನಮಗೆ ಅರಿವೇ ಇಲ್ಲದಂತೆ ನಮ್ಮ ಆಂತರಿಕ ಮನಸ್ಸಿನಲ್ಲಿ, ಮಗುವಿನ ಆನಂದಕ್ಕಿಂತ, ಆಕೆಯ ಅಳುವನ್ನು ಹೆಚ್ಚು ಶಕ್ತಿಯುತವಾಗಿ ಸೆಳೆಯುವಂತೆ ಕಾರ್ಯಕ್ರಮ ರೂಪಿಸಲಾಗಿರುತ್ತದೆ. ಭವಿಷ್ಯದಲ್ಲಿ ಆಕೆ ಪ್ರಬುದ್ಧಳಾಗಿ ಬೆಳೆದ ಮೇಲೂ, ಎಂದಾದರೂ ನಿಮ್ಮ ಶ್ರದ್ಧೆಯನ್ನು ಆಕರ್ಷಿಸಬೇಕಿದ್ದಲ್ಲಿ, ಆಕೆ ಒಂದು ಬಗೆಯ ಅಳುವನ್ನು-ಕಣ್ಣೀರನ್ನು, ಮಾನಸಿಕ ಖಿನ್ನತೆಯನ್ನು ತೋರ್ಪಡಿಸಬೇಕಾಗುತ್ತದೆ. ಆಕೆಯ ಭಾವನೆಗಳು ಆಕೆಗೆ ನ್ಯಾಯ ಸಮ್ಮತವಾಗಿದ್ದರೂ, ಮಿಕ್ಕುಳಿದವರು ಅದನ್ನು ಅಸಂಬದ್ಧ ಪ್ರಲಾಪವೆಂದು ಹೀಗಳೆಯುತ್ತಾರೆ. ಇದು ಪ್ರಜ್ಞಾಪೂರ್ವಕ ಆಯ್ಕೆಯಾಗಿರದೆ, ಅರೆಪ್ರಜ್ಞಾವಸ್ಥೆಯಲ್ಲಿನ ಆಯ್ಕೆಯಾಗಿರುತ್ತದೆ. ಆಕೆಯ ಆಂತರಿಕ ಮನಸ್ಸು ಅವಳ ಭಾವನೆಗಳನ್ನು ಮಾತ್ರ ಆಯ್ಕೆ ಮಾಡುವುದಲ್ಲ, ಪರಿಸ್ಥಿತಿಗಳನ್ನು ಅವಳ ಭಾವನೆಗಳಿಗೆ ಅನುಗುಣವಾಗಿ ಅನುಕೂಲವಾಗಿಸುತ್ತದೆ. ಅಂತಃಪ್ರಜ್ಞೆ ಅವಳನ್ನು ಮುಂದಕ್ಕೊಯ್ಯುವ ಆಳವಾದ ಭಾವನೆಗಾಗಿ ಹಂಬಲಿಸುತ್ತದೆ.

ತೀವ್ರವಾದ ದ್ವೇಷ ಮತ್ತು ಪೇಲವವಾದ ಪ್ರೀತಿ, ಇವುಗಳಲ್ಲಿ ಅಂತಃಪ್ರಜ್ಞೆ ದ್ವೇಷವನ್ನೇ ಆಯ್ಕೆಮಾಡುತ್ತದೆ. ಆದ್ದರಿಂದಲೇ ನೀವು ನೋವಿಗೂ ದ್ವೇಷಕ್ಕೂ ವರ್ಷಾನುಗಟ್ಟಲೆ ಪ್ರತಿಕ್ರಿಯಿಸುತ್ತಲೇ ಇದ್ದರೂ, ಪ್ರತಿ ಕೆಲವು ದಿನಗಳಲ್ಲಿ ನಿಮಗೆ ಪ್ರೀತಿಯ ಅಭಿವ್ಯಕ್ತಿಯ ನವೀಕರಣ ಬೇಕಾಗುತ್ತದೆ. ವಿಪರ್ಯಾಸವನ್ನು ನೋಡಿ! ನಿಮ್ಮ ದ್ವೇಷವನ್ನು ಅಸ್ತಿತ್ವದಲ್ಲಿರಿಸಿಕೊಳ್ಳುವಾಗ ನೀವು ಸ್ವತಃ ತೃಪ್ತರಾಗಿರುತ್ತೀರಿ. ಅದೇ ನಿಮ್ಮ ಪ್ರೀತಿಯನ್ನು ಮುಂದುವರಿಸಬೇಕಿದ್ದಲ್ಲಿ ಹೊರಗಿನ ಸಹಾಯ ನಿಮಗೆ ಬೇಕಾಗುತ್ತದೆ. ಇದಕ್ಕೆ ಉಪಶಮನವೆಂದರೆ, ಆಳವಾದ ಪ್ರೀತಿಯ ಅನುಭವ ಪಡೆಯಲು ಕಲಿಯಬೇಕು.

ನಿಮ್ಮ ಪ್ರೀತಿಯನ್ನು ವ್ಯಕ್ತಪಡಿಸುವುದನ್ನು ಪ್ರತಿಪಾದಿಸುವುದನ್ನು ಗಾಢವಾಗಿಸಿ. ಪ್ರೀತಿಯಲ್ಲಿ ಮುಳುಗಿ, ಪ್ರೀತಿಯಲ್ಲೇ ತೇಲಿಹೋಗಿ, ಪ್ರೀತಿಯನ್ನು ಸಂಪಾದಿಸಿ, ಹೆಚ್ಚು ಮುಖ್ಯವಾಗಿ, ನೋವನ್ನೂ, ದ್ವೇಷವನ್ನೂ, ಕ್ಷಮೆ ಮತ್ತು ಪೇಲವವಾಗಿಸುವುದರ ಮೂಲಕ ಸಮಾಧಾನವಾಗಿಸಿ. ಹಾಗಾದಾಗ, ನಿಮ್ಮ ಅಂತಃಪ್ರಜ್ಞೆ ಸ್ವಯಂ ಪ್ರೇರಿತವಾಗಿ ದ್ವೇಷದ ಮೇಲೆ ಪ್ರೀತಿ ಅದರ ಆಳದ ಮೂಲಕ ಆರೋಪಿಸುತ್ತದೆ. ಅದು ಕ್ರಮೇಣ, ಬದುಕಿನ ಸನ್ನಿವೇಶಗಳನ್ನು ಪ್ರೀತಿಯ ಜತೆ ಹೊಂದಾಣಿಕೆ ಮಾಡಿಕೊಳ್ಳತೊಡಗುತ್ತದೆ.

ನಿಮ್ಮ ಸೋಲುಗಳಿಂದ ಕಲಿಯಿರಿ ಮತ್ತು ಅದನ್ನು ಅಲ್ಲಿಯೇ ಬಿಟ್ಟುಬಿಡಿರಿ. ಆ ಬಗ್ಗೆ ಹೆಚ್ಚು ಭಾವನಾತ್ಮಕ ಪ್ರತಿಕ್ರಿಯೆ ಬೇಡ. ನಿಮ್ಮ ಅಂತಃಪ್ರಜ್ಞೆಯನ್ನು ಕದಡಿಸಬೇಡಿ. ನಿಮ್ಮ ಗೆಲುವನ್ನು ಸಂಭ್ರಮಿಸಿ. ನಿಮ್ಮ ಪ್ರತಿ ಕಣ ಕಣವೂ ಅದರಲ್ಲಿ ಭಾಗಿಯಾಗಲಿ. ನಿಮ್ಮ ಅಂತಃಪ್ರಜ್ಞೆಯನ್ನು ಮುದ್ದಿಸಿ. ಅನಾರೋಗ್ಯ ಕೇವಲ ಒಂದು ಅಭಿಪ್ರಾಯವನ್ನಲ್ಲದೆ ಹೆಚ್ಚಿನದೇನನ್ನೂ ಬೇಡುವುದಿಲ್ಲ. ನಿಮ್ಮ ಆರೋಗ್ಯ ಮತ್ತು ದೇಹದಾರ್ಢ್ಯತೆಯ ಕುರಿತು ಜಂಭ ಕೊಚ್ಚಿಕೊಳ್ಳಿ. ನಿಮ್ಮ ಅಂತಃಪ್ರಜ್ಞೆ ನಿಮ್ಮ ಇಚ್ಛೆಗಳನ್ನು ತಿಳಿಯಲಿ.

ಪರಿಹಾರ ಸರಳವಾಗಿದೆ. ನಕಾರಾತ್ಮಕತೆಯನ್ನು ಎರಡು ವಾಕ್ಯಗಳಲ್ಲಿ ಹೇಳಿ ಮತ್ತು ಸಕಾರತ್ಮಕತೆಯನ್ನು ಕನಿಷ್ಠ ಐದು ವಾಕ್ಯಗಳಲ್ಲಿ ಹೇಳಿ. ನಿಮ್ಮ ನಕಾರಾತ್ಮಕ ಭಾವನೆಗಳನ್ನು ನಿರ್ಬಂಧಿಸಿ ಮತ್ತು ಸಕಾರಾತ್ಮಕ ಭಾವನೆಗಳ ಹೊಳೆಯನ್ನೇ ಹರಿಸಿ. ಅದುವೆ ಪರಿವರ್ತನೆ– ಅಂತಃಪ್ರಜ್ಞೆಯ ಹಳೆಯ ಅನುಭವಾತೀತ ರೂಪವನ್ನು ನವೀನ ರೂಪಕ್ಕೆ ಬದಲಾಯಿಸುವ ಉಪಕ್ರಮ.

ದುಃಖತಪ್ತ ಹೃದಯ ಅತೀ ಸುಂದರ ಕವಿತೆಗಳನ್ನು ಬರೆಯುತ್ತದೆ ಎಂದು ಯಾರೋ ಹೇಳಿದ್ದಾರೆ. ಆದ್ದರಿಂದ ದೇವರು ಈ ಸುಂದರ ಜಗತ್ತನ್ನು ರೂಪಿಸುವ ಸಮಯದಲ್ಲಿ ದುಃಖಿತನಾಗಿರಬೇಕು. ಅಂದರೆ, ಅವನು ನನ್ನ ದೇವರನ್ನು ಕಂಡಿಲ್ಲವೆಂದಾಯಿತು. ಆನಂದಾನುಭೂತಿಯ ಆಳವನ್ನು ಸವಿಯಲು ಕಲಿಯಿರಿ. ನೀವು ಮುಂದೆ ಕವಿತೆಗಳನ್ನೇ ಬರೆಯಬೇಕಿಲ್ಲ. ಅದು ನಿಮ್ಮ ಮೂಲಕ ಆಗಬಲ್ಲುದು. ನಿಮ್ಮ ಬದುಕೇ ಕಾವ್ಯವಾಗಿ ಪರಿಣಮಿಸಬಲ್ಲುದು.

ನಾವು ಸುಳ್ಳು ಹೇಳುವುದು ಯಾಕೆ?

ಆನಂದದಾಯಕವಲ್ಲದ ಒಂದು
ಪರಿಸ್ಥಿತಿಯಿಂದ ನುಣುಚಿಕೊಳ್ಳುವುದಕ್ಕೆ.

ಸುಳ್ಳಿನ ಒಂದು ಶಾಪವೆಂದರೆ ನಾವು ಸದಾ
'ನುಣುಚಿಕೊಳ್ಳುವ ಧೋರಣೆ'ಯನ್ನು
ಆತುಕೊಳ್ಳುವುದು. ಪ್ರಾಮಾಣಿಕತೆಯ
ಅನುಗ್ರಹವೆಂದರೆ ಅದು 'ಎದುರಿಸುವ
ಧೋರಣೆ'ಯನ್ನು ಬೆಳೆಸುತ್ತದೆ.

ನೀವು ತುತ್ತತುದಿಯನ್ನು ತಲುಪಬೇಕೋ,
ಬದುಕಿನಲ್ಲಿ ಬರುವ ಎಲ್ಲವನ್ನೂ
'ಎದುರಿಸುವ ಧೋರಣೆ'ಯಾಗಿ ಬೆಳೆಸಿಕೊಳ್ಳಬೇಕು.

ಮತ್ತು, ಈ ಧೋರಣೆ ನಿಮ್ಮಲ್ಲಿ
ಯಾವುದನ್ನು ಬೆಳೆಸಬಲ್ಲುದು?
ಪ್ರಾಮಾಣಿಕತೆಯನ್ನು!

• • •

ಎಲ್ಲದ್ದಕ್ಕೂ ಉತ್ತರಗಳಿಲ್ಲ ಎಂಬುದು ದೊಡ್ಡದಲ್ಲ. ನಿಮ್ಮಲ್ಲಿ ಸರಿಯಾದ ಪ್ರಶ್ನೆಗಳಿವೆಯೇ?

"ಒಳ್ಳೆಯ ಜನರಿಗೆ ಕೆಟ್ಟ ಸಂಗತಿಗಳು ಯಾಕೆ ಆಗುತ್ತವೆ?" ಸಾಧಕ ಕೇಳಿದ. ಪಾದ್ರಿ ಉತ್ತರಿಸಿದರು, "ಪ್ರಶ್ನೆಯನ್ನೇ ತಪ್ಪಾಗಿ ಕೇಳಲಾಗಿದೆ. ನೀವುಅದಕ್ಕೆ ಸೂಕ್ತವಾದ ಉತ್ತರವನ್ನು ಹೇಗೆ ತಾನೆ ನಿರೀಕ್ಷಿಸಬಲ್ಲಿರಿ? ಪ್ರಶ್ನೆ ಹೀಗಿರಬೇಕಿತ್ತು, 'ಒಳ್ಳೆಯ ವ್ಯಕ್ತಿಗಳಿಗೆ ಕೆಟ್ಟ ಸಂಗತಿಗಳು ಬಂದಾಗ ಅವರಿಗೆ ಏನಾಗುತ್ತದೆ?' ಅದಕ್ಕೆ ಉತ್ತರ ಹೀಗಿರುತ್ತದೆ, "ಅವರು ಇನ್ನಷ್ಟು ಒಳ್ಳೆಯ ವ್ಯಕ್ತಿಗಳಾಗುತ್ತಾರೆ!"

ಅದು ನಮ್ಮ ಜ್ಞಾನವಲ್ಲ, ನಮ್ಮ ಜ್ಞಾನದ ದಿಕ್ಕು ನಮ್ಮ ಬೆಳವಣಿಗೆಯ ವೇಗವನ್ನು ನಿರ್ಧರಿಸುವಂಥದ್ದು ಮತ್ತು ಸರಿಯಾದ ಪ್ರಶ್ನೆಗಳನ್ನು ಕೇಳಿದ್ದೇ ಆದಲ್ಲಿ, ನಮ್ಮ ಜ್ಞಾನಕ್ಕೆ ಸೂಕ್ತ ದಿಕ್ಕನ್ನು ತೋರಿಸಬಹುದು. ನಿಮ್ಮ ಎಲ್ಲ ತೊಂದರೆಗಳಿಗೆ ಪ್ರಶ್ನೆ ಕೇಳಿ, "ನನಗೇ ಯಾಕೆ?" ಮತ್ತು ನಿಮ್ಮ ಜ್ಞಾನದಿಂದ ಪ್ರತಿಕ್ರಿಯೆಯನ್ನು ಆಲಿಸಿ. ಮತ್ತೆ ಕೇಳಿ, "ನನಗೇ ಯಾಕೆ?" ಅಸಂಖ್ಯ ಅನುಗ್ರಹಗಳು ಮತ್ತು ನಿಮ್ಮ ಜ್ಞಾನದ ದನಿಯನ್ನು ಆಲಿಸಿರಿ. ಎರಡರ ವ್ಯತ್ಯಾಸ ಗುರುತಿಸಿರಿ. ಪ್ರಶ್ನೆಗಳಲ್ಲಿನ ಶಕ್ತಿಯನ್ನು ಅನುಭವಿಸಿ. ಪ್ರಶ್ನೆಗಳಿಗೆ ವಿಶೇಷ ಶಕ್ತಿಯಿರುತ್ತದೆ. ಒಂದು ಸರಿಯಾದ ಪ್ರಶ್ನೆಯನ್ನು ಸರಿಯಾದ ಸಮಯದಲ್ಲಿ ಕೇಳಿದ್ದೇ ಆದಲ್ಲಿ, ನಿಮ್ಮ ಜ್ಞಾನದ ದಿಕ್ಕನ್ನೇ ಅದು ಬದಲಿಸಬಲ್ಲುದು, ಆ ಮೂಲಕ ನಿಮ್ಮ ಬದುಕನ್ನೇ ಅದು ಬದಲಿಸಬಹುದು.

"ಇದು ಯಾಕೆ ನನಗೆ ಸಂಭವಿಸುತ್ತದೆ?" ಇದು ನಿಮ್ಮ ಜ್ಞಾನಕ್ಕೆ ದಿಕ್ಕನ್ನು ತೋರಿಸುತ್ತದೆ ಮತ್ತು ಆ ಮೂಲಕ ಅದು ಸ್ವಾನುಕಂಪಕ್ಕೆ ಒಯ್ಯುತ್ತದೆ. ಅದೇ ದೃಷ್ಟಿಯಿಂದ ಕೇಳಿ, "ಇದರಿಂದ ನಾನೇನು ಕಲಿಯಬಲ್ಲೆ?" ಇದು ನಿಮಗೆ ಹೆಚ್ಚಿನ ಪಕ್ವತೆಯನ್ನು ನೀಡಬಲ್ಲುದು. "ಆಕೆ ನನ್ನನ್ನು ಯಾಕೆ ಅರಿತುಕೊಳ್ಳಲಿಲ್ಲ?" ಇದು ನಿಮ್ಮ ಜ್ಞಾನವನ್ನು ಇತರರ ಬಗ್ಗೆ ದೋಷಾರೋಪಣೆ ಮಾಡುವಂತಿದೆ ಮತ್ತು ನಿಮ್ಮನ್ನು ಅದಕ್ಕೆ ಬಲಿಪಶು ಮಾಡಲಿದೆ. ಅದರ ಬದಲು ಹೀಗೆ ಕೇಳಿ, "ಆಕೆ ನನ್ನನ್ನು ಅರ್ಥಮಾಡಿಕೊಳ್ಳುವ ನಿಟ್ಟಿನಲ್ಲಿ ನನ್ನ ನಡವಳಿಕೆ ಹೇಗಿರಬೇಕು?" ಇದರಿಂದ ಸನ್ನಿವೇಶ ನಿಮ್ಮ ಹಿಡಿತದಲ್ಲೇ ಇದೆ ಎಂಬುದಾಗಿ ನಿಮಗೆ ಅನ್ನಿಸುತ್ತದೆ. ಇದು ನಿಮ್ಮನ್ನು ಹೆಚ್ಚು ಸಂಪನ್ಮೂಲ ಹಾಗೂ ಜವಾಬ್ದಾರಿಯುತ ಸ್ಥಿತಿಗೆ ಒಯ್ಯುತ್ತದೆ.

ನೀವು ಜಡವಾಗಿದ್ದೀರಿ ಅಂತ ನಿಮಗೆ ಅನ್ನಿಸಿದರೆ, ನೀವು ಯಾವ ಪ್ರಮಾಣದಲ್ಲಿ ಬೆಳೆಯಬೇಕೋ ಹಾಗೆ ಬೆಳೆಯದೇ ಇದ್ದಲ್ಲಿ, ನೀವು ನಿಮ್ಮ ಗುರಿ ಮುಟ್ಟುವ ದಿಕ್ಕಿನಲ್ಲಿ ಸಾಗದೆ ಇದ್ದಿದ್ದರೆ, ಮತ್ತೆ ಮತ್ತೆ ಪುನರಾವರ್ತನೆಯಾಗುವ ಸಂಗತಿಗಳನ್ನು ನೀವು ಎದುರಿಸುತ್ತಿದ್ದಲ್ಲಿ, ನೀವು ಸೂಕ್ತವಾದ ಪ್ರಶ್ನೆಗಳನ್ನು ಕೇಳುತ್ತಿಲ್ಲವೆಂಬುದು ಖಂಡಿತ. ಆದ್ದರಿಂದ ನೀವು ನಿಮ್ಮ ಜ್ಞಾನಕ್ಕೆ ಸರಿಯಾದ ದಿಕ್ಕನ್ನು ತೋರಿಸುತ್ತಿಲ್ಲವೆಂದಾಯಿತು.

ಸರಳವಾದ ಪ್ರಶ್ನೆಗಳು– "ಮುಂದೇನು?", "ನಾನೀಗ ಮಾಡುವುದಕ್ಕಿಂತಲೂ ಚೆನ್ನಾಗಿ ಹೇಗೆ ಮಾಡಬಲ್ಲೆ?", "ಅತ್ಯಂತ ಕೆಟ್ಟದ್ದು ಏನು ಸಂಭವಿಸಬಹುದು?" ಮುಂತಾದವು ನೀವು ನಿಮ್ಮ ಬದುಕನ್ನು ತಿಳಿದುಕೊಂಡ ರೀತಿಯನ್ನು ಪೂರ್ತಿಯಾಗಿ ಬದಲಿಸಬಲ್ಲುದು. ನಮ್ಮ ಜ್ಞಾನಕ್ಕೆ ಆಂತರಿಕ ಒತ್ತಡವೊಂದಿದೆ, ಅದು ನೀವು ಕೇಳುವ ಅಥವಾ ಜಗತ್ತು ಕೇಳುವ ಯಾವುದೇ ಪ್ರಶ್ನೆಗಳಿಗೆ ಉತ್ತರಿಸಬಲ್ಲುದು. ಆದ್ದರಿಂದ ನಿಮ್ಮ ಪ್ರಶ್ನೆಗಳನ್ನು ಆಯ್ಕೆ ಮಾಡಿಕೊಳ್ಳಿ ಮತ್ತು ನಿಮ್ಮ ಜ್ಞಾನವನ್ನು ರಚನಾತ್ಮಕ ರೀತಿಯಲ್ಲಿ ಮುಂದುವರಿಯುವಂತೆ ಮಾಡಿ.

ನ್ಯೂಕ್ಲಿಯರ್ ಮ್ಯಾಗ್ನೆಟಿಕ್ ರೆಸೊನೆನ್ಸ್ ಕಂಡುಹಿಡಿದ ಭೌತ ಶಾಸ್ತ್ರಜ್ಞ ಮತ್ತು ನೊಬಲ್ ಪಾರಿತೋಷಕ ವಿಜೇತ ವಿಜ್ಞಾನಿ ಇಸಿಡೋರ್ ಐಸಾಕ್‌ರಬಿ ಹೇಳಿದ್ದು, "ನನ್ನ ತಾಯಿ ನನ್ನನ್ನು ವಿಜ್ಞಾನಿಯನ್ನಾಗಿ ಮಾಡಿದರು, ನಾನು ಅದನ್ನು ಬಯಸದಿದ್ದರೂ ಕೂಡಾ. ಬ್ರೂಕ್ಲೈನಿನ ಪ್ರತಿಯೊಬ್ಬ ಯಹೂದಿ ತಾಯಿ ಶಾಲೆಗೆ ಹೋಗುವ ತನ್ನ ಮಗುವಿಗೆ ಕೇಳುತ್ತಾಳೆ, "ನೀನು ಶಾಲೆಯಲ್ಲಿ ಈ ದಿನ ಏನನ್ನಾದರೂ ಕಲಿತೆಯಾ?" ಆದರೆ ನನ್ನ ತಾಯಿ ಹಾಗಲ್ಲ. ಆಕೆ ಕೇಳುವ ಪ್ರಶ್ನೆಯೇ ಬೇರೆ, "ನೀನು ಒಂದು ಒಳ್ಳೆಯ ಪ್ರಶ್ನೆಯನ್ನು ಈವೊತ್ತು ಕೇಳಿದ್ದೀಯಾ?" ಇದು ವ್ಯತ್ಯಾಸ– ಒಳ್ಳೆಯ ಪ್ರಶ್ನೆಗಳನ್ನು ಕೇಳುವ ಪ್ರವೃತ್ತಿಯೇ ನನ್ನನ್ನು ವಿಜ್ಞಾನಿಯನ್ನಾಗಿಸಿತು."

ಒಬ್ಬ ಮನುಷ್ಯ ಕೇಳಿದ, "ಆಪಲ್ ಯಾಕೆ ಕೆಳಕ್ಕೆ ಬೀಳುತ್ತದೆ?" ಅನಂತರ ಜಗತ್ತು ಹಿಂದಿನ ಹಾಗೆ ಇರಲೇ ಇಲ್ಲ. ನಿಜ ಹೇಳಬೇಕಂದರೆ, ಎಲ್ಲಾ ಆವಿಷ್ಕಾರಗಳು ಮತ್ತು ಸಂಶೋಧನೆಗಳು ಒಂದು ಪ್ರಶ್ನೆಯಿಂದಲೇ ಪ್ರಾರಂಭವಾಗಿದೆ. ಅರ್ಜುನ ತನ್ನ ಪ್ರಶ್ನೆಗಳಿಂದಾಗಿಯೇ ಕೃಷ್ಣನ ಜ್ಞಾನಕ್ಕೆ ದಿಕ್ಕು ತೋರಿಸಿದ ಆ ಮೂಲಕ ಭಗವದ್ಗೀತೆ ಅಸ್ತಿತ್ವಕ್ಕೆ ಬಂತು.

ಎಲ್ಲದ್ದಕ್ಕೂ ಉತ್ತರವಿರುತ್ತದೆ ಎಂದು ಹೇಳುವುದಕ್ಕಾಗುವುದಿಲ್ಲ, ಅದು ನಗಣ್ಯ. ನಿಜವಾಗಿ ಹೇಳಬೇಕಾದರೆ, ನಿಮ್ಮಲ್ಲಿ ಸೂಕ್ತ ಪ್ರಶ್ನೆಗಳಿವೆಯೇ ಎಂಬುದು. ನಿಮ್ಮ ಜ್ಞಾನ ನಿಮ್ಮನ್ನು ಕಾಯುತ್ತಿದೆ– ಕೇಳಿ ಮತ್ತು ನೀವು ಸ್ವೀಕರಿಸುತ್ತೀರಿ.

• • •

ನಿಮ್ಮನ್ನು ಯಾರೂ ನಂಬದೇ ಇದ್ದರೂ,
ನಿಮ್ಮಲ್ಲಿ ನಿಮಗೆ ನಂಬಿಕೆ ಇರಲಿ.
ನಿಮ್ಮನ್ನು ಯಾರೂ ನಂಬದಿದ್ದರೂ
ನಿಮಗೆ ಸಾಧ್ಯವಿದೆ,
ನೀವು ನಿಮ್ಮನ್ನು ನಂಬುವಂತೆ
ಮಾಡಲು ಸಾಧ್ಯವಿದೆ.
ನೀವು ನಿಮ್ಮನ್ನು ನಂಬುತ್ತೀರಿ,
ನೀವು ನಿಮ್ಮನ್ನು ಪ್ರೀತಿಸಿದಾಗ ಮಾತ್ರ.

ಆದ್ದರಿಂದ, ನಿಮ್ಮನ್ನು ಯಾರೂ
ಪ್ರೀತಿಸದಿದ್ದಲ್ಲಿ, ನೀವು ನಿಮ್ಮನ್ನು
ಪ್ರೀತಿಸಬೇಕು. ಅಂದರೆ, ನೀವು ನಿಮ್ಮನ್ನು
ಪ್ರೀತಿಸಲು ಕಲಿತಾಗ, ಜಗತ್ತು ನಿಮ್ಮನ್ನು
ಪ್ರೀತಿಸಲು ತೊಡಗುತ್ತದೆ.

ಒಟ್ಟಿನಲ್ಲಿ, ಜಗತ್ತು ನಿಮ್ಮನ್ನು ಹೇಗೆ
ನೋಡುತ್ತದೆ ಎಂಬುದರಲ್ಲಿ ತುಸು ವ್ಯತ್ಯಾಸ
ನಿಮಗೆ ಗೋಚರಿಸಲು ಸಾಧ್ಯ.
ಆದರೆ ನೀವು ನಿಮ್ಮನ್ನು ಹೇಗೆ ಕಾಣುತ್ತೀರಿ
ಎಂಬುದೇ ಎಲ್ಲಕ್ಕೂ ಮಿಗಿಲಾದ ವ್ಯತ್ಯಾಸ.

ಸಕಲರೂ ನಿಮ್ಮನ್ನು ವೀಕ್ಷಿಸುತ್ತಿದ್ದಾರೆ.

ಅವರ ಧೂಮಪಾನ ಮತ್ತು ವೀಳ್ಯ ಜಗಿಯುವ ಅಭ್ಯಾಸ ಬಿಟ್ಟರೆ, ನನ್ನ ತಂದೆಯವರು ಮಹಾನ್ ವ್ಯಕ್ತಿಯಾಗಿದ್ದರು' ಎಂದು ಎಷ್ಟು ಕಾಲ ನೀವು ನಿಮ್ಮನ್ನು ಸಂತೈಸಿಕೊಳ್ಳುತ್ತೀರಿ. ನಮ್ಮ ಅಧ್ಯಾಪಕರ ಚಾರಿತ್ರ್ಯದ ಬಗ್ಗೆ ನಮ್ಮ ಗೊಡವೆ ಬೇಡ, ಅದು ಅವರ ವೈಯಕ್ತಿಕ ಬದುಕು; ಅವರ ಬೋಧನೆಗಳಷ್ಟೇ ತೆಗೆದುಕೊಂಡು ಬಿಟ್ಟುಬಿಡೋಣ– ಎಂದು ಎಲ್ಲಿಯವರೆಗೆ ನೀವು ನಿಮ್ಮಷ್ಟಕ್ಕೇ ತೃಪ್ತರಾಗುತ್ತೀರಿ?

ಯಾವುದು ತಪ್ಪು ಯಾವುದು ಸರಿ ಎಂಬುದನ್ನು ತೀರ್ಮಾನಿಸುವುದಕ್ಕೆ ನಾನೇನು ಜಾಗತಿಕ ನ್ಯಾಯಾಧೀಶನೇನೂ ಅಲ್ಲವಲ್ಲ. ಪ್ರಪಂಚದಲ್ಲಿ ತಪ್ಪು ಅಥವಾ ಸರಿ ಎಂಬುದಿಲ್ಲ ಅಂತ ನನಗೂ ಗೊತ್ತು. ಯಾರದೇ ಆಯ್ಕೆಯ ಸ್ವಾತಂತ್ರ್ಯದಲ್ಲಿ ಹಸ್ತಕ್ಷೇಪ ಮಾಡುವುದಕ್ಕೆ ನಾನು ಯಾರು? ಆದರೆ ನೀವು ನಿಮ್ಮಷ್ಟಕ್ಕೆ ಧೈರ್ಯದಿಂದ ಕೇಳಿಕೊಳ್ಳಿ, "ನಾನು ನನಗೆ ಸರಿ ಕಾಣಿಸಿದ್ದನ್ನು ಮಾಡಿದಾಗ ಮಕ್ಕಳು ನನ್ನನ್ನು ಆಕ್ಷೇಪಿಸಿದರೆ, ನಾನು ಸಂತುಷ್ಟನಾಗುವುದಕ್ಕೆ ಸಾಧ್ಯವೇ? ಈ ವ್ಯಸನಗಳಿರುವುದರಿಂದ ನನಗೆ ನನ್ನ ಬಗ್ಗೆ ಹೆಮ್ಮೆ ಎನಿಸುತ್ತದೆ ಎಂದು ನಾನು ಹೇಳಬಲ್ಲೆನೇ? ನನ್ನ ಗುಣನಡತೆಯ ವಿಶೇಷತೆಗಳನ್ನು ಅನುಸರಿಸಲು ಯೋಗ್ಯವೇ? ನನ್ನ ಬದುಕು ಮುಂದಿನ ಪೀಳಿಗೆಗೆ ಒಂದು ಮಾದರಿಯಾಗುತ್ತದೆಯೇ? ಅಥವಾ ಎಚ್ಚರಿಕೆಯಾಗುತ್ತದೆಯೇ?"– ಆಯ್ಕೆಯ ಮೂಲಕವಲ್ಲ, ಬದ್ಧತೆಯ ಮೂಲಕ.

ನಮ್ಮ ಮಕ್ಕಳು ಸದಾ ನಮ್ಮನ್ನು ಗಮನಿಸುತ್ತಾರೆ. ಕೇಳುವ ವಿಷಯಗಳಿಗಿಂತ ಅವರು ಕಾಣುವ ವಿಷಯಗಳನ್ನು ಹೆಚ್ಚು ಕಲಿಯುತ್ತಾರೆ. ನೈತಿಕತೆಯನ್ನು ಪುಸ್ತಕಗಳಿಂದ ಕಲಿಯಲಾಗದು, ಅದನ್ನು ನಮ್ಮ ಸುತ್ತಲಿನವರನ್ನು ನೋಡಿ ಕಲಿಯುವಂಥದ್ದು. ಜಗತ್ತು ನಿಮ್ಮ ಮಾದರಿಯನ್ನು ಕಲಿಯುತ್ತದೆಯೇ ಹೊರತು ನಿಮ್ಮ ಉಪದೇಶವನ್ನಲ್ಲ.

ನಿಜ ಹೇಳಬೇಕೆಂದರೆ, ಗುರುಗಳು ಯಾವಾಗ ಮೌನವನ್ನು ತಾಳುತ್ತಾರೆ ಅಂದರೆ, ಅವರು ಧ್ಯಾನದ ಗುರಿಯನ್ನು ತಲುಪಿದಾಗ ಹಾಗೂ ಅವರಿಗೆ ಮುಂದೆ ಸಾಧನೆ ಮಾಡಬೇಕಾದ ಅವಶ್ಯಕತೆ ಇರುವುದಿಲ್ಲ. ಅಜ್ಞಾನಿ ಸಾಧಕ ಕೇಳಬಹುದು, "ಗುರುಗಳೇ ನಿರಂತರ ಧ್ಯಾನ ಮಾಡದಿದ್ದಲ್ಲಿ, ನಾನೇಕೆ ಮಾಡಬೇಕು?" ಅದಕ್ಕೋಸ್ಕರವೇ ಭಗವದ್ಗೀತೆ ನಮಗೆ ನೆನಪಿಸುವಂಥದ್ದು, "ಮಹಾನ್ ವ್ಯಕ್ತಿ ಏನನ್ನೇ ಮಾಡಲಿ ಅದನ್ನು ಉಳಿದವರು ಅನುಸರಿಸುತ್ತಾರೆ, ಯಾವ ಗುಣಮಟ್ಟವನ್ನು ಅವರು ವಿಧಿಸುತ್ತಾರೆಯೋ ಅದನ್ನೇ ಜಗತ್ತು ಅನುಸರಿಸುತ್ತದೆ." ನಮ್ಮ ತಿಳುವಳಿಕೆಗೆ ಹೊರತಾಗಿ ಇತರರನ್ನು ಪ್ರಚೋದಿಸುವಂತೆ ನಾವು ಕೆಲವು ಸಂಗತಿಗಳನ್ನು ಮಾಡಬೇಕಾಗುತ್ತದೆ. ನಮಗೊಂದು ಸಾಮಾಜಿಕ ಜವಾಬ್ದಾರಿ ಇರುತ್ತದೆ. ನಾನೊಬ್ಬ ಆದರ್ಶ ವ್ಯಕ್ತಿಯಾಗುವುದಕ್ಕೆ ಅರ್ಹತೆ ಪಡೆಯಬೇಕು. ಏನನ್ನು ಮಾಡಬೇಕೋ ಅದನ್ನು ಮಾಡಿ, ಏನನ್ನು ಮಾಡಬಾರದೋ ಅದನ್ನು ಮಾಡಬೇಡಿ.

ಒಬ್ಬ ಅಧ್ಯಾಪಕನಾಗಿ, ಒಬ್ಬ ಯಜಮಾನನಾಗಿ, ಒಬ್ಬ ಔದ್ಯಮಿಕ ಮುಂದಾಳುವಾಗಿ, ಒಬ್ಬ ಹೆತ್ತವನಾಗಿ, ಕುಟುಂಬದ ಓರ್ವ ಯಜಮಾನನಾಗಿ, ಒಬ್ಬ ಸರಕಾರೀ ಅಧಿಕಾರಿಯಾಗಿ... ನೀವೂ ನಾನೂ, ನಾವೆಲ್ಲರೂ, ಇತರರೂ, ನಮ್ಮನ್ನು ಅನುಸರಿಸುವ ಒಂದು ಗುಣಮಟ್ಟವನ್ನು ಕಾಪಾಡಬೇಕಾಗುತ್ತದೆ.

ಇತರರು ಹೇಗೆ ನೀವು ಯೋಚಿಸಬೇಕು, ಮಾತಾಡಬೇಕು, ನಡೆಯಬೇಕು ಮತ್ತು ಜೀವಿಸಬೇಕು ಅಂತ ಬಯಸುತ್ತಾರೋ ಹಾಗೆ, ಯೋಚಿಸಿ, ಮಾತಾಡಿ, ನಡೆಯಿರಿ ಮತ್ತು ಜೀವಿಸಿ. ನಮ್ಮಿಂದ ನಾವು ಹೇಗೆ ಏನನ್ನು ನಿರೀಕ್ಷಿಸಲು ಇಚ್ಛಿಸುವುದಿಲ್ಲವೋ, ಹಾಗೆಯೇ ನಾವು ಜಗತ್ತಿನಿಂದ ಏನನ್ನೂ ನಿರೀಕ್ಷಿಸುವುದಕ್ಕೆ ಸಾಧ್ಯವಾಗದು.

ಸಾಕಷ್ಟು ಸಮಯದ ಬಳಿಕ ನಿಮ್ಮ ಸುತ್ತಮುತ್ತಲಿನ ಜಗತ್ತು ನಿಮ್ಮ ಕಾರ್ಬನ್ ಕಾಪಿಯಾಗಿ ಬದಲಾಗುವುದಕ್ಕೆ ಎಳೆಸುತ್ತದೆ. ಆ ಮೇಲೆ ಖಂಡಿತವಾಗಿಯೂ ನೀವು ಪ್ರತಿ ತೆಗೆಯುವ ಸಲುವಾಗಿ ನಿಮ್ಮ ಮಾಸ್ಟರ್ ಕಾಪಿ ಆಗಲೇ ಬೇಕಾಗುತ್ತದೆ.

ಮಾರ್ಕ್ ಟ್ವೈನ್ ಹೇಳಿದ್ದು, "ಯಾರೂ ವೀಕ್ಷಿಸುತ್ತಿಲ್ಲ ಎನ್ನುವಂತೆ ನೃತ್ಯಮಾಡಬೇಕು." ನಿಮಗೆ ನಾನು ಹೇಳಬಯಸುವುದಿಷ್ಟೇ, "ಪ್ರತಿಯೊಬ್ಬರೂ ನಿಮ್ಮನ್ನು ವೀಕ್ಷಿಸುತ್ತಿದ್ದಾರೆ ಎನ್ನುವ ರೀತಿಯಲ್ಲೇ ನೀವು ಜೀವಿಸಿರಿ."

ಶೈಕ್ಷಣಿಕ ಪದ್ಧತಿಗಿಂತ ಶಿಕ್ಷಣದಲ್ಲಿ ಹೆಚ್ಚಿನದಿದೆ.

ವಿವೇಕಾನಂದ ಸ್ವಾಮಿಯವರು ಹೇಳಿದ್ದು, "ಶಿಕ್ಷಣವೆಂದರೆ ನಿಮ್ಮ ಮಿದುಳಿನ ಒಳಗೆ ತುರುಕಿಸಿದ ಮತ್ತು ನಿಮ್ಮೊಳಗೆ ನಿಮ್ಮ ಬದುಕಿನುದ್ದಕ್ಕೂ ಪಚನಗೊಳ್ಳದೆ ಹರಿದಾಡುವ ಸರಕು ಅಲ್ಲ. ಬದುಕನ್ನು ಕಟ್ಟುವ, ಮನುಷ್ಯನನ್ನು ನಿರ್ಮಿಸುವ, ಕಲ್ಪನೆಗಳನ್ನು ಕರಗತಮಾಡಿಕೊಂಡು ಚಾರಿತ್ರ್ಯವನ್ನು ಉದ್ದೀಪನಗೊಳಿಸುವ ಶಿಕ್ಷಣ ಬೇಕು. ನೀವು ಐದು ಕಲ್ಪನೆಗಳನ್ನು ಕರಗತಮಾಡಿಕೊಂಡು, ಆ ಮೂಲಕ ನಿಮ್ಮ ಬದುಕನ್ನೂ, ನಿಮ್ಮ ಚಾರಿತ್ರ್ಯವನ್ನೂ ರೂಪಿಸಿಕೊಂಡಿದ್ದಲ್ಲಿ, ಇಡೀ ಗ್ರಂಥಾಲಯವನ್ನೇ ಬಾಯಿಪಾಠ ಮಾಡಿದ ಮನುಷ್ಯನಿಗಿಂತ ನಿಮಗೆ ಹೆಚ್ಚಿನ ಶಿಕ್ಷಣ ಸಿಕ್ಕಿದೆ ಎಂದು ಭಾವಿಸಬೇಕು. ನಮಗೆ ಎಂತಹ ಶಿಕ್ಷಣ ಬೇಕು ಅಂದರೆ, ಅದರಿಂದ ಚಾರಿತ್ರ್ಯ ನಿರ್ಮಾಣವಾಗಬೇಕು, ಮನಸ್ಸಿನ ಶಕ್ತಿ ವೃದ್ಧಿಯಾಗಬೇಕು, ಜ್ಞಾನ ವಿಕಸಿಸಬೇಕು ಮತ್ತು ಆ ಮೂಲಕ ಆತ ತನ್ನ ಕಾಲ ಮೇಲೆ ತಾನು ನಿಲ್ಲುವಂತಾಗಬೇಕು."

ಶೈಕ್ಷಣಿಕ ಪದ್ಧತಿಯೇ ಶಿಕ್ಷಣವೆಂಬ ತಪ್ಪು ಕಲ್ಪನೆ ಇದೆ. ಹೆತ್ತವರಿಂದ ಹಿಡಿದು ಶಿಕ್ಷಕರವರೆಗೆ, ಶೈಕ್ಷಣಿಕ ಪದ್ಧತಿಯ ಕಡೆಗೆ ಹೆಚ್ಚು ಗಮನವಿರುತ್ತದೆ. ಬದುಕಿನ ವಿಜ್ಞಾನ ತಿಳಿಯದ ಒಂದು ಮಗು ವಿಜ್ಞಾನದಿಂದ ಏನು ಮಾಡಬಹುದು? ನಾವು ನಮ್ಮ ಮಕ್ಕಳಿಗೆ ಇತಿಹಾಸವನ್ನು ಓದುವಂತೆಯೂ ನೆನಪಿನಲ್ಲಿಡುವಂತೆಯೂ ಕಲಿಸುತ್ತೇವೆ, ಆದರೆ ಇತಿಹಾಸವನ್ನು ನಿರ್ಮಿಸುವಂತೆ ಕಲಿಸುತ್ತಿಲ್ಲ. ಒಂದು ಮಗುವಿಗೆ ಸಂವಹನ ಚಾತುರ್ಯವೇ ತಿಳಿಯದೇ ಹೋದಲ್ಲಿ, ಆಕೆ ಒಂದನೇ, ಎರಡನೇ

ಮತ್ತು ಮೂರನೇ ಭಾಷೆಗಳನ್ನು ಕಲಿಯುವುದರಿಂದ ಏನು ಸಾಧಿಸಿದಂತಾಗುತ್ತದೆ?

ನನ್ನನ್ನು ತಪ್ಪುತಿಳಿಯ ಬೇಡಿ. ಶಿಕ್ಷಣ ಪದ್ಧತಿಯಲ್ಲಿಯೇ ಹುರುಳಿಲ್ಲ ಎಂದು ನಾನು ಹೇಳುವುದಲ್ಲ; ನಾನು ಹೇಳುವುದೆಂದರೆ, ಶಿಕ್ಷಣ ಪದ್ಧತಿ ಮಾತ್ರದಿಂದ ಶಿಕ್ಷಣ ಪೂರ್ತಿಯಾಗುವುದಿಲ್ಲವೆಂದು ದೃಢೀಕರಿಸ ಬಯಸುವುದು. ಶೈಕ್ಷಣಿಕ ಪದ್ಧತಿ ಮಗುವಿನ ಬೆಳವಣಿಗೆಯಲ್ಲಿ ಒಂದು ಮಗ್ಗಲು ಆಯಿತು, ಅದೊಂದೇ ಮಗ್ಗಲು ಅಲ್ಲವಲ್ಲ? ಪದ್ಧತಿಯ ಶಿಕ್ಷಣ ಬದುಕಿಗೆ ಪೂರಕವೇ ಹೊರತು ಅದೊಂದೇ ಬದುಕು ಅಲ್ಲವಲ್ಲ. ಬದುಕಿಗೆ ಅದಕ್ಕೂ ಹೆಚ್ಚಿನದು ಬೇಕು. ಪ್ರಥಮ ರ್‍ಯಾಂಕಿನ ಪ್ರತಿಯೊಬ್ಬನೂ ಬದುಕಿನಲ್ಲಿ ಪ್ರಥಮ ಬರಬೇಕೆಂದೇನೂ ಇಲ್ಲವಲ್ಲ ಮತ್ತು ಎಲ್ಲ ಹಿಂದಿನ ಬೆಂಚಿನವರು, ಬದುಕಿನಲ್ಲಿ ಹಿಂದಿನ ಬೆಂಚಿನವರಾಗಿಯೇ ಉಳಿದಿಲ್ಲವಲ್ಲ. ನಿಜಹೇಳಬೇಕೆಂದರೆ, 98%ದವನೊಬ್ಬನಿಗೆ ಬದುಕಿನ ತಿಳುವಳಿಕೆ ಸಾಮಾನ್ಯವಾಗಿರುವುದನ್ನೂ, 72% ಗಳಿಸಿದವನಿಗೆ ಬದುಕಿನ ಸಮಗ್ರ ತಿಳುವಳಿಕೆ ಇರುವುದನ್ನೂ ನಾವು ಕಂಡಿದ್ದೇವೆ.

ಸಂಬಂಧಗಳೇ ಬದುಕಿನ ಮೂಲಭೂತ ಅಂಶ. ಸಂವಹನ ಶಕ್ತಿ ಸಂಬಂಧಗಳ ಜೀವಾಳ. ನಾಯಕತ್ವದಲ್ಲೇ ಯಶಸ್ಸು ಅಡಗಿದೆ– ನೀವು ನಾಯಕರಾಗಿರಿ ಇಲ್ಲವೇ ಹಿಂಬಾಲಕರಾಗಿರಿ, ನಿಮ್ಮ ಸಮಯ ಎಲ್ಲಿ ವ್ಯಯಿಸಲ್ಪಡುತ್ತದೆಯೋ ಅಲ್ಲಿ ನಿಮ್ಮ ಬದುಕು ಅಡಗಿದೆ. ಆದ್ದರಿಂದ, ಸಾರವೇನೆಂದರೆ, ಸಮಯ ನಿರ್ವಹಣೆಯ ಕಲೆಯೇ ಬದುಕು ನಿರ್ವಹಣೆಯ ಕೌಶಲ್ಯವೆನ್ನಬೇಕು. ನೀವು ಒಂದೋ ಅವಲಂಬಿಸಲ್ಪಡುವವ ಆಗಬೇಕು ಅಥವಾ ಅವಲಂಬಿತರಾಗಬೇಕು. ಅದು ನಿಮ್ಮ ಸ್ವಪ್ರತಿಷ್ಠೆಯನ್ನು ಆಧರಿಸಿದೆ. ಮೇಲೆ ಹೇಳಿದ ಬದುಕಿನ ಯಾವ ಅನಿವಾರ್ಯತೆಗಳೂ ನಮ್ಮ ಶಿಕ್ಷಣ ವ್ಯವಸ್ಥೆಯ ಭಾಗವಾಗಿಲ್ಲ ಎಂಬುದೇ ಬೇಸರದ ಸಂಗತಿ.

ಆದ್ದರಿಂದ ದಯವಿಟ್ಟು, ಹೆತ್ತವರು, ಉಪಾಧ್ಯಾಯರು ಮತ್ತು ಮಕ್ಕಳ ಭವಿಷ್ಯವನ್ನು ರೂಪಿಸುವ ಉಸ್ತುವಾರಿ ವಹಿಸಿದವರು, ನಾವು ಮಕ್ಕಳ ಪಠ್ಯಕ್ರಮಕ್ಕಷ್ಟೇ ಸೀಮಿತರಾಗುವುದು ಬೇಡ, ಅವರನ್ನು ಬದುಕಿಗೆ ತೆರೆದಿಡೋಣ, ಶೈಕ್ಷಣಿಕ ಪದ್ಧತಿಗೆ ಕೂಡಾ. ಅವರ ಅಂಕಗಳನ್ನು ಮಾತ್ರ ಎಣಿಸಿದರೆ ಸಾಲದು, ಅವರ ಬದುಕನ್ನೂ ಎಣಿಸುವಂತೆ ಮಾಡೋಣ.

• • •

ಆನಂದಕ್ಕೆ ದಾರಿ ಇರುವುದಿಲ್ಲ. ಆನಂದವೇ ದಾರಿ.

ನಿಮ್ಮ ಆಯ್ಕೆಯ ಕೆಲಸ ಮಾಡುವಾಗ, ನೀವು ಏನು ಮಾಡುವಿರೋ ಅದನ್ನು ಆಸ್ವಾದಿಸುವಿರಿ; ಮತ್ತು ಅದು ಪೂರ್ತಿಗೊಂಡಾಗ, ನಿಮಗೆ ಆತ್ಮ ತೃಪ್ತಿಯ ಅನುಭವವುಂಟಾಗುತ್ತದೆ. ಯಾವುದು ನಿಮಗೆ ಆತ್ಮತೃಪ್ತಿಯ ಅನುಭವವನ್ನು ನೀಡುತ್ತದೆಯೋ ಅದನ್ನು ಮತ್ತೆ ಮತ್ತೆ ಮತ್ತೆ ಮಾಡುವಂತೆ ಕಾತುರರಾಗುತ್ತೀರಿ....

ಅದರ ಬದಲಾಗಿ, ಒತ್ತಾಯ ಪೂರ್ವಕವಾಗಿ ನೀವು ಯಾವುದೇ ಕೆಲಸವನ್ನು ಕೈಗೆತ್ತಿಕೊಂಡಾಗ, ನಿಮ್ಮ ಕೆಲಸಕ್ಕೆ ಹೋರಾಡಬೇಕಾಗುತ್ತದೆ; ಮತ್ತು ಕೊನೆಯಲ್ಲಿ ಕೆಲಸ ಪೂರ್ತಿಗೊಂಡಾಗ ಒಂದು ಬಗೆಯ ನೆಮ್ಮದಿ ಸಿಗುತ್ತದೆ. ಯಾವುದು ನಿಮಗೆ ಕೆಲಸ ಮುಗಿದಾಗ ನೆಮ್ಮದಿ ನೀಡುತ್ತದೆಯೋ, ಮುಂದೆ ನೀವು ಅದನ್ನು ಮಾಡಲು ಬಯಸುವುದಿಲ್ಲ. ಒಂದು ವೇಳೆ ನೀವು ಅದನ್ನು ಮಾಡಿದರೂ ಮನಸ್ಸಿಲ್ಲದ ಮನಸ್ಸಿನಿಂದ ಮಾಡುತ್ತೀರಿ.

ಯಾರು ಆಯ್ದುಕೊಂಡು ಮಾಡುತ್ತಾರೋ, ಅವರೆಲ್ಲ ಯಾವಾಗಲೂ ಬದುಕಿನಲ್ಲಿ ತೃಪ್ತರಾಗಿರುತ್ತಾರೆ ಮತ್ತು ಅವರ ಬದುಕುವ ದಾಹ ಅಧಿಕವಾಗತೊಡಗುತ್ತದೆ. ಒತ್ತಾಯ ಪೂರ್ವಕವಾಗಿ ಪ್ರತಿಯೊಂದನ್ನೂ ಮಾಡುವವರಿಗೆ ಬದುಕೇ ಅಸಹನೀಯವೆನಿಸುತ್ತದೆ ಮತ್ತು ಅವರು ಬದುಕಿನಿಂದಲೇ ನಿವೃತ್ತಿ ಪಡೆಯುವ ಮಟ್ಟಕ್ಕೆ ಹೋಗುತ್ತಾರೆ.

ದೈನಂದಿನ ಆಗುಹೋಗುಗಳನ್ನೇ ಮಾಡಲು ಹಿಂದೇಟು ಹಾಕುವ ಜನರಿದ್ದಾರೆ... ಅಡುಗೆ ಮಾಡಲು ಅನಾಸಕ್ತಿ ತೋರುವವರಿದ್ದಾರೆ... ದಿಡೀರ್ ಆಹಾರ, ಪಾಕಗೊಂಡ ಆಹಾರ, ಘನೀಕರಿಸಿದ ಆಹಾರ ಮತ್ತು ಸಿದ್ಧ ಆಹಾರ ಪದಾರ್ಥಗಳು ಪ್ರತಿ ಅಡುಗೆ ಮನೆಯನ್ನು ದಾಳಿಯಿಟ್ಟಿಲ್ಲವೇ? ಕುಳಿತು ಊಟ ತಿಂಡಿ ತಿಂದು ಆಸ್ವಾದಿಸುವುದಕ್ಕೆ ಜನರಿಗೆ ಮನಸ್ಸಿಲ್ಲ... ಬೆಳಿಗ್ಗೆಯ ಉಪಾಹಾರ ಮತ್ತು ಅಪರಾಹ್ನದ

ಊಟವನ್ನು ಬಿಟ್ಟು ಬಿಡುತ್ತಿರುವುದು ಸರ್ವೇಸಾಮಾನ್ಯವಾಗುತ್ತಿಲ್ಲವೇ? ಮಕ್ಕಳು ಶಾಲೆಗೆ ಹೋಗುವುದಕ್ಕಿಂತ ಪ್ರೌಢರು ತಮ್ಮ ಕೆಲಸಕ್ಕೆ ಹೋಗಲು ಹಿಂದೇಟು ಹಾಕುತ್ತಿದ್ದಾರೆ... ಸೋಮವಾರ ಬೆಳಿಗ್ಗೆ ಹೃದಯಾಘಾತಕ್ಕೆ ಒಳಗಾಗುವವರ ಸಂಖ್ಯೆ ಹೆಚ್ಚಾಗುತ್ತಿರುವುದಕ್ಕೆ ನೀವೇನು ಹೇಳುತ್ತೀರಿ?

ಬದುಕಿನ ಪ್ರತಿಯೊಂದು ಅವಶ್ಯಕತೆಯನ್ನು ನಿರ್ಬಂಧದಿಂದ ನೋಡಲಾಗುತ್ತಿದೆಯಾದರೆ, ಮತ್ತು ಪ್ರತಿಯೊಂದು ವಿಷಯವನ್ನು ಪೂರ್ತಿಗೊಳಿಸುವುದು ನೆಮ್ಮದಿಯ ನಿಟ್ಟುಸಿರಿನಿಂದಾದರೆ... ನಾವು ಬದುಕಿನ ಮಟ್ಟವನ್ನು ಸುಧಾರಿಸುವುದಾದರೂ ಹೇಗೆ?

ದಯವಿಟ್ಟು ನಮ್ಮ ಪ್ರತಿಯೊಂದು ಕೆಲಸಕ್ಕೆ ಸಂಭ್ರಮವನ್ನು ಸೇರಿಸೋಣ. 'ನಾನು ಇದನ್ನು ಮಾಡಲೇಬೇಕು' ಅಥವಾ 'ನನ್ನಿಂದ ಇದು ಆಗಲೇ ಬೇಕು' ಎನ್ನುವುದಕ್ಕಿಂತ 'ನಾನು ಇದನ್ನು ಮಾಡಲು ಬಯಸುತ್ತೇನೆ' ಎನ್ನುವುದಕ್ಕೆ ಮಾರ್ಪಡಿಸಿದರೆ ಒಳಿತಲ್ಲವೇ? ನಮ್ಮೆಲ್ಲ ಕೆಲಸ ಕಾರ್ಯಗಳು ಆಯ್ಕೆಯ ಮೂಲಕ ಸಾಗಲಿ, ಆಶ್ವಾಸನೆಯಿಂದ ತುಂಬಲಿ ಮತ್ತು ಆತ್ಮತೃಪ್ತಿಯಿಂದ ಕೊನೆಗೊಳ್ಳಲಿ.

ಯಾವುದಾದರೊಂದನ್ನು ಹೇಗಿದ್ದರೂ ಮಾಡಲೇ ಬೇಕೆಂದಿರುವಾಗ, ಅದನ್ನು ಆಸಕ್ತಿಯೊಂದಿಗೆ ಮಾಡಿದರೇನು ಕೊರತೆಯುಂಟಾಗುತ್ತದೆ?

ಶಿಷ್ಯ ಕೇಳಿದ, "ಗುರುಗಳೆ, ಆತ್ಮಸಾಕ್ಷಾತ್ಕಾರ ಆಗುವ ಮೊದಲು ಮತ್ತು ಅನಂತರ, ನೀವು ಬಾವಿಯಿಂದ ನೀರು ಸೇದುವುದನ್ನೂ ಮರಕಡಿಯುವುದನ್ನೂ ಮಾಡುತ್ತಲೇ ಬಂದಿದ್ದೀರಿ. ನಿಮ್ಮ ಕಾರ್ಯದಲ್ಲಿ ಯಾವುದೇ ಬದಲಾವಣೆ ಕಂಡುಬರುತ್ತಿಲ್ಲವಲ್ಲ!" ಗುರುಗಳು ಹೇಳಿದರು, "ಹಂ.. ನನ್ನ ಕಾಯಕದಲ್ಲಿ ಯಾವುದೇ ಬದಲಾವಣೆ ಕಂಡು ಬರುತ್ತಿಲ್ಲದಿರಬಹುದು, ಆದರೆ ನಾನು ಮಾಡುವ ಕಾಯಕದ ಗುಣಮಟ್ಟದಲ್ಲಿ ಸಾಕಷ್ಟು ಬದಲಾವಣೆಯಾಗಿದೆ."

ಕನ್ಫೂಷಿಯಸ್ ಸೂಕ್ತವಾಗಿ ಹೇಳಿದ್ದಾನೆ, "ನೀವು ಪ್ರೀತಿಸುವ ಕಾರ್ಯವನ್ನು ಆಯ್ದುಕೊಳ್ಳಿರಿ, ಮತ್ತು ನೀವು ಯಾವತ್ತೂ ನಿಮ್ಮ ಬದುಕಿನಲ್ಲಿ ಒಂದು ದಿನವೂ ಕೆಲಸ ಮಾಡಬೇಕಿಲ್ಲ." ಆನಂದಕ್ಕೆ ಬೇರೆ ದಾರಿ ಇರುವುದಿಲ್ಲ. ಆನಂದವೇ ದಾರಿ.

ದೇವರಿಲ್ಲದೆ,
ನಾನಿಲ್ಲ.

ನಾನಿಲ್ಲದೆ,
ದೇವರಿಲ್ಲ.

ದೇವರು ಮತ್ತು ನಾನಿದ್ದರೆ
ಏನು ಬೇಕಾದರೂ ಆಗಬಹುದು.

• • •

ಮನುಷ್ಯ ನನ್ನ ಕೃತ್ಯಗಳನ್ನು ಪರಿಶೀಲಿಸುತ್ತಾನೆ. ದೇವರು ನನ್ನ ಉದ್ದೇಶಗಳನ್ನು ಪರಿಶೀಲಿಸುತ್ತಾನೆ.

ಒಬ್ಬ ಹುಡುಗ ಮತ್ತು ಒಬ್ಬ ಹುಡುಗಿ ಪರಸ್ಪರ ಆಲಿಂಗಿಸಿದರು. ಸ್ವಲ್ಪ ಸಮಯದ ಬಳಿಕ ನಾನು ಅವರನ್ನು ಮಾತನಾಡಿಸುವ ಅವಕಾಶ ಒದಗಿ ಬಂತು. ಅವರಲ್ಲಿ ಒಬ್ಬ ಹೇಳಿದ, "ನಾನು ಆಕೆಯನ್ನು ಆಲಿಂಗಿಸಿದಾಗ ಒಬ್ಬ ಸಹೋದರಿಯ ವಾತ್ಸಲ್ಯದ ಅನುಭವವಾಯಿತು", ಆಕೆ ಹೇಳಿದಳು, "ಆತ ನನ್ನ ಜೀವನ ಸಂಗಾತಿ ಇರಬೇಕೂಂತ ನನಗನಿಸಿತು." ಇಬ್ಬರೂ ಗೈದ ಕೃತ್ಯ ಒಂದೇ, ಆದರೆ ಉದ್ದೇಶಗಳು ವಿಭಿನ್ನವಾಗಿದ್ದವು.

ಒಬ್ಬ ಯುದ್ಧದಲ್ಲಿ ಇನ್ನೊಬ್ಬನನ್ನು ಕೊಂದರೆ, ಆತ ರಾಷ್ಟ್ರೀಯ ನಾಯಕನಾಗುತ್ತಾನೆ; ದೇಶದ ಒಳಗೆ ಒಬ್ಬ ಇನ್ನೊಬ್ಬನನ್ನು ಕೊಂದರೆ, ಆತ ಕೊಲೆಗಾರ ಎನಿಸಿಕೊಳ್ಳುತ್ತಾನೆ. ಕೊಲೆ ಮಾಡುವುದು ಅಪರಾಧ, ನ್ಯಾಯಾಲಯದ ಆಜ್ಞೆಯಂತೆ ಕೊಲೆಗಾರನನ್ನು ನೇಣಿಗೇರಿಸುವುದು ನೇಣುಗಾರನ ಕರ್ತವ್ಯ. ಓರ್ವ ತನ್ನ ದೇಶದ ಸಲುವಾಗಿ ಆತ್ಮಾಹುತಿ ಮಾಡಿದಾಗ ಆತ ಹುತಾತ್ಮ ಎನಿಸಿಕೊಳ್ಳುತ್ತಾನೆ; ಅದೇ ವೇಳೆ ಒಬ್ಬ ಆತ್ಮಹತ್ಯೆಯ ಮೂಲಕ ಜೀವ ಕಳಕೊಂಡಾಗ ಆತ ಹೇಡಿ ಎಂದು ಗುರುತಿಸಲ್ಪಡುತ್ತಾನೆ. ಕಳ್ಳನೊಬ್ಬ ಚಾಕುವನ್ನು ಉಪಯೋಗಿಸುತ್ತಾನೆ; ವೈದ್ಯನೂ ಚಾಕುವನ್ನೇ ಉಪಯೋಗಿಸುತ್ತಾನೆ.

ಕೃತ್ಯದಲ್ಲಿ ಪಾಪವಿಲ್ಲ; ಪಾಪವಿರುವುದು ಮಾಡುವಂಥ ಕೃತ್ಯದ ಉದ್ಧೇಶದ ಹಿಂದೆ.

ಇದನ್ನು ಅರಿತು ಕೊಂಡಾಗ, ಸಂಬಂಧಗಳು ನಿಶ್ಚಿಂತವಾಗುತ್ತವೆ. ನಿಮಗೆ ಕ್ಷಮಿಸುವುದನ್ನು ಅಭ್ಯಾಸ ಮಾಡಿಕೊಳ್ಳುವುದಕ್ಕೆ ಸುಲಭವೆನಿಸುತ್ತದೆ; ಜನರನ್ನು ತಿದ್ದುವುದಕ್ಕೆ ಅದು ಸಹಕಾರಿ; ಮುಖ್ಯವಾಗಿ ಜನರನ್ನು ಸರಿಯಾದ ಸಂತುಲಿತ ಸ್ಥಾನಗಳಲ್ಲಿ ಇಟ್ಟುಕೊಳ್ಳುವುದಕ್ಕೆ ನಿಮಗೆ ಸಾಧ್ಯವಾಗುತ್ತದೆ. ವೈಯಕ್ತಿಕವಾಗಿ ಹೇಳುವುದಾದರೆ, ಇದು ಹೆಚ್ಚು ಕಡಿಮೆ ನನ್ನ ಸುತ್ತಮುತ್ತಲಿನ ಎಲ್ಲ ಜನರನ್ನು ಸಕಾರಾತ್ಮಕ ಕಣ್ಣಿನಿಂದ ನೋಡಲು ಅನುವು ಮಾಡಿಕೊಟ್ಟಿದೆ. ಅವರ ಕೃತ್ಯಗಳು ಯಾವತ್ತೂ ಸರಿಯಾಗದಿದ್ದರೂ, ಅವರು ಮಾಡುವ ಕೃತ್ಯದ ಹಿಂದಿನ ಉದ್ಧೇಶಗಳು ತಪ್ಪಾಗಿಲ್ಲವೆಂಬುದನ್ನು ನಾನು ಕಂಡುಕೊಳ್ಳಲು ಸಾಧ್ಯವಾಗಿದೆ.

ಏನಿದ್ದರೂ, ಜಗತ್ತು ನನ್ನ ಕೃತ್ಯಗಳನ್ನು ಸದಾ ಕಾಲ ಪರೀಕ್ಷಿಸುತ್ತಲೇ ಇರುತ್ತದೆ ಎಂಬುದರ ಅರಿವು ನನಗಿರಬೇಕು. ಆದ್ದರಿಂದಲೇ ನಿಮ್ಮ ಕೃತ್ಯದಿಂದುಂಟಾಗುವ ಫಲಿತಾಂಶ ಯಾವತ್ತೂ, ನಿಮ್ಮ ಕೃತ್ಯದ ಉದಾತ್ತ ಉದ್ಧೇಶಕ್ಕಿಂತ ಒಂದು ಪಟ್ಟು ಮೇಲಿರುತ್ತದೆ. ಆದ್ದರಿಂದಲೇ ಜನರು ನಿಮ್ಮನ್ನು ಪ್ರೀತಿಸುತ್ತಿರುವುದು ನಿಮಗೆ ತಿಳಿದಿದ್ದರೂ, ಅದನ್ನು ಅವರ ಬಾಯಿಯಿಂದಲೇ ಕೇಳಲು ನೀವು ಬಯಸುವುದು. ಹಾಗಾಗಿ ನಾವು ವಿಶ್ವಾಸವಿಡುವ ಜನರಿಗೇ ನಾವು ನಮ್ಮಷ್ಟಕ್ಕೆ ಮತ್ತೆ ಮತ್ತೆ ವಿವರಿಸುವುದನ್ನು ನಿಲ್ಲಿಸಿ ಬಿಡುತ್ತೇವೆ. ಇದು ನಮ್ಮ ಹಸ್ತಗಳಷ್ಟೇ ನಿಚ್ಚಳವಾಗಿರುತ್ತದೆ.

"ಕೃತ್ಯದಲ್ಲಿ ಪಾಪವಿಲ್ಲ; ಕೃತ್ಯದ ಹಿಂದಿರುವ ಉದ್ಧೇಶದಲ್ಲಿ ಪಾಪವಿರುತ್ತದೆ." ಎಂಬುದರ ಮೂಲಕವೇ ನಾವು ಜಗತ್ತನ್ನು ವೀಕ್ಷಿಸಬೇಕು. ನಮ್ಮ ಉದ್ಧೇಶ ಏನೇ ಇದ್ದಿರಲಿ, ಜಗತ್ತು ನಮ್ಮನ್ನು ಕೃತ್ಯದ ಮೂಲಕವೇ ಪರೀಕ್ಷಿಸುತ್ತದೆ ಎಂಬ ಅರಿವು ನಮಗಿರಬೇಕು.

ಅಸ್ತಿತ್ವ ನಮ್ಮ ಉದ್ಧೇಶಕ್ಕನುಗುಣವಾಗಿ ಶಿಕ್ಷಿಸುವುದೋ, ಅನುಗ್ರಹಿಸುವುದೋ ಮಾಡುತ್ತಿದ್ದರೆ, ಮನುಷ್ಯ ನಮ್ಮನ್ನು ನಮ್ಮ ಕೃತ್ಯಕ್ಕನುಸಾರವಾಗಿ ಶಿಕ್ಷಸುವುದೋ ಅನುಗ್ರಹಿಸುವುದೋ ಮಾಡುತ್ತಾನೆ. ಇವೆರಡರಲ್ಲೂ ನಾವು ಸುಭಗರೆನಿಸಲು ಯತ್ನಿಸಿದರೆ, ಎರಡೂ ಜಗತ್ತನ್ನು ಗೆಲ್ಲಬಹುದಲ್ಲ? ಸಾಧ್ಯವಾದ ಕೃತ್ಯಗಳು ಉದಾತ್ತ ಉದ್ಧೇಶಗಳಿಂದ ಪ್ರೇರಿತವಾಗಿರುವುದೇ ಪುರುಷೋತ್ತಮನಾಗುವುದಕ್ಕಿರುವ ಏಕೈಕ ದಾರಿ.

• • •

ನೀವು ಬಳಸದ್ದನ್ನು ಕಳೆದುಕೊಳ್ಳುವಿರಿ.

ಉತ್ತಮ ವಾಗ್ಮಿಗಳೆನಿಸಿಕೊಂಡವರು ಸಾರ್ವಜನಿಕ ವೇದಿಕೆಗಳಲ್ಲಿ ಕೆಲವು ವರ್ಷಗಳ ಬಳಿಕ ಮೊದಲಿನ ರೀತಿಯಲ್ಲಿ ಭಾಷಣ ಮಾಡಲು ವಿಫಲರಾಗಿರುವುದನ್ನು ನಾನು ಕಂಡಿದ್ದೇನೆ, ಯಾಕಂದರೆ ಅವರು ಆ ಪರಿಯ ಅಭ್ಯಾಸವನ್ನು ಕಳಕೊಂಡಿರುತ್ತಾರೆ. ವಿದ್ಯಾವಂತ ಮಹಿಳೆಯರು ಗೃಹಿಣಿಯಾಗಿ ನಾಲ್ಕು ಗೋಡೆಗಳ ನಡುವೆ ಸೇರಿಕೊಂಡ ಮೇಲೆ ಅವರ ಹೊರ ಜಗತ್ತಿನ ಜತೆಗಿನ ಸಂವಹನದ ನಿರರ್ಗಳತೆಯನ್ನು ಕಳಕೊಂಡಿರುವುದನ್ನು ನಾನು ಕಂಡಿದ್ದೇನೆ. ಅತ್ಯುಚ್ಚ ಮಟ್ಟದ ಸಂಗೀತ ಕಲಾವಿದರು ಸಂಗೀತಾಭ್ಯಾಸವನ್ನು ಬಿಟ್ಟ ಮೇಲೆ, ಮೊದಲಿನ ಮಟ್ಟದ ನಿರ್ವಹಣೆಯನ್ನು ಕಳಕೊಂಡಿರುವುದನ್ನು ನಾನು ಕಂಡಿದ್ದೇನೆ.

ನಾನು ನನ್ನ ಬಲಗೈಯಷ್ಟೇ ನುರಿತ ರೀತಿಯಲ್ಲಿ ಎಡಗೈಯನ್ನು ಉಪಯೋಗಿಸಲು ಸಾಧ್ಯವಾಗುತ್ತಿಲ್ಲವೇಕೆ? ಸರಳವಾಗಿ ಹೇಳುವುದಾದರೆ, ನನ್ನ ಬಲಗೈಯನ್ನು ಎಡಗೈಗಿಂತ ಹೆಚ್ಚು ಹೆಚ್ಚು ಉಪಯೋಗಕ್ಕೆ ಬಳಸಿದ್ದೇನೆ. ಬಳಕೆಯಲ್ಲಿರುವ ನಿಮ್ಮ ಸ್ನಾಯುಗಳು ಬಳಕೆಯಲ್ಲಿಲ್ಲದ ಸ್ನಾಯುಗಳಿಗಿಂತ ಹೆಚ್ಚು ಶಕ್ತಿಯುತವಾಗಿರುತ್ತವೆ. ಹೆಚ್ಚಿನ ಸಂದರ್ಭದಲ್ಲಿ ಹೃದಯ ರೋಗದ ಸಮಸ್ಯೆಗೆ ಹೃದಯವನ್ನು ಅದರ ಕ್ಷಮತೆಯ ಅತೀ ಹೆಚ್ಚು ಬಳಕೆಯಾಗದಿರುವುದೇ ಕಾರಣವೆನ್ನಲಾಗಿದೆ. ಹೃದಯಕ್ಕೆ ದುಡಿಮೆ ಕೊಡಿ ಅದು ಮಾಡುತ್ತಲೇ ಇರುತ್ತದೆ. ನಿಮ್ಮ ದೇಹದ ಪ್ರತಿಯೊಂದು ಅವಯವದ ಸಮಸ್ಯೆಯೂ ಇದೇ ಆಗಿರುತ್ತದೆ.... ಮಾನವ ದೇಹವನ್ನು ಅದರ ಜೀವಮಾನದ ಅವಧಿಯಲ್ಲಿ ಸವೆದು ಹೋಗುವಂತೆ ರೂಪಿಸಲಾಗಿರುತ್ತದೆ, ಆದರೆ ನಾವು ಅದನ್ನು ಬಳಸದೆ ತುಕ್ಕು ಹಿಡಿಯುವಂತೆ ಮಾಡಿಬಿಡುತ್ತೇವೆ.

ನೀವು ಬಳಸದಿದ್ದಲ್ಲಿ ನೀವು ಕಳಕೊಳ್ಳುವಿರಿ.

ಬಳಕೆಯಲಿಲ್ಲದ ಹಣ ಅಪಮೌಲ್ಯವಾಗುತ್ತದೆ. ಬಳಕೆಯಲಿಲ್ಲದ ಪ್ರತಿಭೆ ಕಳೆಗುಂದುತ್ತದೆ. ಬಳಸದ ಸಾಮರ್ಥ್ಯ ಕರಗಿ ಹೋಗುತ್ತದೆ. ಬಳಕೆಯಲ್ಲಿಲ್ಲದ ಯಂತ್ರಕ್ಕೆ ತುಕ್ಕು ಹಿಡಿಯುತ್ತದೆ. ಬಳಸದ ಸಮಯ ಸತ್ತುಹೋಗುತ್ತದೆ. ಬಳಸದ ಜ್ಞಾನ ಭಾರವಾಗಿ ಬಿಡುತ್ತದೆ. ಯಾವುದನ್ನು ಬಳಸುವುದಿಲ್ಲವೋ ಅದು ದುರ್ಬಳಕೆಯಾಗುತ್ತದೆ. ಬೈಬಲ್‌ನಲ್ಲಿ ಹೇಳಲಾದ ನೀತಿಕಥೆಯೊಂದನ್ನು ಇದು ನನಗೆ ನೆನಪಿಗೆ ತರುತ್ತದೆ. ಒಮ್ಮೆ ಒಬ್ಬ ಗುರುಗಳು ತಮ್ಮ ಮೂವರು ಸೇವಕರನ್ನು ಕರೆದು ಅವರಿಗೆಲ್ಲ ಬೇರೆ ಬೇರೆ ಕೌಶಲ್ಯಗಳನ್ನು ಧಾರೆಯೆರೆದು ತಮ್ಮ ಪ್ರವಾಸದ ಮೇಲೆ ಹೊರಟು ಹೋದರು. ಗುರುಗಳು ತಿರುಗಿ ಬಂದ ಮೇಲೆ ಮೊದಲ ಸೇವಕ ತನಗೆ ನೀಡಿದ ಐದು ಕೌಶಲ್ಯಗಳಿಗೆ ಐದು ಹೆಚ್ಚು ಕೌಶಲ್ಯಗಳನ್ನು ಸೇರಿಸಿ ಸಂಪನ್ನನಾಗಿರುವೆ ಎಂದು ಹೇಳಿದ. ಎರಡನೆಯವನೂ ತನಗೆ ನೀಡಿದ ಎರಡು ಕೌಶಲ್ಯಗಳಿಗೆ ಎರಡನ್ನು ಸೇರಿಸಿ ಕುಶಲನಾಗಿದ್ದೇನೆ ಎಂದ. ಗುರುಗಳು ಈರ್ವರ ಕುರಿತೂ ಸಂಪ್ರೀತರಾಗಿ ಹೇಳಿದರು, "ನೀವು ಕೆಲವೇ ವಿಷಯಗಳಲ್ಲಿ ವಿಶ್ವಾಸದಿಂದ್ದಿರಿ. ಆದ್ದರಿಂದ ನಾನು ನಿಮಗೆ ಅನೇಕ ವಿಷಯಗಳ ಅಧಿಕಾರವನ್ನು ನೀಡಿ ಹರಸುತ್ತೇನೆ." ಮೂರನೇ ಸೇವಕ ಬಂದು ತನಗೆ ನೀಡಿದ ಒಂದೇ ಕೌಶಲ್ಯವನ್ನು ಬಳಸಲಾಗದಿರುವುದಕ್ಕೆ ವಿಷಾದ ವ್ಯಕ್ತಪಡಿಸಿದ. ಗುರುಗಳು ಹೇಳಿದರು, "ಅವನಲ್ಲಿರುವ ಒಂದೇ ಕೌಶಲ್ಯವನ್ನು ಕಿತ್ತುಕೊಂಡು, ಅದನ್ನು ಹತ್ತು ಕೌಶಲ್ಯಗಳಿರುವಾತನಿಗೆ ಕೊಟ್ಟುಬಿಡಿ."

ಮ್ಯಾಥೀವ್ 25:29 ಹೇಳುತ್ತದೆ, "ಯಾರಲ್ಲಿ ಏನಾದರೂ ಇದ್ದಲ್ಲಿ ಅವನಿಗೆ ಇನ್ನಷ್ಟು ಹೆಚ್ಚು ನೀಡಲಾಗುವುದು, ಅದರಿಂದ ಆತ ಸಮೃದ್ಧನಾಗುತ್ತಾನೆ; ಯಾರಲ್ಲಿ ಏನೂ ಇಲ್ಲವೋ, ಅವನಲ್ಲಿ ಏನಾದರೂ ಉಳಿದಿದ್ದರೂ ಕಿತ್ತುಕೊಳ್ಳಲಾಗುವುದು."

ಸಾವು ಒಂದೇ ಬದುಕಿನ ಕೊನೆಯ ದುರಂತ ಕಥೆಯಲ್ಲ. ನೀವು ಜೀವಿಸಿರುವಾಗಲೇ ನಿಮ್ಮಲ್ಲಿನ ಸಂಪನ್ಮೂಲಗಳು ಬರಿದಾಗುವುದೇ ನಿಜವಾದ ಸಾವು. ನಾವು ಇನ್ನೂ ಉಸಿರಾಡುತ್ತಿರುವಾಗಲೇ ಸಾಯುವುದು ಬೇಡ. ಬಳಸಿರಿ, ಇಲ್ಲದೇ ಹೋದಲ್ಲಿ ಕಳಕೊಳ್ಳುವಿರಿ.

• • •

ನಿಮ್ಮ ಮಿತ್ರರನ್ನು ತೋರಿಸಿ ನೀವು ಎಂಥವರೆಂಬುದನ್ನು ನಾನು ಹೇಳಬಲ್ಲೆ.

ಒಂದಿನ ದಿನ ಬೆಳಿಗ್ಗೆ ಆ ಚಿಕ್ಕ ಹುಡುಗಿ ತನ್ನ ಬದುಕಿನ ಗುರಿಯನ್ನು ಕುರಿತಂತೆ ನೀರು ಹರಿದ ಹಾಗೆ ಅವ್ಯಾಹತವಾಗಿ ಹೇಳುತ್ತಲೇ, ಆಕೆಯ ಭವಿಷ್ಯದ ಹಂಚಿಕೆ, ಗುರಿ ಮತ್ತು ಸಾಧನೆಗಳನ್ನು ದೃಢೀಕರಿಸಿದ್ದಳು. ತನ್ನ ಸಮಯ ಮತ್ತು ಶಕ್ತಿಯನ್ನು ಹೇಗೆ ಉಪಯೋಗಿಸಬೇಕೆಂಬ ಕುರಿತು ಆಕೆ ಸ್ಪಷ್ಟವಾಗಿ ತಿಳಿದುಕೊಂಡಿದ್ದಳು. ಮರುದಿನ ಬೆಳಿಗ್ಗೆ ಅಚ್ಚರಿ ಪಡುವಂತೆ, ಆಕೆ ತಾನು ನೋಡಿರದ ಇತ್ತೀಚಿನ ಸಿನಿಮಾಗಳ ಬಗ್ಗೆಯೂ, ಬಹಳ ಸಮಯದಿಂದ ತಾನು ತಿನ್ನದಿರುವ ಹಿಟ್ಟಿನ ಭಕ್ಷ್ಯದ ಬಗ್ಗೆಯೂ, ತನಗೆ ಅಗತ್ಯವಾಗಿ ಗವಾಕ್ಷಿ ಶಾಪಿಂಗ್ ಮಾಡಬೇಕೆಂದಿರುವ ಬಗ್ಗೆಯೂ ಮಾತನಾಡ ತೊಡಗಿದಳು. ಯಾವುದು

ಸರಿ, ಯಾವುದು ತಪ್ಪು ಎನ್ನುವುದಕ್ಕಲ್ಲ, 24ತಾಸುಗಳಲ್ಲಿ ಆಕೆಯಲ್ಲಾದ ಬದಲಾವಣೆಯನ್ನು ಗಮನಿಸಿ. 'ಹಿಂದಿನ ದಿನ' ಆಕೆಯ ಸಂಗಡವಿದ್ದ ಜನರು ಮತ್ತು 'ಮರುದಿನ' ಆಕೆ ಭೇಟಿಯಾದ ಜನರ ನಡುವಿನ ಅಂತರವನ್ನು ಇದು ತಿಳಿಸುತ್ತದೆ.

ನಿಮ್ಮ ಪರಿಸರದ ಜನರು ಎರಡು ಅಲಗಿನ ಖಡ್ಗವೆಂದು ತಿಳಿಯಿರಿ.... ಅದಕ್ಕೆ ನಿಮ್ಮನ್ನು ರೂಪಿಸುವಂಥ ಶಕ್ತಿಯೂ ಇದೆ, ಅಳಿಸುವಂಥ ಶಕ್ತಿಯೂ ಇದೆ. ನಮ್ಮ ಸಂಗಡ ಸುತ್ತ ಮುತ್ತ ಇರುವ ಜನರು, ನಮ್ಮ ಯೋಚನೆಯ ವಿಧಾನದ ಮೇಲೂ, ನಾವು ಅನುಭವಿಸುವ ರೀತಿಯ ಮೇಲೂ, ಬೇರೆಯವರನ್ನು ನೋಡುವ ನೋಟದ ಮೇಲೂ, ನಾವು ನಮ್ಮನ್ನು ತಿಳಿಯುವುದರ ಮೇಲೂ, ನಮ್ಮ ವರ್ತಮಾನ ಮತ್ತು ಭವಿಷ್ಯವನ್ನು ರೂಪಿಸುವುದರ ಮೇಲೂ ಪ್ರಭಾವಬೀರುತ್ತಾರೆ. ನಿಜ, ತಮ್ಮ ಪರಿಸರದ ಜನರ ಅಸ್ತಿತ್ವದ ಹೊರತಾಗಿಯೂ ಅದರಿಂದ ಹೊರಬಂದವರಿದ್ದಾರೆ ಎನ್ನಿ... ನಮ್ಮ ಚರ್ಚೆ ಅಪವಾದವಾಗಿರುವವರಿಗಷ್ಟೇ ಸೀಮಿತವಲ್ಲ– ಹೆಚ್ಚಿನ ಮಾನವ ಮನಸ್ಸು ಅವರ ಪರಿಸರದ ಪ್ರಭಾವದಿಂದ ರೂಪುಗೊಂಡಿರುತ್ತದೆ... ಅವರ ಆಸುಪಾಸಿನ ಸ್ಥಿತಿಗತಿಗಳ ಕಾರಣದಿಂದಾಗಿ. ನಿಮ್ಮ ಇಂದು ಕೇವಲ ನಿಮ್ಮ ನಿನ್ನೆಯಿಂದಾಗಿ ರೂಪುಗೊಂಡಿಲ್ಲ; ನಿಮ್ಮ ಇಂದು ಹಲವು ಬಗೆಯಲ್ಲಿ ನಿಮ್ಮ ನಿನ್ನೆಯ ಜನರ ಜತೆಗಿನ ಸಹವಾಸದಿಂದ ರೂಪುಗೊಂಡಿರುತ್ತದೆ. ನಿಮ್ಮ ನಾಳೆ, ನೀವು ಯಾರಿಗೆಲ್ಲ ನಿಮ್ಮ ಇಂದನ್ನು ಒಪ್ಪಿಸಿದ್ದೀರಿ ಅದರಂತೆ ರೂಪುಗೊಂಡಿರುತ್ತದೆ.

ಯಾವುದೋ ಇಗರ್ಜಿಯ ಸದಸ್ಯನೊಬ್ಬ ಯಾವಾಗಲೂ ಸೇವೆಗೆ ಹೋಗುತ್ತಿದ್ದವನು, ಒಮ್ಮಿಂದೊಮ್ಮೆಗೇ ಇಗರ್ಜಿಗೆ ಹೋಗುವುದನ್ನು ನಿಲ್ಲಿಸಿಬಿಟ್ಟ. ಕೆಲವು ವಾರಗಳ ಬಳಿಕ, ಚರ್ಚಿನ ಪಾದ್ರಿ ಆತನನ್ನು ಭೇಟಿ ಮಾಡುವುದಕ್ಕೆ ನಿರ್ಧರಿಸಿದರು. ಅದೊಂದು ಶೀತ ಹವೆಯ ಸಂಜೆಯಾಗಿತ್ತು. ಮನೆಯಲ್ಲಿ ಒಬ್ಬಂಟಿಯಾಗಿದ್ದ ಆ ಮನುಷ್ಯ ಏಕಾಂತದಲ್ಲಿ ಉರಿಯುತ್ತಿರುವ ಅಗ್ಗಿಷ್ಟಿಕೆಯ ಮುಂದೆ ಕುಳಿತಿರುವುದನ್ನು ಪಾದ್ರಿ ನೋಡಿದರು. ಆತ ಪಾದ್ರಿಯನ್ನು ಸ್ವಾಗತಿಸುತ್ತ, ಅಗ್ಗಿಷ್ಟಿಕೆಯ ಬಳಿಯಲ್ಲೇ ದೊಡ್ಡ ಕುರ್ಚಿಯೊಂದರಲ್ಲಿ ಗುರುಗಳು ಕುಳಿತುಕೊಳ್ಳುವಂತೆ ಮಾಡಿ ಕಾಯುತ್ತ ನಿಂತ. ಗುರುಗಳು ಸ್ವಸ್ಥವಾಗಿ ಕುಳಿತರೇ ಹೊರತು ಒಂದು ಶಬ್ದವನ್ನೂ ಆಡಲಿಲ್ಲ. ಸ್ವಲ್ಪ

ಸಮಯದ ಬಳಿಕ ಗುರುಗಳು ಇಕ್ಕಳವೊಂದನ್ನು ಬಳಸಿ ನಾಜೂಕಾಗಿ ಒಂದು ಪ್ರಜ್ವಲವಾಗಿ ಉರಿಯುತ್ತಿದ್ದ ಕೊಳ್ಳಿಯನ್ನು ಎತ್ತಿ ಇತ್ತ ಕಡೆ ಇರಿಸಿದರು. ಮತ್ತೆ ಅವರು ಕುರ್ಚಿಯಲ್ಲಿ ಕುಳಿತರು, ಏನೂ ಮಾತನಾಡಲಿಲ್ಲ. ಅತಿಥೇಯ ವ್ಯಕ್ತಿ ಎಲ್ಲವನ್ನೂ ಲವಲವಿಕೆಯಿಂದ ನೋಡುತ್ತಲೇ ಇದ್ದ. ಉರಿಯುತ್ತಿದ್ದ ಒಂದೇ ಕೊಳ್ಳಿ ನಿಧಾನವಾಗಿ ಕಳೆಗುಂದಿತಲ್ಲದೆ, ಬೇಗನೆ ತಣ್ಣಗಾಗಿ ನಂದಿಹೋಯಿತು. ಮನೆಗೆ ಬಂದ ಲಾಗಾಯ್ತು ಒಂದೇ ಒಂದು ಶಬ್ದವನ್ನೂ ಪಾದ್ರಿ ಮಾತನಾಡಲಿಲ್ಲ. ಹೊರಡುವುದಕ್ಕೆ ಮುನ್ನ ಗುರುಗಳು ಎದ್ದು ನಂದಿ ಕರಟಿಹೋದ ಕೊಳ್ಳಿಯನ್ನೆತ್ತಿ ಉರಿವ ಅಗ್ಗಿಷ್ಟಿಕೆಯ ಮಧ್ಯ ಭಾಗಕ್ಕೆ ಇರಿಸಿದರು. ಸಾಂದರ್ಭಿಕವಾಗಿ, ಆ ಕೊಳ್ಳಿ ಉರಿವ ಕಲ್ಲಿದ್ದಲಿನ ನಡುವೆ ಮೊದಲಿನಂತೆಯೇ ಪ್ರಜ್ವಲವಾಗಿ ಬೆಳಗಿ ಉರಿಯತೊಡಗಿತು. ಗುರುಗಳು ಹೊರಡಲು ಅನುವಾಗಿ ನಿಂತಾಗ, ಅತಿಥೇಯ ವ್ಯಕ್ತಿ ಹೇಳಿದ, "ನಿಮ್ಮ ಭೇಟಿಗಾಗಿ ಕೃತಜ್ಞನಿದ್ದೇನೆ, ಮುಖ್ಯವಾಗಿ ನಿಮ್ಮ ಕಾವಿನ ಬೋಧನೆಗಾಗಿ. ಮುಂದಿನ ಭಾನುವಾರ ಇಗರ್ಜಿಗೆ ಖಂಡಿತ ಬರುತ್ತೇನೆ."

ಯಾರು ಪ್ರಾಜ್ಞರ ಜತೆಗೆ ವ್ಯವಹರಿಸುತ್ತಾರೋ ಅವರು ಸ್ವತಃ ಪ್ರಾಜ್ಞರಾಗುತ್ತಾರೆ, ಯಾರು ಮೂರ್ಖರ ಸಹಚರ್ಯದಲ್ಲಿರುತ್ತಾರೋ ಅವರು ದುರಿತವನ್ನು ಅನುಭವಿಸುತ್ತಾರೆ– ಗಾದೆ ಮಾತುಗಳು–13:20

ದತ್ತು ಮಗುವೊಂದು ಕಾಲಾಂತರದಲ್ಲಿ ದತ್ತು ಸ್ವೀಕರಿಸಿದ ಆ ಕುಟುಂಬವನ್ನು ಬಹಳಷ್ಟು ನೆಚ್ಚಿಕೊಂಡಿರುತ್ತದೆ. ನಿಜ... ನಮ್ಮ ಸಹಚರ್ಯದಲ್ಲಿರುವವರಂತೆಯೇ ನಾವಾಗುತ್ತೇವೆ. ನಾವು ನಮ್ಮ ಗತಿಯಲ್ಲಿ ಬೆಳೆಯುತ್ತಿಲ್ಲ ಎಂದಾದರೆ, ಮತ್ತು ಯಾವ ಘನತೆ ಮತ್ತು ಗೌರವದಿಂದ ಜೀವಿಸುತ್ತಿಲ್ಲ ಎಂದಾದರೆ, ನಾವೊಂದು ದೃಢ ನಿರ್ಧಾರವನ್ನು ಕೈಗೊಳ್ಳಬೇಕಾಗುತ್ತದೆ... ನಾವು ದುಡಿಯುವ ಸಂಸ್ಥೆ, ನಮ್ಮ ಸಹಚರ್ಯದಲ್ಲಿರುವ ಜನರು ಅಥವಾ ನಾವು ಬೆಳೆಯುತ್ತಿರುವ ಕುಟುಂಬದ ಹಿನ್ನೆಲೆ– ಇವು ಯಾವುದಾದರೂ ನಮ್ಮನ್ನು ರೂಪಿಸುತ್ತಿಲ್ಲವಾದರೆ, ನಾವು ಬೆಳವಣಿಗೆ ಹೊಂದಬೇಕಾದ ಬೇರೆಯೇ ಪರಿಸರಕ್ಕೆ ವರ್ಗಾಯಿಸಿಕೊಳ್ಳುವುದು ಒಳಿತು. ಇದೊಂದು ಕಠಿಣ ನಿರ್ಧಾರವಾದರೂ, ಅವಶ್ಯ ನಿರ್ಧಾರವೆಂದು ತಿಳಿಯಬೇಕು. ಮೊಳೆಯುವ ಒಂದು ಬೀಜವನ್ನು ಕಸಕಡ್ಡಿಯ ಒಂದು ರಾಶಿಯಲ್ಲಿ ವ್ಯರ್ಥಮಾಡುವುದರಿಂದ ಏನು ಪ್ರಯೋಜನ?

• • •

ಅಸಾಮಾನ್ಯ ಮನುಷ್ಯರು ಸಾಮಾನ್ಯ ಮನುಷ್ಯರೇ
ಅವರು ಪ್ರತಿಯೊಂದು ವಿಷಯವನ್ನೂ
ಅಪ್ರತಿಮ ಭಾವೋಲ್ಲಾಸದಿಂದ ಮಾಡಿದರು.

ದಂತಕಥೆಯಾಗಿ ಬಾಳುವುದು ಒಂದು
ಉದ್ದೇಶವನ್ನು ಗುರುತಿಸುವುದರಲ್ಲಿದೆ,
ನಿಮ್ಮ ಬದುಕಿಗಿಂತ ಹೆಚ್ಚೆನಿಸುವ ಉದ್ದೇಶವದು,
ಅದಕ್ಕಾಗಿ ನೀವು ನಿಮ್ಮ ಪ್ರತಿ ಉಸಿರನ್ನು
ತೊಡಗಿಸುತ್ತೀರಿ ಮತ್ತು ಅದು ನಿಮ್ಮ
ಕೊನೆಯ ಉಸಿರಿರುವ ತನಕ ಸಾಗುತ್ತದೆ.

ನೀವು ಇತಿಹಾಸ ನಿರ್ಮಿಸುತ್ತೀರಿ, ಯಾವಾಗ–
ನಿಮ್ಮ ಉದ್ದೇಶ ನಿಮ್ಮನ್ನು ಪ್ರೇರೇಪಿಸುತ್ತದೆ,
ಪ್ರತಿ ಬೆಳಿಗ್ಗೆ ಸ್ವಲ್ಪ ಮುಂಚಿತವಾಗಿ ಏಳುವಂತೆ,
ರಾತ್ರಿ ಸ್ವಲ್ಪ ಜಾಸ್ತಿ ಹೊತ್ತು ಎಚ್ಚರವಾಗಿರುವಂತೆ
ಮತ್ತು ಈ ನಡುವಿನ ಅವಧಿಯ ಪ್ರತಿ
ನಿಮಿಷವನ್ನು ನಿಮ್ಮ ಭಾವೋಲ್ಲಾಸದ
ಆಳವನ್ನು ತುಂಬುವಂತೆ.

ಯಾವುದರಲ್ಲೂ ಮತ್ತು ಎಲ್ಲದರಲ್ಲೂ ಆ
'ಹೆಚ್ಚಿನ'ದನ್ನು ಕೊಡಿ ಮತ್ತು
ನಿಮ್ಮ ಬದುಕನ್ನು ಅಸಾಮಾನ್ಯವಾಗಿ ಜೀವಿಸಿ.

•••

ಸಮಯ ಬಂದಾಗ ಒಂದು ಕಲ್ಪನೆಗಿಂತ ಶಕ್ತಿಯುತವಾದುದು ಏನೂ ಇಲ್ಲ.

ಒಬ್ಬ ಮನುಷ್ಯ ನೆಲದಿಂದ ಸುಮಾರು 100ಅಡಿ ಎತ್ತರದ ಒಂದು ತೂಗು ಏಣಿಯಲ್ಲಿ ನೇತಾಡುತ್ತಿದ್ದಾನೆ. ಅವನು ತನ್ನ ದೈನಂದಿನ ಕೂಲಿಗಾಗಿ ಗೋಡೆಗಳಿಗೆ ಬಣ್ಣ ಬಳಿಯುತ್ತಿದ್ದಾನೆ– 'ತನ್ನ ಬದುಕು ನಿರ್ವಹಣೆ'ಗಿರುವ ಇರಾದೆ ಅವನದು. ಅವನಂತೆಯೇ ಇನ್ನೊಬ್ಬ ಅವನ ಬಣ್ಣ ಬಳಿಯುವ ಕೌಶಲ್ಯವನ್ನು ಮತ್ತು ಒಂದು ಕರಾರಿನ ಮೇಲೆ ದುಡಿಯುತ್ತಿದ್ದಾನೆ– 'ಬದುಕು ನಿರ್ವಹಣೆ'ಗೆ ಇನ್ನೊಂದು ಕಲ್ಪನೆ ಇದು. ಇನ್ನೊಬ್ಬ ಚಾಲಕನಾಗಿ ತರಬೇತಿ ಪಡೆದು ವ್ಯಾಪಾರಿಯೊಬ್ಬರ ಮನೆಯಲ್ಲಿ ಚಾಲಕನಾಗಿ ಉದ್ಯೋಗದಲ್ಲಿದ್ದಾನೆ. ದಿನಕ್ಕೆ 14ತಾಸು ದುಡಿಯುತ್ತ ಸೂಕ್ತ ಸಂಬಳವನ್ನು ಪಡೆಯುತ್ತಿದ್ದಾನೆ ಆತ– ಅದು ಅವನ 'ಬದುಕು ನಿರ್ವಹಣೆ'ಯ ಕಲ್ಪನೆ. ಇನ್ನೋರ್ವ ಚಾಲಾಕಿ ಮನುಷ್ಯ ಕಾರ್ಪೊರೇಟ್‌ನಲ್ಲಿ ಚಾಲಕನಾಗಿ ಎಲ್ಲ ಸೌಲಭ್ಯ, ಭತ್ಯೆಗಳನ್ನು ಪಡೆಯುತ್ತ, ಉದ್ಯೋಗಸ್ಥನಾಗಿದ್ದಾನೆ– ಅದು ಅವನ 'ಬದುಕು ನಿರ್ವಹಣೆ'ಯ ಕಲ್ಪನೆ. ಓರ್ವ ತನ್ನ ಪಾಕ ಪ್ರವೀಣತೆಯನ್ನು ಉಪಯೋಗಿಸಿಕೊಂಡು ಮನೆಯೊಂದರಲ್ಲಿ ಅಡುಗೆಯವನಾಗಿ ಮಾಸಿಕ ಸಂಬಳದ

ಮೇಲಿದ್ದಾನೆ. ಅಂತೆಯೇ ಮತ್ತೊಬ್ಬ ದಾರಿ ಬದಿಯ ಓಣಿಯಲ್ಲಿ ತನ್ನ ದಂಧೆಯ ಮೂಲಕ ದೈನಂದಿನ ಲಾಭವನ್ನು ಪಡೆಯುತ್ತಾನೆ– ಇಬ್ಬರೂ ಬೇರೆ ಬೇರೆ ಕಲ್ಪನೆಗಳೊಂದಿಗೆ 'ಬದುಕು ನಿರ್ವಹಣೆ' ಕಲ್ಪನೆಯೊಂದಿಗಿದ್ದಾರೆ. ಮೇಲಿನ ಎಲ್ಲಾ ಜನರು 'ಬದುಕು ನಿರ್ವಹಣೆ'ಯ ಕಲ್ಪನೆಯೊಂದಿಗಿದ್ದು, ಅವರಿಗೆ ಶಿಕ್ಷಣವಾಗಲೀ, ಬಂಡವಾಳವಾಗಲೀ ಇಲ್ಲದೆ ಬದುಕುತ್ತಿರುವುದನ್ನು ಗಮನಿಸಿರಿ.

'ಬದುಕು ನಿರ್ವಹಣೆ' ನಿಮ್ಮ ಕಲ್ಪನೆಯಲ್ಲಿ ಓರ್ವ ಸೇಲ್ಸ್‌ಮೆನ್ ಆಗಿರಬಹುದು; ಅವನೊಬ್ಬ ಸಾಫ್ಟವೇರ್ ಉದ್ಯೋಗಿಯಾಗಿರಬಹುದು; ಆಕೆಯ 'ಬದುಕು ನಿರ್ವಹಣೆ'ಯ ಕಲ್ಪನೆ ಓರ್ವ ಉದ್ಯೋಗಪತಿ ಆಗಿರಬಹುದು, ಆತ ತನ್ನ ಕೌಟುಂಬಿಕ ದಂಧೆಯನ್ನು ಸೇರಿಕೊಳ್ಳುವುದಿರಬಹುದು.. ಏನಿದ್ದರೂ ಎಲ್ಲದ್ದಕ್ಕೂ 'ಬದುಕು ನಿರ್ವಹಣೆ'ಯ ಕಲ್ಪನೆಯೊಂದೇ, ಬೇರೆ ರಹದಾರಿಗಳನ್ನು ಕಂಡುಕೊಳ್ಳದೆ ಇರುವುದಕ್ಕೆ. ಮಹಾ ಕೈಗಾರಿಕಾ ಸಂಸ್ಥೆ ಕೂಡಾ ಒಂದೊಮ್ಮೆ ಕೇವಲ ಒಂದು ಕಲ್ಪನೆಯಾಗಿಯೇ ಪ್ರಾರಂಭಿಸಿದ್ದು ಎಂಬುದನ್ನು ನಾವು ತಿಳಿಯಬೇಕು. ಪ್ರತಿಯೊಂದು ಕ್ರಾಂತಿ ಮತ್ತು ಪ್ರತಿಯೊಂದು ಸಾಮಜಿಕ ಸಂಸ್ಥೆ ಒಂದು ಕಾಲದಲ್ಲಿ ಬರೀ ಕಲ್ಪನೆಯಾಗಿತ್ತು. ನೀವು ಹಿಡಿದಿರುವ ಈ ಪುಸ್ತಕ ಕೂಡಾ ಒಮ್ಮೆ ಕೇವಲ ಒಂದು ಕಲ್ಪನೆಯಾಗಿತ್ತು.

ಸಮಯ ಸನ್ನಿಹಿತವಾದಾಗ ಮೂಡುವ ಒಂದು ಕಲ್ಪನೆಗಿಂತ ಮಿಗಿಲಾದುದು ಬೇರೇನೂ ಇಲ್ಲ.

ಏನಿದ್ದರೂ, ಆ ಕಲ್ಪನೆ ಮಿಲಿಯಾಂತರ ಜನರ ಹೊಟ್ಟೆ ತುಂಬಿಸ ಬಲ್ಲುದೆ ಅಥವಾ ನಿಮ್ಮ 6ಇಂಚಿನ ಹೊಟ್ಟೆ ತುಂಬ ಬಹುದೆ? ಕಲ್ಪನೆ ನಿಮಗೆ ಒಂದು ಹಿಡಿಗೂಳು ಅಥವಾ ಕೋಟ್ಯಾಂತರ ನಿಧಿಯನ್ನು ಸಂಪಾದಿಸಲು ಶಕ್ತವೇ? ಯಾರ ಮನಸ್ಸಿನಲ್ಲಿ ಕಲ್ಪನೆ ಮೂಡಿಬರುತ್ತದೆಯೋ ಆತನ ಮಾನಸಿಕ ಸ್ಥಿತಿಯ ಮೇಲೆ ಅದು ಅವಲಂಬಿಸಿದೆ ಮತ್ತು ಆ ಕಲ್ಪನೆಯಿಂದ ಆತ ಏನು ಸಾಧಿಸಬಲ್ಲವನಿದ್ದಾನೆ ಎಂಬುದರ ಮೇಲೆ ಅವಲಂಬಿಸಿದೆ.

ಸಂಕ್ಷೇಪದಲ್ಲಿ.... ನೀವು ಮತ್ತು ನಿಮ್ಮ ಕಲ್ಪನೆ ಜಗತ್ತನ್ನೇ ಬದಲಿಸಬಲ್ಲುದು....

ನಾನು ಪ್ರೀತಿಸಿದವರ ಜತೆಗೆ ನಾನೇನು ಇದ್ದೇನೆ ಹಾಗೆಯೇ ಇರುತ್ತೇನೆ.

ನಿಮ್ಮ ಬದುಕಿನ ಅತ್ಯಂತ ಮಹತ್ವದ ಈಡೇರಿಕೆ ಅಂದರೆ, ನಿಮಗೆ ಪ್ರಾಪ್ತಿಯಾದುದರ ಜತೆಗೆ ನಿಮ್ಮ ಬದುಕನ್ನು ತುಂಬಿಕೊಳ್ಳುವುದು ಮತ್ತು ಆಮೇಲೆ ಅನ್ನುವುದು, 'ನನ್ನ ಫಲಿತಗಳು ನನ್ನ ಅಂತಃಸತ್ವವನ್ನು ಕಲುಷಿತಗೊಳಿಸಿಲ್ಲ, ಆಂತರಿಕವಾಗಿ ನಾನು ಯಾವತ್ತೂ ಹೇಗಿದ್ದೇನೆ ಹಾಗೆಯೇ ಇರುತ್ತೇನೆ.' ಬದುಕಿನ ಆನಂದಗಳಲ್ಲೊಂದು ಅಂದರೆ, ಮನುಷ್ಯನಿಗಿಂತ ಮೇಲ್ಮಟ್ಟದ ಮನುಷ್ಯನಾಗಿ ಜೀವಿಸುವಂಥದ್ದು, ಅಂತೆಯೇ ಮನುಷ್ಯರ ಜತೆಗೆ ಮನುಷ್ಯರಾಗಿ ನಡೆದುಕೊಳ್ಳುವಂಥದ್ದು. ಹೊರಗಿನ ಯಾವುದೇ ವಿಷಯ ನಿಮ್ಮ ಅಂತರಂಗವನ್ನು ಸ್ಪರ್ಶಿಸದೆ ಇರಲಿ." ಇವು ನಾನು ವಾರ್ಷಿಕ ಆಧ್ಯಾತ್ಮಿಕ ಶಿಬಿರದ ಸಮಾರೋಪದ ಮುಕ್ತಾಯಕ್ಕೆ ಆಡಿದ ಕೆಲವು ಮಾತುಗಳು.

ಕೆಲವು ತಾಸುಗಳ ಬಳಿಕ, ನಾವು ಮುಂಬಯಿ ವಿಮಾನ ನಿಲ್ದಾಣಕ್ಕೆ ಆಗಮಿಸಿದೆವು. ನಾವು ಮೂವತ್ತು ಮಂದಿಯ ಒಂದು ಗುಂಪಾಗಿದ್ದೆವು. ಹಲವು ವರ್ಷಗಳಿಂದ ಸಂಪರ್ಕದಲ್ಲಿಲ್ಲದ ಓರ್ವ ಸ್ನೇಹಿತನನ್ನು ನಾನು ಸಂಧಿಸುವಂತಾಯಿತು. ಸುಮಾರು ಒಂದು ದಶಕದ ಅವಧಿಯ ಕಾಲ ನಾವು ಭೇಟಿಯಾಗಿರಲಿಲ್ಲ ಮತ್ತು ನನ್ನ ಬದುಕಿನಲ್ಲಾದ ಬೆಳವಣಿಗೆಗಳು ಆತನಿಗೆ ತಿಳಿದಿರಲಿಲ್ಲ. ಆಧ್ಯಾತ್ಮಿಕ ಸಮಾರೋಪ ಸಮಾರಂಭದಿಂದ ನಾವೆಲ್ಲ ಹಿಂದಿರುಗುತ್ತಿದ್ದೇವೆಂದು ಆತ ಕಂಡುಕೊಂಡಾಗ, ಅವನಲ್ಲೊಂದು ಕಿಲಾಡಿ ಯೋಚನೆ ಬಂದಿರಬೇಕು. "ನನಗೆ ಪ್ರಣಾಮ ಮಾಡು ಮತ್ತು ನೀನು ಇನ್ನೂ ನನ್ನ ಹಳೆಯ ಗೆಳೆಯನೇ ಎಂಬುದನ್ನು ಸಾಬೀತು ಪಡಿಸು" ಎಂದ. ಬೇರೆಯವರನ್ನು ಮೆಚ್ಚಿಸುವ ಜಾಯಮಾನದವನಲ್ಲದ ಕಾರಣ ನಾನು, ಅವನಿಗೆ ಪ್ರಣಾಮ ಸಲ್ಲಿಸಿದೆ. ಆ ಮೂವತ್ತು ಮಂದಿ ಮಿತ್ರರಿಗೆ ನನ್ನಲ್ಲಿ ಎಷ್ಟೊಂದು ಪ್ರೀತಿ ಮತ್ತು ಗೌರವ ಭಾವನೆ ಇದೆ ಎಂಬುದನ್ನು ನಾನು ಬಲ್ಲೆ. ಅವರೆಲ್ಲರ ಮುಖದ ಮೇಲೆ ಮೂಡಿದ ತೀವ್ರತರದ ನೋವಿನ ಛಾಯೆಯನ್ನು

ಕಂಡು ನನಗೇನೂ ಅಚ್ಚರಿಯಾಗಲಿಲ್ಲ. ಏನಿದ್ದರೂ, ಆ ಕ್ಷಣ ನನ್ನ ಗೆಳೆಯನಿಗೆ ಒದಗಿದ ಅದೊಂದು ಮಹತ್ತರವಾದ ಗೆಲವು ಎಂಬುದು ಸ್ಪಷ್ಟವಾಗಿತ್ತು, ಅವನಿಗೆ ಬೇಕಾಗಿದ್ದುದು ಅದೇ ಹಳೆಯ ಗೆಳೆಯನೇ ಹೊರತು ಆಧ್ಯಾತ್ಮಿಕವಾಗಿ ಸಾಗಿದ ಮನುಷ್ಯನಲ್ಲ. ಅವನ ಮುಖದ ಮೇಲಿನ ಭಾವ ಅದನ್ನು ಸಾದರ ಪಡಿಸಿತು.

ಒಂದು ದಿನ, ನನ್ನ ಮಗ ನನಗೆ ಫೋನ್ ಮಾಡಿ ತನ್ನನ್ನು ರಾತ್ರಿ ಊಟಕ್ಕೆ ಒಯ್ಯಬೇಕೆಂದು ಕೇಳಿಕೊಂಡ. 'ಫ್ರೋಜ಼ನ್ ಥಾಟ್ಸ್'ನ 'ಅವೇಕನಿಂಗ್' ನಿಯಮಿತ ಕಾಲಂಗೆ ಸಂಜೆಯ ಒಳಗೆ ನನ್ನ ಬರವಣಿಗೆಯನ್ನು ಮುಗಿಸಬೇಕಾಗಿದೆ, ನಿನ್ನ ಕೋರಿಕೆ ಸಾಧ್ಯವಿಲ್ಲವೆಂದು ನಾನು ಅವನಿಗೆ ಹೇಳಿದೆ. ಅವನು ತಟ್ಟನೆ ಅಂದ, "ನೀವು ಜನರನ್ನು ಎಚ್ಚರಿಸುವುದನ್ನು ನಾಳೆ ಮಾಡಿ. ಈವೊತ್ತು ಊಟಕ್ಕೆ ನನ್ನನ್ನು ಒಯ್ಯಲೇಬೇಕು."

ನಿಮ್ಮ ಹೆತ್ತವರು ಒಬ್ಬ ಮಗನನ್ನು ಬಯಸುತ್ತಾರೆಯೇ ಹೊರತು ಓರ್ವ ವ್ಯವಸ್ಥಾಪಕ ಗುರುವನ್ನಲ್ಲ. ನಿಮ್ಮ ಸಂಗಾತಿ ನಿಮ್ಮೆಲ್ಲ ಖಂಡನೆಗೆ ಅವಕಾಶ ನೀಡುವ ದೌರ್ಬಲ್ಯಗಳನ್ನೊಳಗೊಂಡ ನಿಮ್ಮನ್ನು ಬಯಸುತ್ತಾರೆಯೇ ವಿನಾ, ದೌರ್ಬಲ್ಯಗಳೇ ಇಲ್ಲದ ಓರ್ವ ಸಾಚಾ ಮನುಷ್ಯನನ್ನಲ್ಲ. ನಿಮ್ಮ ಮಕ್ಕಳು ಓರ್ವ ತಂದೆಯನ್ನು ಬಯಸುತ್ತಾರೆಯೇ ವಿನಾ ದೇಶದ ಜನ್ಮದಾತನನ್ನಲ್ಲ.

ಸೂಪರ್‌ಮ್ಯಾನ್ ಮತ್ತು ಸ್ಪೈಡರ್‌ಮ್ಯಾನ್– ಇವೆರಡೂ ಉತ್ಕೃಷ್ಟ ಪಾತ್ರಗಳು ನಮಗೆ ಇವನ್ನು ಕಲಿಸಿಕೊಟ್ಟಿಲ್ಲವೇ? ಎರಡೂ ನಾಯಕರು ಯಾವುದೇ ಮನುಷ್ಯನಂತೆ ಖಂಡನೆಗೆ ಅರ್ಹ ಎಂದು ತೋರಿಸಿಕೊಟ್ಟಿದ್ದಾರೆ– ತಾವು ಮೆಚ್ಚಿದ ಹುಡುಗಿಯರಿಗೆ ತಮ್ಮ ಪ್ರಸ್ತಾಪ ಹೇಳಲು ಹಿಂದೇಟು ಹಾಕಿರುವುದಾದರೂ, ಸಮಯ ಸನ್ನಿವೇಶಕ್ಕೆ ತಕ್ಕಂತೆ ಅವರು ಹೋರಾಡಲಿಲ್ಲವೇ?

ಸನ್ನಿವೇಶಕ್ಕೆ ತಕ್ಕಂತೆ ನನ್ನ ಉದ್ಯೋಗದ ಪ್ರಪಂಚದಲ್ಲಿ ನಾನು ಸಮವಸ್ತ್ರ ಧರಿಸಿ ಸನ್ನದ್ಧನಾಗುತ್ತೇನೆ. ಆದರೆ ನನ್ನ ಸಮವಸ್ತ್ರವನ್ನು ತೊರೆಯುವ ಒಂದು ಸಮಯ ಬಂದೇ ಬರುತ್ತದೆ ಎಂಬುದನ್ನು ನಾನು ಯಾವತ್ತೂ ನೆನಪಿಟ್ಟುಕೊಳ್ಳುತ್ತೇನೆ. ಏನಿದ್ದರೂ, ಮನೆಯ ಮಂದಿ ಒಂದು ಆತ್ಮವನ್ನು ಬಯಸುತ್ತಾರೆಯೇ ಹೊರತು ಆವಿರ್ಭವಿಸಿದ ಆತ್ಮವನ್ನಲ್ಲ.

ನಾನು ಪ್ರೀತಿಸಿದವರ ಜತೆಗೆ, ನಾನು ಎಂದಿಗೂ ಏನಿದ್ದೆನೋ ಹಾಗೆಯೇ ಇರುತ್ತೇನೆ.

ಅಹಂಕಾರ ಬಂದಾಗ
ಮತ್ತೆಲ್ಲವೂ ಹೋಗುತ್ತವೆ.
ಅಹಂಕಾರ ನೀಗಿದಾಗ
ಮತ್ತೆಲ್ಲವೂ ಬರುತ್ತವೆ.

ಇನ್ನೂ ಓಡುತ್ತಲೇ ಇರುವಾಗ ಹ್ಯಾಂಡಲ್‌ಬಾರ್ ಮೇಲಿನ ಕೈಗಳನ್ನು ಬಿಟ್ಟು ಸವಾರಿ ಮಾಡುವುದು, ಸೈಕಲ್ ಸವಾರಿ ಕಲಿತಾಗ ಬರುವ ಮೊತ್ತಮೊದಲ ಪುಳಕ. ಸೈಕಲ್‌ನ್ನು ಈ ಪ್ರಕ್ರಿಯೆಗಿಂತಲೂ, ಹೀಗೆ ಮಾಡಿದ್ದನ್ನು ಬೇರೆಯವರು ನೋಡಿದ್ದಾರೆಯೇ ಎಂಬುದು ಮುಖ್ಯ. ಇತರರು ಇದನ್ನು ನೋಡಿದ್ದಾರೆಯೇ ಎಂಬುದಾಗಿ ಕಣ್ಣುಗಳು ಅತ್ತಿತ್ತ ಚಲಿಸುತ್ತಲೇ ಇರುತ್ತವೆ. ಹದಿಹರೆಯದ ಕಾಲದಲ್ಲಿ ಬಸ್ಸಿನ ಅಥವಾ ರೈಲಿನ ಫೂಟ್‌ಬೋರ್ಡ್‌ನ ಮೇಲೆ ನಿಂತು ಪ್ರಯಾಣಿಸುವ ಪ್ರಕ್ರಿಯೆ ಮಹಾ ಪರಾಕ್ರಮಗಳಲ್ಲೊಂದು. ಬೇರೆಯವರು ಇದನ್ನು ಗಮನಿಸಬೇಕೆಂಬುದು ಇಂತಹ ಪರಾಕ್ರಮಗಳಿಗೆ ಇಂಬುಕೊಡುತ್ತದೆ.

ಅಹಂಕಾರದ ಪ್ರದರ್ಶನ ಎಲ್ಲವೂ ಬೇರೆಯವರ ಗಮನಕ್ಕಾಗಿ ಮತ್ತು ಅಂಗೀಕಾರಕ್ಕಾಗಿ ಮಾಡುವುದು ಪ್ರಾಯಃ ಪ್ರತಿಯೊಬ್ಬರಿಗೂ ಸರ್ವವೇದ್ಯ. ಇಂತಹ ಸಂದರ್ಭಗಳಲ್ಲಿ ಗಮನ ಸೆಳೆದಿದ್ದಲ್ಲಿ ಒಳ್ಳೆಯದ್ದು ಒಳ್ಳೆಯದೇ ಮತ್ತು ಕೆಟ್ಟದ್ದು ಒಳ್ಳೆಯದೇ ಆಗಿ ಮಾರ್ಪಡುತ್ತವೆ. ವಿಪರ್ಯಾಸವೆಂಬಂತೆ ಯಾರ ಗಮನವನ್ನೂ ಸೆಳೆಯದೇ ಹೋದಲ್ಲಿ ಒಳ್ಳೆಯದೂ ಕೆಟ್ಟದ್ದಾಗಿ ಪರಿಣಮಿಸುತ್ತದೆ. ಗಮನ ಸೆಳೆದಾಗ ಅಹಂಕಾರ ಉಳಿಯುತ್ತದೆ. ಯಾವನೇ ಆಗಲಿ ಆ ಹಂತದ ಬದುಕಿಗಿಂತಲೂ ಮೀರಿ ಬೆಳೆಯಬೇಕು.

ಸ್ವಾಭಾವಿಕವಾಗಿ ಅಹಂಕಾರಕ್ಕೆ ಪೋಷಣೆ ಬೇಕು; ಅದು ನಿರಂತರ ಭಿಕ್ಷುಕ. ಅಹಂಕಾರದ ಒಂದು ಸಮಸ್ಯೆ ಅಂದರೆ, ಅದಕ್ಕೆ ಉಣಿಸು ಒದಗಿಸಿದಾಗ, ಮೇಲ್ಮೆಯ ಪರಮಭಾವ ಉಂಟಾಗಿ ಅದರ ಜತೆಗೆ ಹೋರಾಡಬೇಕಾಗುತ್ತದೆ ಮತ್ತು ಅಹಂಕಾರಕ್ಕೆ ತಕ್ಕ ಪೋಷಣೆ ಒದಗಿಸದಿದ್ದಲ್ಲಿ, ನೀವು ಕೀಳರಿಮೆಯಿಂದ ನರಳಬೇಕಾಗುತ್ತದೆ. ಎರಡೂ ರೀತಿಯಿಂದ ಅಹಂಕಾರ ನಿಮ್ಮ ಮನಸ್ಸಿನ ಶಾಂತಿಯನ್ನು ಅಪಹರಿಸುತ್ತದೆ.

ಅಹಂಕಾರ ಬಂದಾಗ ಮತ್ತೆಲ್ಲವೂ ಹೋಗುತ್ತವೆ, ಅಹಂಕಾರ ಹೋದಾಗ ಮತ್ತೆಲ್ಲವೂ ಬರುತ್ತವೆ.

ಎಷ್ಟೊಂದು ಅಮೂಲ್ಯವಾದಂಥ ಸಂಬಂಧಗಳನ್ನು ಅಹಂಕಾರದ ಸಲುವಾಗಿ ಹದಗೆಡಿಸಿಕೊಂಡಿರುತ್ತೀರಿ. ಅಹಂಕಾರವನ್ನು ತಳ್ಳಿಹಾಕಿ ಸಂಬಂಧವನ್ನು ಉಳಿಸಿಕೊಳ್ಳುವ ಬದಲು, ನೀವು ಸಂಬಂಧವನ್ನು ತಳ್ಳಿಹಾಕಿ ಅಹಂಕಾರವನ್ನು ಉಳಿಸಿಕೊಂಡಿದ್ದೀರಿ. ಅಹಂಕಾರದಿಂದುಂಟಾಗುವ ನಷ್ಟಕ್ಕೆ ಯಾವುದೇ ಸರಿಸಮ ಇಲ್ಲವೇ ಇಲ್ಲ.

ನಿಮ್ಮ ಅಹಂಕಾರವನ್ನು ಪೋಷಿಸುವ ಸಲುವಾಗಿ ಎಷ್ಟೊಂದು ಚಿನ್ನದಂಥ ಅವಕಾಶಗಳನ್ನು ನೀವು ಕಳಕೊಂಡಿರುತ್ತೀರಿ? ಪ್ರತಿಯೊಂದು ಕ್ಷಣವೂ ಭಾರವಾಗಿರುತ್ತದೆ, ಪ್ರತಿಯೊಂದು ಸನ್ನಿವೇಶವೂ ನರಸೆಳೆತಕ್ಕೆ ಅವಕಾಶ ನೀಡುತ್ತದೆ, ಪ್ರತಿಯೊಂದು ಸಂವಹನವೂ ಒತ್ತಡ ಪೂರ್ವಕವಾಗಿರುತ್ತದೆ... ಅಹಂಕಾರ ಯುಕ್ತ ಹೃದಯ ಯಾವತ್ತೂ ಬೆಂಕಿಯ ಮೇಲೆ ಕ್ರಮಿಸಿದಂತೆ. ಅಹಂಕಾರ ಮತ್ತು ಸ್ವಸ್ಥತೆಯ ನಡುವೆ ಒಂದು ಕ್ಷಣದ ಸಂಬಂಧವೂ ಅಸಾಧ್ಯ.

ಒಂದು ಮಾಂಸದ ತುಂಡನ್ನು ಒಯ್ಯುತ್ತಿದ್ದ ಒಂದು ಕಾಗೆಗೆ ಮಿಕ್ಕೆಲ್ಲ ಪಕ್ಷಿಗಳು ಹಿಂಬಾಲಿಸುತ್ತಿರುವುದು ಅದಕ್ಕೆ ಕಂಡಿತು. ಅದು ಮಾಂಸದ ತುಂಡನ್ನು ಕೆಳಗೆ ಹಾಕಿತು. ಮಿಕ್ಕೆಲ್ಲ ಪಕ್ಷಿಗಳು ಮಾಂಸದ ತುಂಡಿನ ಕಡೆಗೆ ಹಾರಿದವು. ಈಗ ಕಾಗೆ ಆಕಾಶದಲ್ಲಿ ಒಂಟಿಯಾಗಿ ಹಾರಾಡುತ್ತ ಹೇಳಿತು, "ಒಂದು ಮಾಂಸದ ತುಂಡು ಕಳೆದರೇನಾಯಿತು?, ಸಮಸ್ತ ಆಕಾಶದ ಸ್ವಾತಂತ್ರ್ಯ ನನಗೇ ದಕ್ಕಿತಲ್ಲವೇ?"

ನಿಮ್ಮ ಅಹಂಕಾರವನ್ನು ನೀಗಿಸಿದರೆ, ಅತುಲ್ಯವಾದ ಸ್ವಾತಂತ್ರ್ಯ ನಿಮ್ಮದಾಗುವುದು.

• • •

ಆನಂದವಿಲ್ಲದೆ ಬದುಕು ಇಲ್ಲ.
ಅತೃಪ್ತಿಯಿಲ್ಲದೆ ಬೆಳವಣಿಗೆ ಇಲ್ಲ.
ಆನಂದದಾಯಕ ಅತೃಪ್ತಿ ಇರಲಿ.

ಆಕೆ ತನ್ನ ತಂದೆಯ ಶಿಸ್ತನ್ನು ಯಾವತ್ತೂ ಪ್ರಶಂಸಿಸುತ್ತಲೇ ಇದ್ದಳು. ಈಗ ಆಕೆ ವಿವಾಹಿತಳು. ಆಕೆ ತನ್ನ ಗಂಡನೂ ಶಿಸ್ತನ್ನು ಪರಿಪಾಲಿಸಬೇಕೆಂದು ನಿರೀಕ್ಷಿಸುತ್ತಾಳೆ, ಯಾಕೆಂದರೆ, ಶಿಸ್ತು ಒಂದು ಅವಶ್ಯ ಗುಣವೆಂದು ಅವಳ ಭಾವನೆ. ಶಿಸ್ತಿಗೆ ಸಂಬಂಧಿಸಿದಂತೆ ಅವಳ ಗಂಡ

ಯಾವುದೇ ಗಣನೆಯನ್ನೂ ಮಾಡುವುದಿಲ್ಲ. ಅವನ ಬಗ್ಗೆ ಅವಳಿಗೆ ಅತೃಪ್ತಿಯಿದ್ದರೆ, ಆತ ಆಕೆಯ ಕುರಿತು ಹತಾಶನಾಗಿದ್ದಾನೆ.

"ನನ್ನ ತಾಯಿ ಯಾವಾಗಲೂ ಪ್ರಾಮಾಣಿಕಳೂ, ಪಾರದರ್ಶಕಳೂ ಆಗಿದ್ದಳು. ನಿನ್ನೊಂದಿಗಿನ ಸಮಸ್ಯೆ ಅಂದರೆ ನೀನು ಯಾವತ್ತೂ ನಿನ್ನ ಬದುಕಿನ ಎಲ್ಲವನ್ನೂ ನನಗೆ ಹೇಳುತ್ತಿಲ್ಲ." ಗಂಡ ಹೆಂಡತಿಯನ್ನು ದೂರುತ್ತಾನೆ. "ನಿನ್ನ ಅಣ್ಣನ ಕೈಬರಹ ನೋಡು–ಅದೊಂದು ಕಲಾಕೃತಿಯಂತಿದೆ ಮತ್ತು ನಿನ್ನ ಕೈಬರಹ ನೋಡು." ತಾಯಿ ಮಗಳನ್ನು ಗೋಳುಹೊಯ್ದುಕೊಳ್ಳುತ್ತಿದ್ದಾಳೆ. "ನಾನು ಹಿಂದೆ ಕೆಲಸ ಮಾಡುತ್ತಿದ್ದ ಸಂಸ್ಥೆಯಲ್ಲಿ ಎಂದೂ ನಾವು ಹೀಗೆ ಮಾಡುತ್ತಿರಲಿಲ್ಲ." ಹೊಸ ಮಹಾಪ್ರಬಂಧಕ ಇಕ್ಕಟ್ಟಿಗೆ ಸಿಲುಕಿಸುತ್ತಾನೆ. "ಅಮೆರಿಕಾದಲ್ಲಿ ಇಂತಹ ಸಮಸ್ಯೆಗಳು ಎದುರಾಗುವುದಿಲ್ಲ." ಎನ್‌ಆರ್‌ಐ ಇಂಡಿಯಾದ ಬಗ್ಗೆ ಗೋಳಿಡುತ್ತಾನೆ.

ನಿರೀಕ್ಷೆ ಸಮಸ್ಯೆ ಅಲ್ಲ; ನಿರೀಕ್ಷೆಯನ್ನು ತುಲನೆ ಮಾಡುವುದೇ ಸಮಸ್ಯೆ.

ಆಕೆ ತನ್ನ ತಂದೆಯ ಶಿಸ್ತಿಗೆ 10ರಲ್ಲಿ 10 ಅಂಕ ಕೊಟ್ಟರೆ, ತನ್ನ ಗಂಡ 4 ಅಥವಾ 5ರ ಹಂತದಲ್ಲಿ ತೊಳಲಾಡುತ್ತಿರುವುದು ಆಕೆಗೆ ತೃಪ್ತಿ ನೀಡುತ್ತಿಲ್ಲ. ನೋಡಿ, ಆತನಿಗೆ ತನ್ನ 5 ಅಂಕ ಶೇಕಡಾ ನೂರಕ್ಕೆ ನೂರು– ಅವನ ಸ್ವಭಾವ, ಅವನ ಪ್ರಕೃತಿ, ಅವನನ್ನು ಬೆಳೆಸಿದ ರೀತಿ ಮತ್ತು ಪರಿಸ್ಥಿತಿ, ಅವನು ಶಿಸ್ತಿಗೆ ಸಂಬಂಧಿಸಿದಂತೆ 5 ಅಂಕಕ್ಕಿಂತ ಮೀರಿ ತೆಗೆದುಕೊಳ್ಳಲಾರ. ಇದು ಅವನು ಮತ್ತು ಇದು ಅವನೇ. ಬೇರೆ ಯಾವುದಾದರೂ ಗುಣಧರ್ಮದಲ್ಲಿ 10ರಲ್ಲಿ 10 ಅಂಕ ಅವನಿಗೆ ದಕ್ಕುತ್ತದೆ, ಆಕೆಯ ತಂದೆ ಆ ನಿಟ್ಟಿನಲ್ಲಿ ಸೂಕ್ತ ಅಂಕ ಪಡೆಯಲಾರರು. ಹೆಂಡತಿ ತಾಯಿಯ ಹಾಗೆ ಪಾರದರ್ಶಕ ಇರುವುದಕ್ಕೆ ಸಾಧ್ಯವಿಲ್ಲ, ಆದರೆ ಆಕೆ ಆರ್ಥಿಕವಾಗಿ ಸಂಸಾರ ನಿರ್ವಹಣೆಯಲ್ಲಿ ನಿಸ್ವಾರ್ಥಿಯಾಗಿರುತ್ತಾಳೆ. ಮಗಳು ಮಗನಿಗಿಂತ ಚೆನ್ನಾಗಿ ಹಾಡಬಲ್ಲಳು. ಈ ಸಂಸ್ಥೆ ಹಿಂದಿನ ಸಂಸ್ಥೆಗಿಂತ ಬೆಳವಣಿಗೆಯ ದೃಷ್ಟಿಯಿಂದ ಹೆಚ್ಚು ಫಲಪ್ರದವಾಗಿತ್ತು ಎಂದು ನೀವು ನಂಬಿದ್ದೀರಿ ಮತ್ತು ಆದ್ದರಿಂದಲೇ ನೀವು ಇಲ್ಲಿದ್ದೀರಿ. ಏನಿದ್ದರೂ, ಜಗತ್ತಿನಲ್ಲಿರುವ ಕೆಲವೊಂದು ಸಮಸ್ಯೆಗಳು ಭಾರತದಲ್ಲಿ

ಇರುವುದಿಲ್ಲ. ಯಾರೂ ಎಲ್ಲಾ ಲೆಕ್ಕದಲ್ಲೂ ಇನ್ನೊಬ್ಬರಿಗಿಂತ ಕಡಿಮೆಯೇನಲ್ಲ ಮತ್ತು ಯಾರೂ ಎಲ್ಲಾ ಅಳತೆಯಲ್ಲೂ ಮಿಕ್ಕವರಿಗಿಂತ ಹೆಚ್ಚೇನಲ್ಲ. ನಮ್ಮೆಲ್ಲರಲ್ಲೂ ಧನಾತ್ಮಕವೂ ಇವೆ ಮತ್ತು ನಮ್ಮೆಲ್ಲರಲ್ಲೂ ಋಣಾತ್ಮಕವೂ ಇವೆ. ಶೂನ್ಯ ನ್ಯೂನತೆಯವರು ಯಾರೂ ಇರುವುದಿಲ್ಲ. ಯಾರೂ ಪೂರ್ತಿ ದೋಷಿಗಳಲ್ಲ. ಪ್ರತ್ಯೇಕ ಗುಣಗಳತ್ತ ಬೊಟ್ಟು ತೋರಿಸುವುದನ್ನು ನಿಲ್ಲಿಸಿ. ಪೂರ್ಣ ವ್ಯಕ್ತಿತ್ವದತ್ತ ನಿಗಾ ಹರಿಸುವುದನ್ನು ಪ್ರಾರಂಭಿಸಿರಿ.

ಏನಿದ್ದರೂ, ಕಥೆಯಲ್ಲೊಂದು ತಿರುವು ಇದ್ದೇ ಇದೆ. ಇನ್ನೊಬ್ಬರೊಂದಿಗೆ ಅತೃಪ್ತಿಯಿಂದಿದ್ದಲ್ಲಿ, ನನಗೆ ಆನಂದವಾಗದಿದ್ದಲ್ಲಿ, ನನ್ನ ಸ್ವಂತಕ್ಕೆ ಅತೃಪ್ತಿಯಿಂದಿದ್ದಲ್ಲಿ ನಾನು ಬೆಳೆಯಲು ಸಹಕಾರಿಯಾಗುತ್ತದೆ. ನನ್ನ ನಿರೀಕ್ಷೆಗೆ ತಕ್ಕಂತೆ ಇತರರನ್ನು ನಾನು ಅಳೆದರೆ, ಉಂಟಾಗುವ ಅತೃಪ್ತಿ ನನ್ನ ಬೆಳವಣಿಗೆ ಮತ್ತು ಅಭಿವೃದ್ಧಿಗೆ ತೀವ್ರತೆ ಒದಗಿಸುತ್ತದೆ. ಉತ್ಕೃಷ್ಟತೆಯಲ್ಲಿ, ಪ್ರಾಮಾಣಿಕತೆಯಲ್ಲಿ, ಉದ್ದೇಶಿತ ಗುರಿಯಲ್ಲಿ ಗುಣನಡತೆಯಲ್ಲಿ ಕಾರ್ಯಕ್ಷಮತೆ ಮುಂತಾದವುಗಳಲ್ಲಿ ನಾನು 10ರಲ್ಲಿ 10ನ್ನು ಸ್ವಂತಕ್ಕೆ ಅಪೇಕ್ಷಿಸಿದರೆ ನಾನು ಎಲ್ಲಿದ್ದೇನೆ ಮತ್ತು ಹೇಗೆ ಮುಂದುವರಿಯಬೇಕು ಎಂಬುದಕ್ಕೆ ನಿಶಾನೆ ಒದಗಿಸಿದಂತಾಗುತ್ತದೆ. ನಡುವಿನ ಅಂತರ ನನ್ನ ಪರಿವರ್ತನೆಯ ಮಾನದಂಡವಾಗಿರುತ್ತದೆ. ಜಗತ್ತಿನಿಂದ ನಾನು 10ರಲ್ಲಿ 10ನ್ನು ಅಪೇಕ್ಷಿಸಿದರೆ, ಅದು ಜಗತ್ತಿನೊಂದಿಗಿನ ನನ್ನ ಸಂಬಂಧವನ್ನು ಹದಗೆಡಿಸುತ್ತದೆ.

ಆದ್ದರಿಂದ, ಎಲ್ಲಾ ವಿಷಯಗಳಲ್ಲೂ, ಜಗತ್ತನ್ನು '5'ಕ್ಕೂ, ನಿಮ್ಮನ್ನು '10'ಕ್ಕೂ ಅಂಕಿತಗೊಳಿಸಿದರೆ ಸಾಕು. ಜಗತ್ತು ಕಡಿಮೆ ಶಕ್ತ ಎನ್ನುವುದಕ್ಕಲ್ಲ ಅಥವಾ ನೀವು ಮಹಾ ಮಾನವ ಎಂಬುದಕ್ಕೂ ಅಲ್ಲ, ಅದಕ್ಕೆ ಕಾರಣ ...ಆನಂದವಿಲ್ಲದೆ ಬದುಕಿಲ್ಲ. ಆದ್ದರಿಂದ ಜಗತ್ತನ್ನು '5'ಕ್ಕೆ ಅಂಕಿತಗೊಳಿಸಿ. ಅತೃಪ್ತಿಯಿಲ್ಲದೆ ಬೆಳವಣಿಗೆ ಇಲ್ಲ. ಆದ್ದರಿಂದ ನಿಮ್ಮನ್ನು '10'ಕ್ಕೆ ಅಂಕಿತಗೊಳಿಸಿ. ತನ್ಮೂಲಕ ನೀವು ಆನಂದದಿಂದಲೇ ಅತೃಪ್ತರಾಗುತ್ತೀರಿ.

ನೀವು ಪ್ರೀತಿಸುವ ರೀತಿಯಲ್ಲಿ ನಾನು ಸಂತೃಪ್ತನಿದ್ದೇನೆ. ನನ್ನ ಪಾತ್ರದಲ್ಲಿದ್ದುಕೊಂಡು ನಿಮ್ಮನ್ನು ಪ್ರೀತಿಸಲು ಹೆಚ್ಚು ಹೆಚ್ಚು ವಿಧಾನಗಳನ್ನು ಕಂಡುಕೊಳ್ಳುವೆ.

• • •

ಸಾಗರದ ಉಪ್ಪು ನೀರು, ಚರಂಡಿಯ
ಕಲುಷಿತ ನೀರು, ಹಳ್ಳದ ಹೊಲಸು ನೀರು,
ಕೊಳದ ನಿಂತ ನೀರು...
..ಎಲ್ಲಿಂದಲೇ ಬರಲಿ, ನೀರು ಆವಿಯಾಗಿ
ಮೇಲೇರುತ್ತದೆ ಮತ್ತು ಮಳೆಯಾಗಿ ಹೊಯ್ಯುತ್ತದೆ,
ಅದು ಶುದ್ಧ ನೀರಾಗುತ್ತದೆ.

ಅದೇ ರೀತಿ, ಮನುಷ್ಯ ಮೇಲೆ ಸಂಪರ್ಕ
ಹೊಂದಿದಾಗ, ಆತ್ಮ ಶುದ್ಧಿ ಹೊಂದುತ್ತಾನೆ.

ಮನುಷ್ಯನ ಆಲೋಚನೆಗಳು, ಭಾವನೆಗಳು
ಮತ್ತು ಅವನ ಮನುಷ್ಯತ್ವವೂ
ಶುದ್ಧೀಕರಣಗೊಳ್ಳುತ್ತದೆ- ದೈವತ್ವದೊಂದಿಗೆ
ಸಂಪರ್ಕ ಹೊಂದಿದಾಗ.

ಪ್ರಾರ್ಥನೆ ಮೇಲಕ್ಕೆ ಹೋದಾಗ,
ಅನುಗ್ರಹ ಕೆಳಕ್ಕಿಳಿಯುತ್ತದೆ.

• • •

ಪ್ರತಿಯೊಬ್ಬ ಮಾನವ ಜೀವಿಗೆ ಹೊಸ ಸಮಾಜ ಸೃಷ್ಟಿಸುವ ಚೈತನ್ಯವಿರುತ್ತದೆ.

ಒಂದು ಮರವನ್ನು ನಾನು ನೋಡುವಾಗ, ಅದನ್ನು ಬರಿದಾಗಿ ನೋಡುವುದಿಲ್ಲ, ಅದರ ಹಿಂದಿನ ಇತಿಹಾಸವನ್ನು ಜ್ಞಾಪಿಸಿಕೊಳ್ಳುತ್ತೇನೆ. ಅದೊಂದು ಗಾಳಿಯಲ್ಲಿ ತೇಲಿಬಂದ ಬೀಜವಾಗಿರಬಹುದು ಮತ್ತು ಅದು ಕಂಟೈನರ್ ಒಂದರ ಮೇಲ್ಭಾಗಕ್ಕೆ ಅಂಟಿ ಜೋಹನ್ಸ್‌ಬರ್ಗ್‌ನಿಂದ ಚೈನ್ನೈವರೆಗೆ ಹಡಗಿನ ಮೂಲಕ ಬಂದಿದ್ದಾಗಿರಬಹುದು.

ಭೂಮಿ ತಾಯಿ ಯಾವತ್ತೂ ಮುದ್ದು ಮಾಡುವುದಿಲ್ಲ; ಆದ್ದರಿಂದ ಬೀಜ ಮೊತ್ತಮೊದಲು ಹೊರಬದಿಯಿಂದ ಒಳಹೊಕ್ಕು ಮಣ್ಣಿನೊಳಗೆ ಬೇರನ್ನು ಇಳಿಸಿ ಮತ್ತೆ ಹೊರಕ್ಕೆ ಮೊಳಕೆ ಒಡೆಯುತ್ತದೆ. ಅದೊಂದು ನಾಜೂಕು ಗಿಡವಾಗಿದ್ದಾಗ ಯಾವುದೇ ಪ್ರಾಣಿ ಅದನ್ನು ಮೇಯಬಹುದಿತ್ತು, ಯಾವುದೇ ಮಗು ಅದನ್ನು ಕಿತ್ತು ಹಾಕಬಹುದಿತ್ತು. ಬರಗಾಲವೋ, ನೆರೆಯೋ, ಕೀಟಗಳೋ ಅದನ್ನು ನಿರ್ನಾಮ ಮಾಡಬಹುದಿತ್ತು. ಅದು ಇವೆಲ್ಲವನ್ನೂ ತಾಳಿಕೊಂಡು– ಕಾಲದ ಪರೀಕ್ಷೆ, ಸನ್ನಿವೇಶಗಳ ಪರೀಕ್ಷೆ ಏನೆಲ್ಲ?, ಇಷ್ಟೊಂದು ಬೃಹತ್ ವೃಕ್ಷವಾಗಿ ಬೆಳೆಯುವುದಕ್ಕೆ. ಅದೊಂದು ಬರೀ ಮರವಲ್ಲ, ಅದಕ್ಕೊಂದು ಪರಮ ಇತಿಹಾಸದ ಹಿನ್ನೆಲೆ ಇದೆ.

ಇದು ಮರದ ಮಾತಾಯಿತು, ನನ್ನ ಓರಗೆಯ ಸಹೋದರನೋ? ಗಂಡಸಿನ

ಅರ್ಹ 700ಮಿಲಿಯ ವೀರ್ಯಾಣುಗಳು ಹೆಣ್ಣಿನ ಸ್ಥಿರವಾದ ಒಂದು ಅಂಡಾಣುವನ್ನು ಅರಸಿಕೊಂಡು ಓಡಿ ಬರುತ್ತದೆ ಮತ್ತು ಅದರಲ್ಲಿ ಒಂದೇ ಒಂದು ಆರೋಗ್ಯವಂತ ಮತ್ತು ಅತಿವೇಗದ ವೀರ್ಯಾಣು ಕೂಡುತ್ತದೆ. ಬದುಕಿನ ಪ್ರಾರಂಭದಿಂದಲೂ ಅರ್ಹತೆಯುಳ್ಳವನೇ ಉಳಿಯುವಂತೆ ಮಾಡುತ್ತದೆ. ಆದ್ದರಿಂದ, ಪ್ರತಿ ಮಾನವ ಜೀವ ಏನು ಸಾಧಿಸುತ್ತದೆ ಅಂದರೆ, 700ಮಿಲಿಯ ವೀರ್ಯಾಣುಗಳಲ್ಲಿ ಒಂದು ಮಾತ್ರ ಎಲ್ಲಕ್ಕೂ ಮಿಗಿಲಾಗಿ ತನ್ನಂಥವರನ್ನು ಹಿಂದಿಕ್ಕಿ ವಿಜಯಯಾತ್ರೆಯನ್ನು ಮಾಡಿದ್ದು. ಮಾನವನ ಜನ್ಮವೇ ಅವಶ್ಯಕತೆಯನ್ನೂ, ಗೆಲುವಿನ ಪ್ರಕ್ರಿಯೆಯನ್ನೂ ಕಲ್ಪಿಸಿ ತೋರಿಸುತ್ತದೆ.

ಮತ್ತೆ ಗರ್ಭದಲ್ಲಿ ಬೆಳವಣಿಗೆ, ಗರ್ಭದಿಂದ ಬೇರ್ಪಡುವ ಹೊಡೆತ, ಸಂದಿಗ್ಧತೆಗಳು, ಕಲಿಕೆ, ಪಂಥಾಹ್ವಾನ, ವಿರೋಧಾಭಾಸ, ಒತ್ತಡಗಳು, ತ್ಯಾಗಗಳು, ಸಂಧಾನಗಳು, ಕಣ್ಣೀರು ಮತ್ತು ಸಮಸ್ಯೆಗಳಿಗೆ ಉಪಶಮನ, ಬೆಳವಣಿಗೆ, ಆನಂದ, ಆವಿರ್ಭಾವದ ಪ್ರದರ್ಶನ, ಅವಿದ್ಯೆ.... ಪ್ರತಿಯೋರ್ವ ಮಾನವ ಜೀವಿ ತನ್ನದೇ ಹಕ್ಕಿನಿಂದ ಶೂನ್ಯದಿಂದ ಸ್ವಲ್ಪದರ ಕಡೆಗೆ ಪರಿವರ್ತನೆಗೊಂಡು ಮತ್ತೆ ಎಲ್ಲದಕ್ಕೂ ಪರಿವರ್ತನೆಗೊಳ್ಳುವ ಪ್ರಕ್ರಿಯೆ. ಓರ್ವ ಮಾನವ ಜೀವಿ ಮಾನವ ಜೀವಿ ಅಷ್ಟೇ ಅಲ್ಲ, ಅವನೊಬ್ಬ ತನ್ನದೇ ಹಕ್ಕಿನಿಂದಾಗಿರುವ ಪರಮ ಜ್ಞಾನಿಯಾಗಿರುತ್ತಾನೆ.

ಮನೆಗೆಲಸದವಳು ತಾನು ವಿದ್ಯಾಭ್ಯಾಸದಿಂದ ವಂಚಿತಳಾಗಿರುವ ಕಾರಣ, ತನ್ನ ಮಕ್ಕಳಿಗೆ ವಿದ್ಯಾಭ್ಯಾಸವನ್ನು ಒದಗಿಸುವುದು, ಆಕೆ, ಆಕೆಯ ರೀತಿಯಲ್ಲೇ ಒಂದು ತಿಳುವಳಿಕೆಯ ಇತಿಹಾಸವಿರುವುದರಿಂದ. ಇನ್ನೂ ಮುಂದಕ್ಕೆ ನೀವೇನು ನೋಡುವಿರೋ, ನೀವೇನನ್ನು ಆಲಿಸುವಿರೋ, ನಿಮಗನಿಸಬಲ್ಲುದು, ನೀವು ಮಾನವತೆಯಿಂದ ಸುತ್ತುವರಿದಿದ್ದೀರಿ ಎಂಬುದನ್ನು, ಪ್ರತಿಯೋರ್ವ ವ್ಯಕ್ತಿ ತನ್ನದೇ ಖಾಸಗಿ ಇತಿಹಾಸವನ್ನು ಒಯ್ಯುತ್ತಿದ್ದಾನೆ ಎನ್ನುವುದನ್ನು. ನಿಜ, ನೀವೂ ಅವರಲ್ಲೊಬ್ಬರು.

ಪ್ರತಿ ಮಾನವ ಜೀವಿಗೆ ಅವನ ಒಳಗೆ ಹೊಸ ಸಮಾಜವೊಂದರ ಚೈತನ್ಯವಿರುತ್ತದೆ. ನಿಮ್ಮಿಂದ ನಿಮ್ಮ ಪೀಳಿಗೆ ಶುರುವಾಗುತ್ತದೆ ಮತ್ತು ಆ ಮೂಲಕ ನಿಮ್ಮ ಸಮಾಜ. ನೀವೊಬ್ಬ ವಿವೇಕಪೂರ್ಣ ಇತಿಹಾಸವಿರುವ ಪ್ರಬಲ ಶಕ್ತಿಯಾಗಿದ್ದೀರಿ.

ನಿಮ್ಮ ನೋವನ್ನು ಕಳೆದರೆ ನಿಮಗೆ ಶಾಂತಿ ಸಿಗುತ್ತದೆ.

ನಿಮ್ಮ ತಲೆಯಲ್ಲಿ ಕುಳಿತು, ಯಾವೊಬ್ಬನಿಗೂ ಯಾವುದೇ ಸಂಭವಕ್ಕೂ, ಯಾವುದೇ ಅನುಭವಕ್ಕೂ ನಿಮ್ಮ ಮನಸ್ಸಿನ ನೆಮ್ಮದಿಯನ್ನು ಹಾಳುಗೆಡಹುದಕ್ಕೆ ಹಕ್ಕು ಇರುವುದೇ ಇಲ್ಲ.....ಇಲ್ಲ..ಯಾರಿಗೂ ಇಲ್ಲ. ನಿಮ್ಮ ಮನಃಶ್ಯಾಂತಿಯ ಮೇಲೆ ಹೇರಿ ಕೂರುವ ಅಧಿಕಾರವನ್ನು ಯಾರಿಗೂ ಕೊಡಬಾರದು. ನಿಮ್ಮನ್ನು ಸತತವಾಗಿ ಪೀಡಿಸುವ ಏನೇ ಆಗಲಿ, ಯಾರೇ ಆಗಲಿ, ನಿಮ್ಮೊಳಗಿನ ನೆಮ್ಮದಿಯ ಸಲುವಾಗಿ ಬಿಟ್ಟುಬಿಡಿ. ನಿಮ್ಮ ಮನಸ್ಸು ಮತ್ತು ಹೃದಯ ಶಾಂತಿಯ ನೆಲೆವೀಡಾಗಬೇಕೇ ಹೊರತು, ನಿಮ್ಮ ನೆಮ್ಮದಿಯನ್ನು ಕೆಡಿಸುವ ಯಾರದೋ ಅಥವಾ ಯಾವುದೋ ವಿಷಯದ ನೆಲೆ ಆಗಿರಬಾರದು. ನಿಮ್ಮ ಶಾಂತಿಯೇ ಎಲ್ಲಕ್ಕೂ ಮಿಗಿಲು. ಎಲ್ಲವೂ ನಿಮ್ಮ ನೆಮ್ಮದಿಗಾಗಿ. ಇದಕ್ಕೆ ಹೊರತಾಗಿರುವುದನ್ನು ಬಿಟ್ಟುಬಿಡಿ, ಲೌಕಿಕವಾಗಿ ಅಲ್ಲ, ಭಾವನಾತ್ಮಕವಾಗಿ. ನಿಮ್ಮನ್ನು ಕದಡುವ ಯಾವುದೇ ವಿಷಯದಿಂದ ಮುಕ್ತರಾಗಿ, ಯಾವುದನ್ನೇ ತೊಲಗಿಸಿ. ಯಾರನ್ನೇ ತೊಲಗಿಸಿ. ನಿಮ್ಮ ಶಾಂತಿಯನ್ನು ಎಲ್ಲಕ್ಕೂ ಮೇಲಿರಿಸಿ.

ನಿಮ್ಮೊಳಗೆ ಇರುವಂಥದ್ದು ಪರಿಮಳಯುಕ್ತ ಹೂವುಗಳ ಬುಟ್ಟಿಯಾಗಿರಬಹುದು ಅಥವಾ ಆಮ್ಲ ತುಂಬಿದ ಪಾತ್ರೆಯಾಗಿರಬಹುದು. ನಿಮ್ಮ ನೋವಿನ ಮೂಲವನ್ನು ಶೋಧಿಸುವಾಗ, ನಿಮ್ಮೊಳಗಿನ ಅರಳುವಿಕೆಯ ಅನುಭವ ನಿಮಗುಂಟಾಗುತ್ತದೆ. ಇಲ್ಲವಾದರೆ, ಆಮ್ಲವೊಂದು ಪಾತ್ರೆಯನ್ನು ಹಾಳುಮಾಡಿದಂತೆ, ನೀವು ನಿಮ್ಮನ್ನು ನಾಶ ಮಾಡುವಿರಿ ಅಷ್ಟೆ!

ಜನರು ತಮ್ಮ ಅಜ್ಞಾನದಿಂದ ಮತ್ತು ತಮ್ಮ ಅಪ್ರಬುದ್ಧತೆಯಿಂದ ನಿಮಗೆ ನೋವುಂಟುಮಾಡಿರಬಹುದು. ನಿಮ್ಮ ಅಜ್ಞಾನದಿಂದ ಮತ್ತು ನಿಮ್ಮ ಅಪ್ರಬುದ್ಧತೆಯಿಂದ, ನೀವು ನೋಯಿಸಲ್ಪಡಲು ಅನುವು ಮಾಡಿಕೊಟ್ಟಿರುತ್ತೀರಿ. ವಸ್ತುತಃ ದ್ವೇಷಿಸುವವ ಮತ್ತು ದ್ವೇಷಿಸಲ್ಪಡುವವನಲ್ಲಿ, ದ್ವೇಷಿಸುವವನಿಗೆ ಹೆಚ್ಚು ನೋವಾಗುತ್ತದೆ. ನಿಮ್ಮ ದ್ವೇಷ ಮತ್ತೊಬ್ಬನಿಗೆ ಏನೂ ಮಾಡಿರದಿದ್ದರೂ ನಿಮಗಂತೂ ನಿದ್ದೆಯಿಲ್ಲದ ರಾತ್ರಿಯನ್ನೂ, ಹೊಟ್ಟೆಯ ಹುಣ್ಣಿಗೂ ಕಾರಣವಾಗುತ್ತದೆ, ಜಠರದ ಆಮ್ಲಕ್ಕೆ ಕಾರಣವಾಗುತ್ತದೆ. ಎಲ್ಲಕ್ಕೂ ಮಿಗಿಲಾಗಿ ನಿಮಗೆ ಶಾಂತಿಯಿಂದ ಇರಲು ಬಿಡುವುದಿಲ್ಲ. ಆದ್ದರಿಂದ ನೋವುಂಡು ಬದುಕುವುದರಲ್ಲಿ ಯಾವ ಸಾರ್ಥಕತೆಯಿದೆ? ಯಾರಿಗೂ ಏನೂ ಲಾಭವಿಲ್ಲ, ಆದರೆ ನೀವಂತೂ ಖಂಡಿತವಾಗಿಯೂ ನಷ್ಟ ಅನುಭವಿಸುತ್ತೀರಿ. ನೋವಿನಂಥ ಅರ್ಥರಹಿತ ಯಾವುದೋ ಒಂದರೊಂದಿಗೆ ನೀವು ಯಾತಕ್ಕೆ ಜೀವಿಸಬೇಕು?

ಲೌಕಿಕವಾಗಿ ಹೇಳುವುದಾದರೆ, ಜನರು ಅಥವಾ ಘಟನೆಗಳಿಂದ ನೀವು ಕೆಲವೊಮ್ಮೆ ನೋಯಿಸಲ್ಪಡಬಹುದು. ಆ ನೋವನ್ನು ಘಿಲಿಯನ್ ಸಲ ನೀವು ಪುನರಪಿ ನೆನಪಿಸಿಕೊಳ್ಳುತ್ತಲೇ ಇರುತ್ತೀರಿ. ನೀವೆಷ್ಟು ಅದನ್ನು ಪರಿಗಣಿಸುತ್ತೀರಿ ಅಷ್ಟು ಆಳವಾಗಿ ಅದು ನೋವು ನೀಡುತ್ತದೆ. ನಿಮ್ಮಲ್ಲಿನ ಶಾಂತಿಗೆ ನೀಡುವ ಬೆಲೆಗಿಂತ ಹೆಚ್ಚಿನ ಆದ್ಯತೆಯನ್ನು ಆ ಅಡಚಣೆಯ ಮೂಲಕ್ಕೆ ನೀಡುತ್ತೀರಿ.

ಯಾರಾದರೂ ತಪ್ಪೆಸಗಿದರೆ, ಅವರು ನಿಮ್ಮ ಹೊರಗೇ ಬದುಕು ಸಾಗಿಸಲಿ. ನಿಮ್ಮಲ್ಲಿ ಅವರಿಗೆ ಯಾವ ಸ್ಥಾನವನ್ನೂ ನೀಡದಿರಿ. ನಿಮ್ಮ ಮನಸ್ಸು ಮತ್ತು ಹೃದಯ ಶಾಂತಿಯನ್ನು ಸ್ಫುರಿಸುವವರ ನೆಲೆವೀಡಾಗಲಿ. ಉಳಿದವರು ಹೊರಟು ಹೋಗಲಿ....

ನಿಮ್ಮ ನೋವನ್ನು ಹೊರಕ್ಕೆ ಕಳುಹಿಸಿದರೆ, ನೀವು ಶಾಂತರಾಗುತ್ತೀರಿ. ಶಾಂತರಾದ ನೀವು ಸುಂದರರೂ ಆಗುತ್ತೀರಿ. ಅತೀ ಮಹತ್ವದ ಸಮಾಚಾರವೆಂದರೆ, ಇವೆಲ್ಲ ನಿಮ್ಮ ಕೈಯಲ್ಲಿಯೇ ಇರುತ್ತದೆ... ನೋಡಿ... 'ಹೊರಟು ಹೋಗಲಿ' ಎಂಬ ಒಂದು ಯೋಚನೆಯಿಂದಲೇ ನೀವು ಹಸನ್ಮುಖರಾಗಿದ್ದೀರಿ...

• • •

ನೀವು ಅನುಸರಿಸಲು ಹುಟ್ಟಿದವರಲ್ಲ. ನೀವು ನಾಯಕತ್ವಕ್ಕೆ ಹುಟ್ಟಿದ್ದೀರಿ.

ಒಂದು ಇಲಿ ಸದಾ ಕಾಲ ಬೆಕ್ಕಿನ ಹೆದರಿಕೆಯಿಂದ ವಿಚಲಿತವಾಗಿತ್ತು... ಅಂತ ತೋರುತ್ತದೆ. ಒಬ್ಬ ಋಷಿ ಅದರ ಮೇಲೆ ಕರುಣೆ ತೋರಿ ಅದನ್ನೊಂದು ಬೆಕ್ಕಾಗಿ ಪರಿವರ್ತಿಸಿದರು. ಈಗ ಅದು ನಾಯಿಯನ್ನು ಕಂಡರೆ ಹೆದರಲು ತೊಡಗಿತು. ಋಷಿ ಅದನ್ನು ಒಂದು ನಾಯಿಯಾಗಿ ಪರಿವರ್ತಿಸಿದರು. ಈಗ, ಅದು ಮನುಷ್ಯರನ್ನು ಕಂಡು ಹೆದರಲು ಪ್ರಾರಂಭಿಸಿತು. ಋಷಿ ಅದನ್ನು ಮನುಷ್ಯನನ್ನಾಗಿ ರೂಪಾಂತರಿಸಿದರು. ಆದರೆ, ಆ ಮನುಷ್ಯ ದೇವರನ್ನು ಕಂಡು ಅಂಜುವುದಕ್ಕೆ ಪ್ರಾರಂಭಿಸಿದ. ಈ ಹಂತದಲ್ಲಿ ಋಷಿಗೆ ರೋಸಿಹೋಯಿತು ಮತ್ತು ಅವನನ್ನು ಮತ್ತೆ ಇಲಿಯಾಗಿ ಪರಿವರ್ತಿಸಿ ಬಿಟ್ಟು ಹೇಳಿದರು, "ನಾನು ಏನು ಮಾಡಿದರೂ ನಿನಗೆ ಅದು ಸಹಾಯವಾಗಲಿಲ್ಲ, ಯಾಕೆಂದರೆ ನಿನ್ನಲ್ಲಿರುವುದು ಒಂದು ಇಲಿಯ ಹೃದಯ."

ಸ್ವಭಾವತಃ, ಹೆಚ್ಚಿನ ಜನರು ಒತ್ತಾಯದ ಅನುಯಾಯಿಗಳು. ಇತರರನ್ನು 'ಗೌರವ'ದಿಂದ ಕಾಣುವುದೇನೋ ಸಕಾರಾತ್ಮಕ; ಆದರೆ ಅದು ಶರಣಾಗತಿಯಾದರೆ

ದೌರ್ಬಲ್ಯವೆನಿಸುತ್ತದೆ.

ಒಬ್ಬ ಹಿಂಬಾಲಕನನ್ನು ಯಾರೂ ಅನುಸರಿಸುವುದಿಲ್ಲ. ನೀವು ಯಾರನ್ನಾದರೂ ಗೌರವದಿಂದ ನೋಡುವುದಿದ್ದಲ್ಲಿ ಮತ್ತು ಆತ ನಿಮಗಿಂತ ಹೆಚ್ಚಿನವನು ಎಂದು ಭಾವಿಸುತ್ತಿದ್ದಲ್ಲಿ– ನೀವು ನಿಮ್ಮ ಬದುಕಿನ ಪೂರ್ತಿ, ನಿಮ್ಮನ್ನು ಅಲ್ಪವಾಗಿ ಅಂದಾಜು ಮಾಡಿಕೊಂಡಿದ್ದೀರಿ ಎಂದೇ ಭಾವಿಸಬೇಕು. ನಿಮ್ಮ ಸಾಮರ್ಥ್ಯಗಳ ಕಡೆಗೆ ನೀವು ಕುರುಡರಾಗಿದ್ದೀರಿ. ಒಂದು ಸಂಸ್ಥೆಯಾಗಿ ಮತ್ತು ಓರ್ವ ವ್ಯಕ್ತಿಯಾಗಿ, ಮೊದಲ ಹಂತದಲ್ಲಿ, ಅಥವಾ ಎರಡನೇ ಹಂತದಲ್ಲಿ ಅಥವಾ ಹದಿಮೂರನೇ ಹಂತದಲ್ಲಿ ನನ್ನ ನೇತೃತ್ವ ವಹಿಸಲಿ... ಆದರೆ ಆ 'ಎನ್' ಹಂತಗಳಲ್ಲಿ ನಾನು ಮುಂದಕ್ಕೆ ಮೆಲ್ಲ ಮೆಲ್ಲನೆ ಮೇಲಕ್ಕೆ ಏಳುವಾಗ, ಈ ಹಂತಗಳ ವರೆಗೆ ಯಾರೆಲ್ಲ ಮುಂದಕ್ಕೆ ಒಯ್ದಿದ್ದಾರೋ ಅವರೆಲ್ಲರಿಗೆ ನಾಯಕನಾಗುತ್ತೇನೆ.

ನಾವೆಲ್ಲರೂ ನಮ್ಮ ಯಜಮಾನನಿಗಿಂತ ಹೆಚ್ಚಿನವರಾಗುವುದಕ್ಕೆ ಸಾಧ್ಯ. ಈಗಿನ 'ನಮ್ಮ ಬದುಕಿನ ವ್ಯಕ್ತಿತ್ವ' ಯಾರಾಗಿದ್ದಾರೋ ಅವರ 'ಬದುಕಿನ ವ್ಯಕ್ತಿತ್ವ' ನಾವಾಗಲು ಸಾಧ್ಯವಿದೆ. ಒಬ್ಬ ಮನುಷ್ಯನಿಗೆ ಎಷ್ಟೊಂದು ಸಾಧ್ಯತೆಗಳು ತೆರೆದುಕೊಂಡಿರುತ್ತವೆಯೋ, ಅಷ್ಟೇ ಏಕೆ, ಅದಕ್ಕೂ ಹೆಚ್ಚಿನ ಸಾಧ್ಯತೆಗಳು ನಮಗೆ ತೆರೆದುಕೊಳ್ಳುವುದು ಸಾಧ್ಯ. ಒಬ್ಬ ವ್ಯಕ್ತಿಗೆ ಏನು ಸಾಧ್ಯವೋ ಅದು ಎಲ್ಲಾ ಮನುಷ್ಯರಿಗೂ ಸಾಧ್ಯ. ಒಬ್ಬ ಮನುಷ್ಯನಿಗೆ ಏನು ಸಾಧ್ಯವೋ, ಅದನ್ನು ಎಲ್ಲರೂ ಮಾಡಬಲ್ಲರು, ಇನ್ನೂ ಸಮರ್ಥವಾಗಿ.

ಬಹಳ ಜನ ಅನೇಕ ವಿಷಯಗಳಲ್ಲಿ ನಿಮಗಿಂತ ಚೆನ್ನಾಗಿ ಮಾಡಬಲ್ಲರು. ಈ ಜಗತ್ತು 'ಯೋಗ್ಯತೆ ವೈಚಿತ್ರ್ಯ'ಗಳ ಒಂದು ಭಂಡಾರವಾಗಿದೆ. ಸರ್ವವಿಧದ ವ್ಯಕ್ತಿತ್ವ ಸಂಪಾದನೆ ಆಶಿಸಿರಿ. ಪರಿಪೂರ್ಣ ನೇತೃತ್ವ ವಹಿಸಿರಿ. ಶರಣಾಗದೆ ತಲೆಯೆತ್ತಿ ನಡೆಯಿರಿ.

ನೀವು ಅನುಸರಿಸಲು ಹುಟ್ಟಿಲ್ಲ, ಬದಲಾಗಿ ನೇತೃತ್ವ ವಹಿಸಲು ಹುಟ್ಟಿದ್ದೀರಿ. ನೆನಪಿರಲಿ, ನೀವು ವೀರ್ಯಾಣುಗಳಲ್ಲೇ ಮುಂದಾಳುವಾಗಿದ್ದಿರಿ. ವೀರ್ಯಾಣುವಾಗಿಯೂ ನೀವು ಹಿಂಬಾಲಕರಾಗಿರಲಿಲ್ಲ. ನಿಮ್ಮ ಪರಂಪರೆಗೆ ತಕ್ಕಂತೆ ಜೀವಿಸಿರಿ.

ಏನೇ ಆಗಲಿ, ಎಷ್ಟೇ ಆಗಲಿ, ನಿಮ್ಮ ಚಾರಿತ್ರ್ಯವನ್ನೇ ಜೀವಿಸಿರಿ.

ಇನ್ನಷ್ಟು ಕೋಪ ಯಾವಾಗ ಉತ್ಪನ್ನವಾಗುತ್ತದೆ ಎಂದರೆ, ಕೋಪಕ್ಕೆ ಪ್ರತಿಯಾಗಿ ಕೋಪವನ್ನು ಪ್ರಕಟಿಸಿದರೆ. ಕೆಡುಕಿಗೆ ಪ್ರತಿಯಾಗಿ ಕೆಡುಕು ಎಂದಾಗ ಇನ್ನಷ್ಟು ಕೆಡುಕು ಪರಿಣಮಿಸುತ್ತದೆ. ತಪ್ಪಿಗೆ ತಪ್ಪು ಎಂದಾದರೆ, ಅದು ಸರಿ ಅಂತ ಎಂದೂ ಆಗುವುದೇ ಇಲ್ಲ. ಬದುಕಿನಲ್ಲಿ ಎರಡು ಋಣಾತ್ಮಕಗಳು ಒಂದು ಧನಾತ್ಮಕ ಆಗುವುದಿಲ್ಲ. ಕಣ್ಣಿಗೆ ಕಣ್ಣು, ಹಲ್ಲಿಗೆ ಹಲ್ಲು– ಇವೆಲ್ಲ ನಮ್ಮನ್ನು ಎತ್ತ ಸಾಗುವಂತೆ ಮಾಡಬಹುದು?

ಶತ್ರುಗಳ ಗುಣಾವಗುಣಗಳನ್ನು ನಾವು ಸೂಕ್ಷ್ಮವಾಗಿ ನಿರುಕಿಸುತ್ತೇವೆ. ಸಾಂದರ್ಭಿಕವಾಗಿ ನಾವೂ ಅದನ್ನು ರಕ್ತಗತ ಮಾಡಿಕೊಂಡಿರುತ್ತೇವೆ. ನಾವು ಎಷ್ಟು ಕಾಲ ನಮ್ಮ ಶತ್ರುಗಳೊಂದಿಗೆ ಹೋರಾಡುತ್ತೇವೆ ಅಷ್ಟೂ ಕಾಲ ನಾವೂ ಸಹ ಶತ್ರುಗಳಾಗಿ ಪರಿಣಮಿಸುತ್ತೇವೆ!

ಆತ ಪ್ರಾಮಾಣಿಕತೆಯ ಪ್ರತಿರೂಪವಾಗಿದ್ದ. ಕೆಲವು ಸಂದರ್ಭಗಳಲ್ಲಿ ಆತನ ಪ್ರಾಮಾಣಿಕತೆ ಕೆಲವು ಜನರಿಗೆ ನೋವನ್ನುಂಟುಮಾಡಿತು. ಹಾಗಾಗಿ, ಇನ್ನೊಬ್ಬರ ತೊಂದರೆಗೆ ತಾನು ಮೂಲವಾಗಿರಬಾರದೆಂದು ಎಣಿಸಿ ಆತ ಸುಳ್ಳು ಹೇಳುವುದಕ್ಕೆ ತೊಡಗಿದ. ಅವನ ಪ್ರಾಮಾಣಿಕತೆಯೊಂದಿಗೆ ಹೊಂದಿಕೊಳ್ಳಲು ಅಸಮರ್ಥರಾದವರಿಗೆ ಅದೊಂದು ದೌರ್ಬಲ್ಯವಾಗಿತ್ತು. ಈಗ ಆತ ಇತರರ ದೌರ್ಬಲ್ಯವನ್ನು ಎದುರಿಸುವ ಸಲುವಾಗಿ ತನ್ನಲ್ಲೇ ದೌರ್ಬಲ್ಯವನ್ನು ಹುಟ್ಟುಹಾಕಿಕೊಂಡ. ದೌರ್ಬಲ್ಯಕ್ಕೆ ಪ್ರತಿಯಾಗಿ ದೌರ್ಬಲ್ಯವೆಂದಾದರೆ ಜಗತ್ತು ಸುಧಾರಿಸುವುದಾದರೂ ಹೇಗೆ?

ಆಕೆ ಓರ್ವ ಸರಳ ಮತ್ತು ಸಾಧಾರಣ ಆತ್ಮವಾಗಿದ್ದಳು. ಸ್ವಲ್ಪ ಕಾಲದ ಬಳಿಕ ಅವಳ ಗಂಡ ತನಗೆ ಹೇಳದೆ ಕೆಲವು ಕೆಲಸಗಳನ್ನು ಮಾಡುತ್ತಿದ್ದಾನೆ ಎಂಬ ಅನುಮಾನ ಅವಳಿಗೆ ಬಂತು. ಅವಳು ಅವನ ಬಗ್ಗೆ ಗೂಢಾಚಾರಿಕೆಗೆ ತೊಡಗಿದಳು; ಅವನನ್ನು ಹಿಡಿಯಲು ಕುತ್ಸಿತ ಮಾರ್ಗಗಳನ್ನು ಅವಳು ಅನುಸರಿಸಿದಳು– ಅವೆಂದೂ ಅವಳ ಜಾಯಮಾನವಾಗಿರಲಿಲ್ಲ. ಆಕೆಯ ಗಂಡ ತಪ್ಪಿತಸ್ಥನಿರಬಹುದು. ಅವನ ತಪ್ಪು ಕೆಲಸಗಳ ಕುರಿತಾಗಿ ತಾನು ವ್ಯವಹರಿಸುತ್ತಿದ್ದೇನೆ ಎಂದು ಅವಳು ಭಾವಿಸಿದರೆ, ಅವಳು ಸ್ವತಃ ಮಾಡುವ ಕೆಲಸ ಸಂಪೂರ್ಣವಾಗಿ ಅವಳ ಚಾರಿತ್ರ್ಯಕ್ಕೆ ಹೇಳಿಸಿದ್ದಲ್ಲವಾಗಿರುತ್ತದೆ.

ಇನ್ನೊಬ್ಬರ ತಪ್ಪುಗಳನ್ನು ನೀವು ಎತ್ತಿ ತೋರಿಸುವಾಗ, ನಿಮ್ಮ ತಕ್ಷಣದ ಸಮಾಧಾನವೆಂದರೆ, "ಪ್ರಪಂಚ ಮಾಡದೇ ಇರುವುದೇನನ್ನು ನಾನು ಮಾಡುತ್ತಿದ್ದೇನೆ?" ಜಗತ್ತಿನ ದೌರ್ಬಲ್ಯಗಳು ಯಾವತ್ತೂ ನಿಮ್ಮ ದೌರ್ಬಲ್ಯಗಳಿಗೆ ಸಮಾಧಾನವಾಗದಿರಲಿ. ದುರ್ಯೋಧನನ್ನು ಎದುರಿಸುವ ಸಲುವಾಗಿ ನಾವು ದುರ್ಯೋಧನರಾಗುವುದು ಬೇಡ. ನಿಜವಾಗಿಯೂ, ನೀವು ಅರ್ಜುನನಾಗಿ ಉಳಿದರಷ್ಟೇ ದಯರ್ಯೋಧನನ ವಿರುದ್ಧ ಗೆಲುವು ಸಾಧಿಸುವುದಕ್ಕೆ ಸಾಧ್ಯ.

"ನಿಮ್ಮೊಂದಿಗೆ ಒರಟಾಗಿ ವ್ಯವಹರಿಸುವವರನ್ನೂ ನೀವು ಯಾತಕ್ಕಾಗಿ ಪ್ರಶಂಸೆ ಮಾಡತ್ತೀರಿ?" ಬಳಗದ ಸದಸ್ಯ ಕೇಳಿದ. "ಕಾರಣ ಸರಳವಾಗಿದೆ. ಪ್ರಶಂಸೆ ಮಾಡುವುದು ನನ್ನ ವ್ಯಕ್ತಿತ್ವದಲ್ಲಿದೆ. ಒರಟಾಗಿ ವರ್ತಿಸುವುದು ಅವರ ವ್ಯಕ್ತಿತ್ವದ ಭಾಗ. ಇನ್ನೊಬ್ಬರ ವ್ಯಕ್ತಿತ್ವ ನನ್ನ ವ್ಯಕ್ತಿತ್ವದ ಮೇಲೆ ಪರಿಣಾಮ ಬೀರುವುದು ನನಗೆ ಬೇಕಿಲ್ಲ." ಬಳಗದ ಮುಂದಾಳು ಹೇಳಿದರು.

ನಮ್ಮೊಂದಿಗೆ ಚೆನ್ನಾಗಿಲ್ಲದವರೊಂದಿಗೂ ನಾವು ಚೆನ್ನಾಗಿ ವರ್ತಿಸೋಣ. ನಮ್ಮ ಚಾರಿತ್ರ್ಯವನ್ನು ಕೆಳಮಟ್ಟಕ್ಕಿಳಿಸಲು ಯಾವುದೇ ಸಮರ್ಥನೆ ಇರುವುದಿಲ್ಲ. ನಮ್ಮ ಒಳ್ಳೆಯತನಕ್ಕೆ ಇತರರು ಅರ್ಹರೋ, ಇಲ್ಲವೋ ಎಂಬುದು ಮುಖ್ಯವಲ್ಲ; ನಮ್ಮ ಹೃದಯ ಮತ್ತು ನಮ್ಮ ಚಾರಿತ್ರ್ಯ ಕೆಡುಕಿಗೆ ಅರ್ಹವಲ್ಲ ಎಂಬುದೇ ಮುಖ್ಯ.

ಏನೇ ಆಗಲಿ, ಎಷ್ಟೇ ಆಗಲಿ, ನಿಮ್ಮ ಚಾರಿತ್ರ್ಯವನ್ನೇ ಜೀವಿಸಿ.

• • •

'ನನಗೆ ಸಾಧ್ಯವಿದೆ' ಎಂಬುದೇ ಬದುಕಿನ ಭಾಷೆ.

ಇರುವೆಗಳ ದಂಡು, ಗೋಡೆಯ ಮೇಲೆ ಸಾಲಾಗಿ ಸಾಗುವಾಗ, ಅದಕ್ಕೆ ಕೈ ಅಡ್ಡವಾಗಿ ಹಿಡಿದು ನಿಲ್ಲಿಸಿ ಕುಚೇಷ್ಟೆ ಮಾಡುವ ಮಕ್ಕಳನ್ನು ನಾನು ಸಾಮಾನ್ಯವಾಗಿ ಕಂಡಿದ್ದೇನೆ. ಇರುವೆಗಳು ತಕ್ಷಣ ತಮ್ಮ ದಿಕ್ಕನ್ನು ಬದಲಿಸಿ ಇನ್ನೊಂದು ಮಾರ್ಗವನ್ನು ಕಂಡುಕೊಳ್ಳುತ್ತವೆ. ಈ ಮಾರ್ಗವನ್ನೂ ಮಗು ತಡೆದು ನಿಲ್ಲಿಸಿದರೆ, ಮತ್ತೊಂದನ್ನು ಅವು ಕಂಡುಕೊಂಡು ನಿರಾತಂಕವಾಗಿ ಸಾಗುತ್ತಿರುತ್ತವೆ.... ಮಗು, ಕುಚೇಷ್ಟೆಯಿಂದ ಅದರ ಬೆರಳಿನಿಂದ ಗೋಡೆಯ ಮೇಲಿನ ಕೆಲವು ಇರುವೆಗಳನ್ನು ಕೆಳಕ್ಕೆ ಹಾಕುತ್ತದೆ. ಚೇತರಿಕೆಯಿಂದ ಮತ್ತು ಸ್ವಯಂಪ್ರೇರಿತವಾಗಿ ಇರುವೆಗಳು ಗೋಡೆಯನ್ನು ಏರುತ್ತವೆ. ಅವು ಸಂಕಟದಿಂದ ಹೊರಬರಲು ಯತ್ನಿಸುತ್ತವೆ ಮತ್ತು 'ನನಗೆ ಸಾಧ್ಯ' ಎಂಬಂತೆ ಸಾಲುಗಟ್ಟಿ ಸಾಗುತ್ತವೆ. 'ನನಗೆ ಸಾಧ್ಯ' ಎಂಬ ಈ ಮನವರಿಕೆ ಸಾವಿನೊಂದಿಗೆ ಮಾತ್ರ ಅಂತ್ಯ ಕಾಣುವಂಥದ್ದು.

ಫ್ಲೈಓವರ್ ಮತ್ತು ಮೇಲ್ಸಂಕಗಳಲ್ಲಿ ಎತ್ತುಗಳು ವಿಪರೀತ ತುಂಬಿದ ಗಾಡಿಗಳನ್ನು ಕಷ್ಟಪಟ್ಟು ಎಳೆಯುವುದನ್ನು ನಾನು ನೋಡಿದ್ದೇನೆ. ಒಂದು ಸಲಕ್ಕೆ ಒಂದೇ ಹೆಜ್ಜೆ, ಒಂದೊಂದೇ ಅಂಗುಲವನ್ನು ಅವು ಕಷ್ಟಪಟ್ಟು ಎಳೆದೊಯ್ಯುತ್ತವೆ. ಅವು ಮನುಷ್ಯರ ಶೋಷಣೆಗೆ ಬಲಿಪಶುವಾಗಿರಬಹುದು, ಆದಾಗ್ಯೂ ಅವು ಬಿಟ್ಟುಕೊಡಲಾರವು. ಹುಲ್ಲಿನ ಅಲಗುಗಳೂ, ಕಣ್ಣಿಗೆ ಕಾಣದ ಸೂಕ್ಷ್ಮಾಣು ಜೀವಿಗಳೂ ಎಷ್ಟೇ ಅಡ್ಡಿ ಆತಂಕಗಳು ಎದುರಾದರೂ ಬೆಳೆಯುತ್ತಲೇ ಇರುತ್ತವೆ– 'ನನಗೆ ಸಾಧ್ಯ' ಎಂಬ

ಬಲವಾದ ನಂಬಿಕೆಯಿಂದ. ಈ ಸ್ವಾವಲಂಬನೆ ಅವುಗಳ ಸಾವಿನೊಂದಿಗೆ ಅವಸಾನವಾಗುವುದು.

'ನನಗೆ ಸಾಧ್ಯ' ಎಂಬುದೇ ಬದುಕಿನ ಭಾಷೆ. 'ನನಗೆ ಸಾಧ್ಯವಿಲ್ಲ' ಎಂಬುದೇ ಸಾವಿನ ಭಾಷೆ.

ಸಮಸ್ತ ಸೃಷ್ಟಿಯಲ್ಲಿ, ಮನುಷ್ಯ ಮಾತ್ರ, ಎಲ್ಲಾ ಜಂತುಗಳಲ್ಲಿ ಶ್ರೇಷ್ಠನಾದವನು, ಸಾವಿನ ಭಾಷೆಯನ್ನು ಮಾತನಾಡುವವನು. ಮನುಷ್ಯ ಮಾತ್ರ ಬಡಬಡಿಸುತ್ತಾನೆ, ನಂಬುತ್ತಾನೆ ಮತ್ತು 'ನನಗೆ ಸಾಧ್ಯವಿಲ್ಲ' ಎಂಬ ಸಾವಿನ ಭಾಷೆಯನ್ನು ಮಾತನಾಡುತ್ತಾನೆ. ಇದು ಯಾಕೆಂದರೆ, ಸಂಶೋಧನೆಗಳ ಪ್ರಕಾರ, ಮನುಷ್ಯನ 14ವರ್ಷ ಪ್ರಾಯಕ್ಕೆ ಮೊದಲು, ಅವನ ಹೆತ್ತವರಿಂದ, ಅಧ್ಯಾಪಕರಿಂದ, ಸಮಾಜ ಮತ್ತು ಸಮುದಾಯದ ಬಳಗದಿಂದ, "ನಿನಗೆ ಸಾಧ್ಯವಿಲ್ಲ" ಎಂದು ಹೆಚ್ಚುಕಡಿಮೆ 1,48,000 ಸಲವಾದರೂ ಬೋಧಿಸಲ್ಪಟ್ಟಿರುತ್ತದೆ. ಅವನ ಪರಿಸರ "ಅವನಿಗೆ ಸಾಧ್ಯವಿಲ್ಲ" ಎಂಬುದಾಗಿ, 1,48,000 ಸಲವಾದರೂ ತಲೆಗೆ ಬಡಿದಿರುತ್ತದೆ.

ನನಗೆ ಸಾಧ್ಯ. ನಿಮಗೆ ಸಾಧ್ಯ. ನಮಗೆ ಸಾಧ್ಯ. ಮನುಷ್ಯ ಮನುಷ್ಯನಿಗಿಂತ ಮೇಲಕ್ಕೇಳಬೇಕು. ಮನುಷ್ಯ ಸಾವಿನ ಭಾಷೆಯನ್ನು ನಿರಾಕರಿಸಬೇಕು ಮತ್ತು ಬದುಕಿನ ಭಾಷೆಯನ್ನು ಆತುಕೊಳ್ಳಬೇಕು. 'ನನಗೆ ಸಾಧ್ಯವಿಲ್ಲ' ಎಂಬುದನ್ನು ನಾನು ತ್ಯಜಿಸಬಲ್ಲೆ. 'ನನಗೆ ಸಾಧ್ಯವಿಲ್ಲ' ಎಂಬುದನ್ನು ನಾನು ತ್ಯಜಿಸಬೇಕು. 'ನನಗೆ ಸಾಧ್ಯವಿಲ್ಲ' ಎಂಬುದನ್ನು ನಾನು ತ್ಯಜಿಸಲೇಬೇಕು. "ನನಗೆ ಸಾಧ್ಯವಿಲ್ಲ ಎಂಬುದನ್ನು 1,48,000 ಸಲ ಹೇಳಿದರೂ ನನಗೇನಂತೆ? ಮಾನವ ಜನಾಂಗದ ಚರಿತ್ರೆಯಲ್ಲಿ 1,48,000 ಮಂದಿಗೂ ಮಿಕ್ಕಿ, 'ನನಗೆ ಸಾಧ್ಯವಿದೆ' ಎಂದು ತೋರಿಸಿಕೊಟ್ಟವರು ನನಗಿಲ್ಲವೆ?" 'ನನಗೆ ಸಾಧ್ಯ' ಎಂದು ಪ್ರೇರೇಪಿಸಿದ ಎಲ್ಲಾ ಬಗೆಯ ಜೀವ ಜಾಲ ನನಗಿಲ್ಲವೆ. ಬದುಕಿನ ಧ್ವನಿ ಕ್ರಮೇಣ ಜೋರಾಗಿ ಜೋರಾಗಿ ನನ್ನಲ್ಲಿ ಧ್ವನಿಸುತ್ತದೆ... ಇದುವೆ ಸಾವಿನ ಧ್ವನಿಗಿರುವ ಸಾವು.

ನಮಗೆ ನಮ್ಮಲ್ಲಿ ಸಂಪೂರ್ಣ ನಂಬಿಕೆ ಇರಲಿ. ನಮ್ಮಲ್ಲಿ ನಮಗೆ ನಂಬಿಕೆ ಇರುವಂಥದ್ದೇ ನಮ್ಮನ್ನು ಸೃಷ್ಟಿಸಿದ ಆ ಪರಮಾತ್ಮನ ಮೇಲಿರುವ ನಂಬಿಕೆ.

• • •

ನೀವು ಏನನ್ನು ಆಗಬೇಕೋ ಅದನ್ನು ಆಗುವುದಕ್ಕೆ ಅದು ಎಷ್ಟು ಬೇಕೋ ಅಷ್ಟನ್ನು ತೆಗೆದುಕೊಳ್ಳುತ್ತದೆ.

ಇತ್ತೀಚೆಗೆ ನಾನೊಂದು ಕಾರ್ಪೊರೇಟ್‌ನ 'ಸರ್ಕಸ್'ಗೆ ದೃಕ್‌ಸಾಕ್ಷಿಯಾಗಿದ್ದೆ. ಎಂ.ಬಿ.ಎ. ಮಾರ್ಕೆಟಿಂಗ್ ಮುಗಿಸಿದ ಹೊಸಬರ ಒಂದು ಗುಂಪನ್ನು ಆ ಕಾರ್ಪೊರೇಟ್ ಸಂಸ್ಥೆ ನೇಮಕ ಮಾಡಿತ್ತು. ಎರಡು ವಾರಗಳ ಸಶ್ರಮವಾದ ಮಾರಾಟ ಕೌಶಲ್ಯದ ತರಬೇತಿಯನ್ನು ನೀಡಿದ ಬಳಿಕ ಆ ಗುಂಪನ್ನು ವಿವಿಧ ಕ್ಷೇತ್ರಗಳಿಗೆ ಕಳುಹಿಸಲಾಯಿತು. ಕ್ಷೇತ್ರಗಳಲ್ಲಿ ಮಾರಾಟಕ್ಕೆ ಹೊರಟ ಎರಡು ದಿನಗಳಲ್ಲೇ ಅವರಲ್ಲಿ ಕೆಲವರು ನಿರುತ್ಸಾಹ ಮತ್ತು ಹೀನಾಯವಾದ ಸ್ಥಿತಿಯಲ್ಲಿ ಹಿಂದಿರುಗಿ ಬಂದರು. ಅವರ ಎದೆಗುಂದುವಿಕೆಗೆ ಕಾರಣವೇನೆಂದು ಕೇಳಿದರೆ, ಕೆಲವರು ಹೇಳಿದರು, "ನಾವು ಯಾಕಾಗಿ ಯಶಸ್ವಿಯಾಗಿಲ್ಲ ಎಂಬುದು ತಿಳಿಯುತ್ತಿಲ್ಲ." ಕ್ಷೇತ್ರದ ದುಡಿಮೆಯಲ್ಲಿ ಎರಡೇ ದಿನ ಮತ್ತು ಯಶಸ್ವಿಯಾಗಿಲ್ಲವೆಂಬ ತಳಮಳ- ಎಂತಹ ತಮಾಷೆ! ನಾನಿದನ್ನು ಕಾರ್ಪೊರೇಟ್ ಸರ್ಕಸ್ ಎಂದು ಕರೆಯುತ್ತೇನೆ, ಯಾಕೆಂದರೆ, ಎರಡು ವಾರಗಳ ಕಾರ್ಪೊರೇಟ್ ತರಬೇತಿಯಾಗಲೀ, ಬಿಸಿನೆಸ್

ಮ್ಯಾನೇಜ್‌ಮೆಂಟ್‌ನ ಎರಡು ವರ್ಷಗಳ ಪದವಿಯಾಗಲೀ, ಅಥವಾ ಎರಡು ಕೂಡಾ ಈ ತಾಜಾ ಮನಸ್ಸುಗಳನ್ನು 'ಸುಲಭದ ಯಶಸ್ಸು' ಅಥವಾ 'ಯಶಸ್ಸು ಸುಲಭ ಸಾಧ್ಯ' ಎಂದು ತಪ್ಪಾಗಿ ಬ್ರೈನ್‌ವಾಶ್ ಮಾಡಿವೆ. 'ಸುಲಭದ ಯಶಸ್ಸು' ಮತ್ತು 'ಯಶಸ್ಸು ಸುಲಭ ಸಾಧ್ಯ' ಎಂಬೀ ಪದಗಳು ದೈವ ದೂಷಣೆಯಂತೆ ಕೇಳಿಬರುತ್ತವೆ.

ಯಾರು ಗೆಲ್ಲುವುದಕ್ಕೆ ಬಯಸುತ್ತಾರೋ, ಅದನ್ನು ನೋಡಲು, ಅವರು ಆ ಗೆಲುವಿಗೆ ತಯಾರಾಗಲು ಬೇಕಾದ ಇಚ್ಛೆಯನ್ನು ಹೊಂದಿರಬೇಕಷ್ಟೆ? ಅದಿಲ್ಲದಿದ್ದಲ್ಲಿ ಹೃದಯ ನಿಜಕ್ಕೂ ನೋವಿಗೆ ಈಡಾಗುತ್ತದೆ. ಗೆಲ್ಲುವ ಮನೋಭಾವವಿದ್ದಾಗ್ಯೂ, ಗೆಲ್ಲಲು ಬೇಕಾದ ತಯಾರಿ ಯಾಕಿಲ್ಲ? ಒಂದು ಬಾತು ಕೋಳಿ ಚಿನ್ನದ ಮೊಟ್ಟೆಗಳನ್ನೇ ಇಡುತ್ತದೆ ಎಂದಾದರೂ, ಅದು ಬಾತು ಮರಿಯಿಂದ ಬೆಳೆದು ಬಾತು ಕೋಳಿಯಾಗಬೇಕು ತಾನೇ? ಮತ್ತು ಅದಕ್ಕೆ ಸಮಯವೂ ವ್ಯವಧಾನವೂ ಬೇಕು ತಾನೇ? ಒಂದು ಬಾತು ಮರಿ ಆಗಷ್ಟೇ ಮೊಟ್ಟೆಯಿಂದ ಹೊರಬಂದಾಗ ಅದರಿಂದ ಮೊಟ್ಟೆಯನ್ನು ನಿರೀಕ್ಷಿಸುವುದು ಎಷ್ಟೊಂದು ಮೂರ್ಖತನವೆಂದು ಕಲ್ಪಿಸಿಕೊಳ್ಳಿ!

ಒಂದು ಆಟಕ್ಕೆ ಕೇವಲ ಒಂದು ವಾರಕ್ಕೆ ಮೊದಲು ಕ್ರೀಡಾಪಟುವೊಬ್ಬ ತಾಲೀಮು ಮಾಡಿ, ಆಟಕ್ಕೆ ಅಣಿಯಾಗಲು ಸಾಧ್ಯವಿಲ್ಲ ಎಂಬುದನ್ನು ಒಬ್ಬ ಅವಿದ್ಯಾವಂತ ಮನುಷ್ಯ ಕೂಡಾ ಹೇಳಬಲ್ಲ. ಕ್ರಿಕೆಟ್ ಆಟ ಒಂದು ದೇಶದ ಹೆಚ್ಚುಕಡಿಮೆ ಒಂದು ಧರ್ಮವೇ ಆಗಿಹೋಗಿರುವಂಥ ಸಂದರ್ಭದಲ್ಲಿ ಅಲ್ಲಿನ ಅರ್ಹತಾ ಶಿಬಿರಗಳನ್ನು, ಪಂದ್ಯಕ್ಕೆ ಒಂದು ವಾರಕ್ಕೆ ಮುಂಚಿತವಾಗಿ ಏರ್ಪಡಿಸುವಂಥ ನಾಟಕ ನಡೆಯುತ್ತದೆ. ಇದನ್ನು ಅನೇಕ ದಶಕಗಳ ಕಾಲ ನಡೆದು ಬಂದ ಒಂದು ಪಾರಂಪಾರಿಕ ತಮಾಷೆ ಎಂದು ನಾನು ಕರೆಯಲೆ? ಫಲಿತಾಂಶ... ಕ್ರಿಕೆಟ್ ಮೈದಾನದಲ್ಲಿ ನೀವು ಕ್ರೀಡಾಪಟುಗಳಿಗಿಂತ ಹೆಚ್ಚು ಮಾವಂದಿರ(ಅಂಕಲ್)ನ್ನು ಕಾಣಲು ಸಾಧ್ಯವಾಗುತ್ತದೆ.

ಜಿಮ್‌ನಲ್ಲಿ ಒಂದು ವಾರದ ವ್ಯಾಯಾಮದಿಂದ ಬಳುಕುವ ಸೊಂಟ ನಿಮ್ಮದಾಗುವುದೆಂದು ನಿರೀಕ್ಷಿಸುತ್ತೀರಾ? ಒಂದು ತಿಂಗಳು ನೀವು ನಿಮ್ಮ ಮಗನನ್ನು ವಿಶೇಷ ಕಲಿಕೆಗೆ ಕಳುಹಿಸಿ, ಅವನ ಪರೀಕ್ಷಾ ಫಲಿತಾಂಶದಲ್ಲಿ ಸುಧಾರಣೆಯನ್ನು ಕಾಣಲಿಲ್ಲವೆಂದು ನೀವು ವಿಚಲಿತರಾಗುವಿರಾ? ಕೇವಲ ಎರಡು ತಿಂಗಳ ವಿವಾಹ

ಸಮಾಲೋಚನೆ ಅನುಭವವಿರುವವನಲ್ಲಿಗೆ ಹೋಗಿ ನಿಮ್ಮ ವಿವಾಹವನ್ನು ಏರ್ಪಡಿಸುವಂತಾದಾಗ, ನಿಮ್ಮ ಮದುವೆ ನಿಮ್ಮ ಆಶಯದಂತೆ ನಡೆಯುತ್ತಿಲ್ಲವೆಂದು ನೀವು ನಿರಾಶೆ ಹೊಂದುತ್ತೀರಾ? ನಿಮ್ಮ ಬಂಡಾಯಗಾರ್ತಿ ಷೋಡಶಿಯೊಂದಿಗೆ ಒಂದು ವಾರ ಕಾಲ ಪ್ರೀತಿಯ ಮಾತುಗಳನ್ನು ಆಡಿದರೂ ಅವಳು ಮತ್ತೆ ಕೂಡಾ ನಿರ್ದಯಳಾಗುತ್ತಾಳೆ ಎಂದು ವ್ಯಥಿತರಾಗುವಿರಾ?

ಸರಿ, ಈವೊತ್ತು ಬೀಜ ಹಾಕಿ, ನಾಳೆ ಫಲವನ್ನು ಅಪೇಕ್ಷಿಸುವವರು ಬೇರೊಂದು ಗ್ರಹಕ್ಕೆ ತಮ್ಮ ವಾಸ್ತವ್ಯವನ್ನು ಬದಲಿಸಿಕೊಳ್ಳಬೇಕು. ಅದು ಭೂಮಿಯಂಥ ಗ್ರಹದಲ್ಲಿ ಅಸಾಧ್ಯ. ಇಲ್ಲ ನೀವು ಗೆಲುವು ಸಾಧಿಸಬೇಕಾದರೆ, ನಿರಂತರವಾಗಿ ಮತ್ತು ಸ್ಥಿರತೆಯಿಂದ ನಿಮ್ಮ ಧೋರಣೆಯನ್ನು ಪುಷ್ಟೀಕರಿಸಬೇಕಲ್ಲದೆ, ಗೆಲುವನ್ನು ಸಾಧಿಸಲು ಬೇಕಾದ ಧೋರಣೆಗೆ ತಯಾರಾಗಬೇಕಾಗುತ್ತದೆ. ಒಂಭತ್ತನೇ ತರಗತಿಯ ನಂತರ ಕೊನೆಯ ನಿಮಿಷದ ತಯಾರಿ ಸಾಕಾಗುವುದಿಲ್ಲ. ಬದುಕಿನಲ್ಲಿ ಗೆಲುವಿಗೆ ತಯಾರಿ ಎಂದರೆ ಗೆಲುವಿಗಿರುವ ಪೂರ್ವ ಅರ್ಹತೆ ಮಾತ್ರ.

ನೀವು ನಿಮಗೇ ಅಥವಾ ಬೇರೆಯವರಿಗೇ, "ನೀವು ಗೆಲುವು ಸಾಧಿಸಬಲ್ಲಿರಾ?" ಅಂತ ಕೇಳುವ ಬದಲು "ನೀವು ಗೆಲುವು ಸಾಧಿಸುವುದಕ್ಕೆ ಸಾಕಷ್ಟು ತಯಾರಿ ನಡೆಸಿದ್ದೀರಾ?" ಎಂದು ಕೇಳಬೇಕಾಗುತ್ತದೆ.

ಒಂದು ಮಹಿಳೆಯರ ಕ್ಲಬ್‌ನಲ್ಲಿ ನಡೆದ ಪಿಯಾನೋ ವಾದನದ ಕಾರ್ಯಕ್ರಮದ ಬಳಿಕ ಓಬ್ಬಾಕೆ ಮೆಚ್ಚುಗೆ ವ್ಯಕ್ತಪಡಿಸುತ್ತ ಆ ಸಂಗೀತ ವಿದುಷಿಯ ಬಳಿಗೆ ಸಾರಿ ಹೇಳಿದಳು, "ನಾನು ಈ ರೀತಿಯ ಕಾರ್ಯಕ್ರಮಕ್ಕೆ ಏನನ್ನೂ ಕೊಡಬಲ್ಲೆ." ಅದಕ್ಕೆ ಸಂಗೀತ ವಿದುಷಿ ಹೇಳಿದಳಂತೆ, "ನಿಮ್ಮಲ್ಲಿ ಅನೇಕರು ಏನು ಬೇಕೋ ಅದನ್ನು ಕೊಡಬಲ್ಲಿರಿ ಎಂದು ಹೇಳುತ್ತೀರಿ, ಆದರೆ ಅದು ನಿಮ್ಮಿಂದ ಸಾಧ್ಯವಿಲ್ಲ. ತಾಸುಗಟ್ಟಲೆ, ದಿನಗಟ್ಟಲೆ, ವರ್ಷಗಟ್ಟಲೆ ನೀವು ಎಡೆಬಿಡದೆ ಕುಳಿತುಕೊಂಡು ತಾಲೀಮು ಮಾಡಬೇಕಾಗುತ್ತದೆ- ಅದು ಸಾಧ್ಯವಿಲ್ಲದ ಮಾತು."

ನೀವು ಏನನ್ನು ಆಗಬೇಕೋ ಅದನ್ನು ಆಗುವುದಕ್ಕೆ, ಅದು ಎಷ್ಟು ಬೇಕೋ ಅಷ್ಟನ್ನು ತೆಗೆದುಕೊಳ್ಳುತ್ತದೆ.

ನೀವು ಮೊತ್ತಮೊದಲು ಅತ್ತಾಗ,
ಅದೊಂದು ಹೊಸ ಧ್ವನಿ,
ಅದಕ್ಕೂ ಮೊದಲು ಈ ಪ್ರಪಂಚದಲ್ಲಿ
ಯಾವತ್ತೂ ಕೇಳಿರಲಿಲ್ಲ.
ನಿಮ್ಮ ಮೊದಲ ನಸುನಗು, ಅದೊಂದು
ಹೊಸ ವಕ್ರರೇಖೆಯನ್ನು ನಿರ್ಮಿಸಿತು.
ಅದು ರೇಖಾಗಣಿತಕ್ಕೆ ಒಂದು ಹೊಸ
ಸೇರ್ಪಡೆಯಾಯಿತು.

ನೀವು ಹುಟ್ಟಿದಾಗ, ನೀವು ಈ ಜಗತ್ತಿಗೆ
ಉಡುಗೊರೆಯಾದಿರಿ ಮತ್ತು
ಈ ಜಗತ್ತು ನಿಮಗೆ ಉಡುಗೊರೆಯಾಯಿತು.
ನಿಮ್ಮ ಜನ್ಮದಿನವೇ ನಿಮಗಿರುವ
ಮಹಾದೊಡ್ಡ ದಿನ.

ನೀವು ಚೆನ್ನಾಗಿ ಜೀವಿಸಿದರೆ,
ಅದು ಕೂಡಾ ಜಗತ್ತಿಗೆ ಬಹುದೊಡ್ಡ
ದಿನವಾಗಿ ಪರಿಣಮಿಸುತ್ತದೆ.

•••

ಮಹಾ ಮನಸ್ಸುಗಳು ಕಲ್ಪನೆಗಳನ್ನು ಚರ್ಚಿಸುತ್ತವೆ. ಸಾಮಾನ್ಯ ಮನಸ್ಸುಗಳು ಘಟನೆಗಳನ್ನು ಚರ್ಚಿಸುತ್ತವೆ. ಅಲ್ಪ ಮನಸ್ಸುಗಳು ವ್ಯಕ್ತಿಗಳ ಬಗ್ಗೆ ಚರ್ಚಿಸುತ್ತವೆ.

ಈ ಸುಸಂಸ್ಕೃತ ಜಗತ್ತಿನ ಒಂದು ದೊಡ್ಡ ಅನಾಗರಿಕ ಕಸುಬು ಎಂದರೆ ಚಾಡಿ ಮಾತನಾಡುವುದು. ಸುಶಿಕ್ಷಿತರೂ ಉತ್ತಮರು ಎಂದು ಕರೆಸಿಕೊಳ್ಳುವ ಮಂದಿ ಕೂಡಾ ಈ ಅನಾಗರಿಕ ಕಸುಬಿನಲ್ಲಿ ವ್ಯಸ್ತರಾಗಿರುತ್ತಾರೆ. ಚಾಡಿಮಾತು ದಯಾಹೀನ ಮನರಂಜನೆಯಾಗಿರುತ್ತದೆ. ಚಾಡಿಮಾತಿನಲ್ಲಿ ನಾಲಗೆಯೂ ತಿಳುವಳಿಕೆಯೂ ಅಂಕಿತಕ್ಕೆ ಹೊರತಾಗಿರುತ್ತದೆ. ಹಲವು ರೀತಿಗಳಲ್ಲಿ ಚಾಡಿಮಾತು ಅಸಭ್ಯ ಅತಿಕ್ರಮವಾಗಿರುತ್ತದೆ.

ನಿಜವಾಗಿಯೂ, ಜನ ಜತೆ ಸೇರಿ ಸಂಘಗಳನ್ನೂ, ಕ್ಲಬ್‌ಗಳನ್ನೂ ಹುಟ್ಟುಹಾಕುತ್ತಾರೆ ಮತ್ತು ಚಾಡಿಮಾತು ಈ ಸಾಂಗತ್ಯದ ಜೀವಾಳವಾಗಿರುತ್ತದೆ. ಈ ಬಳಗಗಳ ಪ್ರಮುಖ ದಂಧೆ ಎಂದರೆ, ಯಾರು ಉಪಸ್ಥಿತರಿಲ್ಲವೋ ಅವರ ಕುರಿತಾದ ವಾರ್ತಾಲಾಪವನ್ನು ಮಾಡುತ್ತಿರುತ್ತದೆ. ಚಾಡಿಮಾತನ್ನು ಆಡುವವನನ್ನು ಎಂದಿಗೂ ನಂಬಬೇಡಿ. ನೀವು ಅಲ್ಲಿಂದ ಕಾಲ್ತೆಗೆದಾಗ, ಯಾರು ನಿಮ್ಮಲ್ಲಿ ಇನ್ನೊಬ್ಬರ ಚಾಡಿಯನ್ನು ಹೇಳುತ್ತಿದ್ದನೋ, ಅವನೇ ನಿಮ್ಮ ಬಗ್ಗೆಯೂ ಆಡಲು ಹಿಂದೆ

ಮುಂದೆ ನೋಡಲಾರ. ಪ್ರತಿ ಚಾಡಿಕೋರ ಇತರ ಚಾಡಿಕೋರರ ಬಗೆಗೆ ಚಾಡಿಮಾತು ಹೇಳುತ್ತಾನೆ. ಇದೊಂದು ಬ್ರಹ್ಮಾಂಡದ ಸತ್ಯ.

ತಕ್ಕ ಜನರು ನಿಮ್ಮ ಮುಂದೆ ಸವಿಯಾದ ಮಾತುಗಳನ್ನು ಆಡಿ ಹಿಂದುಗಡೆಯಿಂದ ಕೆಟ್ಟ ಬಾಯಿಯಿಂದ ದೂರುತ್ತಾರೆ. ನಾವು ನಾಚಿಕೆಗೇಡಿಲ್ಲದೆ ಚಾಡಿಮಾತಿನ ಮೂಲಕ ಜನರ ವ್ಯಕ್ತಿತ್ವವನ್ನು ಹರಣ ಮಾಡುತ್ತೇವೆ, ಅದರಿಂದ ಅವರ ಬದುಕಿಗೆ ಎಷ್ಟೊಂದು ಹಾನಿ ಸಂಭವಿಸಬಹುದೆಂಬ ಕಲ್ಪನೆ ನಮಗಿರುವುದಿಲ್ಲ. ಸುದ್ದಿ ಹರಡಿಸುವ ಬದಲು ಈ ಚಾಡಿಕೋರರು ಭಾವನಾತ್ಮಕವಾಗಿ ನೋವುಂಡವರಿಗೆ ನೈತಿಕ ಬೆಂಬಲ ನೀಡಿದ್ದರೆ, ಆತ್ಮಹತ್ಯೆಗೆ ಎರವಾದ ಸಾವಿರಾರು ಜನರನ್ನು ಉಳಿಸಲು ಸಾಧ್ಯವಿತ್ತು. ಅಲ್ಪ ಜ್ಞಾನದಿಂದ ತೀರ್ಮಾನ ಹೊರಡಿಸುವುದೇ ಚಾಡಿಮಾತಿನ ಲಕ್ಷಣ. ಇಷ್ಟಕ್ಕೂ ಪ್ರತಿಯೊಬ್ಬ ಚಾಡಿಕೋರ ಅವನದೇ ವಿಷವನ್ನು ಸ್ವತಃ ಕುಡಿಯುತ್ತಾನೆ. ಅವನು ಹೆಚ್ಚಾಗಿ ಇನ್ನೊಬ್ಬರ ಪ್ರಜ್ಞೆಯಾಗುತ್ತಾನೆ.

ಅವನ ಮನಸ್ಸು ಯಾವಾಗಲೂ ಕುತೂಹಲಭರಿತವಾಗಿರುತ್ತದೆ– “ಬೇರೆಯವರು ತನ್ನ ಬಗ್ಗೆ ಏನನ್ನು ಹೇಳುತ್ತಾರೆ?” ಬೇರೆಯವರ ಗುಣದೋಷಗಳ ವಿಮರ್ಶೆ ಮಾಡದಿದ್ದರೇ ಲೇಸು, ಏಕೆಂದರೆ, ವ್ಯತಿರಿಕ್ತವಾಗಿ ಬೇರೆಯವರು ನಮ್ಮ ಬಗ್ಗೆ ವಿಮರ್ಶೆ ಮಾಡಲಾರರು. ಚಾಡಿಕೋರರು ಇತರರ ನೋಟದ ಸಮಾಧಾನಕ್ಕಾಗಿ ಜೀವಿಸುವವರು.

ಬೆಕ್ಕುಗಳ ನಡುವೆ ಇರುವ ಸಿಂಹವೊಂದು ಯಾವ ಕೆಲಸ ಮಾಡಬಲ್ಲುದು? ಮುಂದಿನ ಸಲ ನಿಮ್ಮ ಬಳಗ ಚಾಡಿಮಾತನ್ನು ಆಡಲು ಶುರು ಮಾಡಿದಾಗ ಸುಮ್ಮನೆ ಅಲ್ಲಿಂದ ಹೊರಟುಹೋಗಿ. ಯಾರು ನಿಮ್ಮ ನಡುವೆ ಇಲ್ಲವೋ ಅವರ ಬಗ್ಗೆ ಮಾತನಾಡಲು ನಿರಾಕರಿಸಿ. ನಮ್ಮ ಭಾವಾವೇಶವನ್ನು ಬೇರೆ ಮನುಷ್ಯನ ಹೃದಯ ಛಿದ್ರಗೊಳಿಸುವುದಕ್ಕೆ ಬಳಸುವುದು ಬೇಡ.

ಮಹಾ ಮನಸ್ಸುಗಳು ಕಲ್ಪನೆಯನ್ನು ಚರ್ಚಿಸುತ್ತವೆ. ಸಾಮಾನ್ಯ ಮನಸ್ಸುಗಳು ಘಟನೆಗಳನ್ನು ಚರ್ಚಿಸುತ್ತವೆ. ಸಣ್ಣ ಮನಸ್ಸುಗಳು ವ್ಯಕ್ತಿಗಳ ಬಗ್ಗೆ ಚರ್ಚಿಸುತ್ತವೆ.

• • •

ಒಳ್ಳೆಯ ಸಂವಹನ ಒಳ್ಳೆಯ ಸಂಬಂಧವನ್ನು ಏರ್ಪಡಿಸುತ್ತದೆ. ಅಸಂಬದ್ಧ ಸಂವಹನ ಒಂದು ಸಂಬಂಧವನ್ನು ಮುರಿಯುತ್ತದೆ.

"ನಿಮಗೆ ನಾನು ನೇರವಾಗಿ ಹೇಳುತ್ತೇನೆ..."

"ನಾನೊಬ್ಬ ಸೀದಾ ಸಾದಾ ಮನುಷ್ಯ. ಜನರಿಗೆ ನಾನೇನು ಹೇಳಬೇಕೋ ಅದನ್ನು ಅವರ ಮುಖದ ಮೇಲೆ ಹೇಳುತ್ತೇನೆ..."

"ನನ್ನ ನೇರ ನುಡಿಗಳನ್ನು ಜನ ಸ್ವೀಕರಿಸಲಾರರು.."

ಇವೆಲ್ಲ ದಿನನಿತ್ಯ ನೀವು ಕೇಳುವ ಸಂವಹನದ ಮಾತುಗಳು. ವಿಪರ್ಯಾಸವೆಂದರೆ, ಇಂತಹ ಸೀದಾ ಸಾದಾ ವ್ಯಕ್ತಿಗಳ ಬಗ್ಗೆ ಇನ್ನೊಬ್ಬರು ನೇರವಾಗಿ ನುಡಿದಾಗ ಅದು ಅವರಿಗೆ ಅಪಥ್ಯವಾಗುತ್ತದೆ ಮತ್ತು ಅದನ್ನು ಸ್ವೀಕರಿಸಲು ಹಿಂದೇಟು ಹಾಕುತ್ತಾರೆ. ಅಂತಹ ಮಾತುಗಳು ಅವರಿಂದ ಹೊರಡುವುದಾದರೆ, ಅವರು ಸೀದಾ ವ್ಯಕ್ತಿಗಳಾಗುತ್ತಾರೆ, ಬೇರೆಯವರಿಂದಾದಲ್ಲಿ ಅವರನ್ನು ಉದ್ಧಟರೆಂದೋ,

ವ್ಯತಿರಿಕ್ತರೆಂದೋ ಕರೆಯುತ್ತಾರೆ.

ಸಾದಾ ವಿಷಯಗಳನ್ನೇ ನೇರವಾಗಿ ನುಡಿದಾಗ, ಅವನ್ನು ಅರಗಿಸಿಕೊಳ್ಳುವುದು ಕಷ್ಟವಾಗುತ್ತದೆ. ಹಾಗಿದ್ದಲ್ಲಿ, ಇನ್ನೊಬ್ಬರು ನಮ್ಮ ಸೀದಾ ನುಡಿಗಳನ್ನು– ಅವು ಹೆಚ್ಚಿನ ಸಂದರ್ಭಗಳಲ್ಲಿ ನಮ್ಮ ವೈಯಕ್ತಿಕ ಅಭಿಪ್ರಾಯಗಳಾಗಿರುತ್ತವೆ– ಹೇಗೆ ಅರಗಿಸಿಕೊಳ್ಳಬಲ್ಲರು?

ನಿಜ ಹೇಳಬೇಕೆಂದರೆ, ನೇರ ನುಡಿಗಳಲ್ಲಿ ಯಾವುದೇ ಸಮಸ್ಯೆಗಳಿರುವುದಿಲ್ಲ; ನಮ್ಮ ನೇರನುಡಿಗಳಲ್ಲಿರುವ ಮೊನಚು ಸಮಸ್ಯೆಗೆ ಕಾರಣೀಭೂತವಾಗುವಂಥದ್ದು. ಮನುಷ್ಯ ಮೂಲಭೂತವಾಗಿ ಭಾವನಾತ್ಮಕ ಜೀವಿ. ಅವರು, ತರ್ಕಕ್ಕೆ ಬದ್ಧರಲ್ಲ. ನಮ್ಮ ಸೀದಾತನದಲ್ಲಿ ಬಹಳ ತೀವ್ರವಾದ ತರ್ಕ ಇದ್ದೇ ಇರುತ್ತದೆ. ಅದನ್ನು ಮೊನಚಾಗಿ ಬಳಸಿ ಸಂವಹನಕ್ಕೆ ಯತ್ನಿಸಿದಾಗ, ಅದು ಜನರ ಭಾವನೆಗಳನ್ನು ಅಲ್ಲೋಲ ಕಲ್ಲೋಲ ಮಾಡುತ್ತವೆ. ಒಂದು ಗಾಯಗೊಂಡ ಹೃದಯ ಮನಸ್ಸಿನ ಸಾಮರ್ಥ್ಯವನ್ನು ಸಮಗ್ರತೆಗೆ ತೆಗೆದುಕೊಳ್ಳಲು ಅಶಕ್ತವಾಗುತ್ತದೆ.

ಒಂದು ಬಾಣದಿಂದ ಚುಚ್ಚಲ್ಪಟ್ಟಾಗ, ನೀವು ಸ್ವಸ್ಥ ಕುಳಿತು ಆ ಬಾಣ ಯಾವ ವಸ್ತುವಿನಿಂದ ನಿರ್ಮಿಸಲಾಗಿದೆ ಎಂದು ಸುಮ್ಮನೆ ಚರ್ಚೆ ಮಾಡುತ್ತ ಕುಳಿತುಕೊಳ್ಳುವಿರಾ? ಜನರ ಎಳೆಯ ಹೃದಯಗಳನ್ನು ಮಾತುಗಳು ನೋಯಿಸಿದಾಗ, ಆ ಮಾತುಗಳ ನಿಜವಾದ ಅರ್ಥವನ್ನು ತಿಳಿದುಕೊಳ್ಳಲು ಸ್ವಲ್ಪವೂ ಅವರು ಶ್ರಮಿಸುವುದಿಲ್ಲ.

ನೀವು ಅಡುಗೆ ಮಾಡುತ್ತೀರಿ ಎಂಬುದು ಮುಖ್ಯವಲ್ಲ; ಅದನ್ನು ನೀವು ಹೇಗೆ ಬಡಿಸುತ್ತೀರಿ ಎಂಬುದರಲ್ಲಿದೆ ವ್ಯತ್ಯಾಸ. ಸಂವಹನ ಯಾವಾಗ ತನ್ನ ಗುರಿಯನ್ನು ತಲಪುತ್ತದೆ ಅಂದರೆ, ಎಲ್ಲಾ ನಾಲ್ಕು ಅಂಶಗಳ ಬಗ್ಗೆ ನಾವು ಜಾಗೃತರಾದಾಗ– ಆ ನಾಲ್ಕು ಅಂಶಗಳು– ನೀವು ಏನನ್ನು ಹೇಳುತ್ತೀರಿ, ಹೇಗೆ ನೀವು ಹೇಳುತ್ತೀರಿ, ಯಾವಾಗ ನೀವು ಹೇಳುತ್ತೀರಿ ಮತ್ತು ಯಾವಾಗ ನೀವು ಹೇಳುವುದನ್ನು ನಿಲ್ಲಿಸುತ್ತೀರಿ.

ನೇರವಾಗಿ ಹೇಳಬೇಕಿದ್ದಲ್ಲಿ, ಒಳ್ಳೆಯ ಸಂವಹನ ಒಳ್ಳೆಯ ಸಂಬಂಧವನ್ನು ಏರ್ಪಡಿಸುತ್ತದೆ. ಅಸಂಬದ್ಧ ಸಂವಹನ ಒಂದು ಸಂಬಂಧವನ್ನು ಮುರಿಯುತ್ತದೆ.

•••

ನಿಸ್ವಾರ್ಥ ಉದ್ದೇಶದಿಂದ ಎಸಗಿದ ಕಾರ್ಯ ದೇವರ ಕೆಲಸವಾಗುತ್ತದೆ.

ಅಲ್ಲಿ ಅಷ್ಟೊಂದು ವ್ಯತ್ಯಸ್ಥವೇಕೆ? ಬವಣೆಪಡುತ್ತಿರುವ ಜನರಿಂದ ನಾವು ದೂರಕ್ಕೆ ಹೋಗಲು ನಮಗೆ ಸುಲಭವಲ್ಲವೇ? ಜವಾಬ್ದಾರಿಯುತವಾಗಿಲ್ಲದೆ ಅಥವ ಜಗತ್ತಿಗೆ ಅಂಟಿಕೊಳ್ಳದಿರುವುದೇ ಸುಲಭ ಮಾರ್ಗ. ವಿದ್ವಂಸಕ ಕೃತ್ಯಗಳು ನಡೆಯಲಿ, ಹಸಿವು ಹಾಹಾಕಾರವಿರಲಿ. ನನ್ನ ಮನೆಕೆಲಸದಾಕೆಯ ಮಕ್ಕಳು ಚಿಂದಿ ಬಟ್ಟೆಗಳನ್ನೇ ಧರಿಸಲಿ; ನನ್ನ ವಾಹನ ಚಾಲಕನ ಮಕ್ಕಳು ಶಾಲೆಗೆ ಹೋಗದಿದ್ದರೇನಂತೆ? ಅದು ಅವರ ವಿಧಿ. ಅವರ ಅದೃಷ್ಟವನ್ನು ನಾನು ಬರೆದಿಲ್ಲವಲ್ಲ. ಇನ್ನೊಬ್ಬರ ನೋವು ಮತ್ತು ಸಂಕಟದಲ್ಲಿ ನಾನು ಪಾಲ್ಗೊಂಡರೆ ಅದು ಸಮಸ್ಯೆಯಲ್ಲವೇ? ಅವನು ಶಿಲುಬೆಯನ್ನು ಧರಿಸುತ್ತಾನೆ, ಅದು ಅವನ ಕರ್ಮ. ಒಹ್! ಎಷ್ಟೊಂದು ವ್ಯತ್ಯಾಸ! ಎಲ್ಲಿಯವರೆಗೆ ನನ್ನ ಬದುಕು ನಿರಾತಂಕವಾಗಿ ಸಾಗುತ್ತಿದೆಯೋ, ನಾನು ಒಂದು ಚೆನ್ನಾಗಿರುವ ಊಟವನ್ನು ಮಾಡಬಲ್ಲೆ, ನನ್ನ ಕುಟುಂಬಕ್ಕಾಗಿ ಮತ್ತು ಕುಟುಂಬದೊಂದಿಗೆ ನಾನು ಜೀವಿಸುತ್ತೇನೆ. ಭವಿಷ್ಯಕ್ಕೆ ಸಾಕಷ್ಟು ಭರವಸೆಗಳಿವೆ, ನನ್ನ ನೆರೆಕರೆಯಲ್ಲಿ ಏನಾದರೇನಂತೆ, ಅವೆಲ್ಲ ನನಗೆ ಸಂಬಂಧಿಸಿದ್ದಲ್ಲ.

ಉಪೇಕ್ಷೆ ಕೋಪಕ್ಕಿಂತಲೂ ಕೀಳು, ದ್ವೇಷಕ್ಕಿಂತಲೂ ಕ್ರೂರ, ಪ್ರತೀಕಾರಕ್ಕಿಂತಲೂ

ಕೀಳುಮಟ್ಟದ್ದು. ಕೋಪದಲ್ಲಾಗಲೀ, ದ್ವೇಷದಲ್ಲಾಗಲೀ, ಪ್ರತೀಕಾರಮಾಡುವ ತುಡಿತದಲ್ಲಾಗಲೀ ಯಾವೊದೋ ಭಾವನೆಯೊಂದು ಇನ್ನೊಂದು ಮಾನವ ಜೀವಿಯ ಕುರಿತಂತೆ ಇರುತ್ತದೆ. ಉಪೇಕ್ಷೆ ಇನ್ನೊಬ್ಬನನ್ನು ಅಸಂಗತ ಮಟ್ಟಕ್ಕೆ ಇಳಿಸುತ್ತದೆ. ಉಪೇಕ್ಷೆ ನಿಮ್ಮನ್ನು ಬೇರೆಯವರಿಗಾಗಿರುವ ಭಾವನೆಗಳನ್ನು ಕರುಬುತ್ತದೆ. ಆ ದೃಷ್ಟಿಯಿಂದ ಉಪೇಕ್ಷೆ ಒಂದು ಪಾಪವಷ್ಟೇ ಅಲ್ಲ, ಅದೊಂದು ಶಿಕ್ಷೆಯೂ ಹೌದು.

ಅತೀ ಕೆಳಮಟ್ಟದಲ್ಲಿರುವ ಮನುಷ್ಯನ ಬಗ್ಗೆ ತುಡಿಯಲು ಕಲಿಯುವ. ಇನ್ನೊಬ್ಬರ ಕಣ್ಣೀರು ಕಂಡಾಗ ನಮ್ಮ ಕಣ್ಣುಗಳಲ್ಲೂ ತುಸು ಸ್ಪಂದನ ಉಂಟಾಗಲಿ. ಉಪೇಕ್ಷೆಯನ್ನು ತೊರೆಯೋಣ. ಒಂದು ವ್ಯತ್ಯಾಸವನ್ನು ಕಾಣಲು ತೊಡಗುವ. ನಮ್ಮ ಪಾತ್ರವನ್ನು ನಮಗೆ ವಹಿಸಲು ಸಾಧ್ಯ. ನಾವೊಂದು ದೊಡ್ಡ ಪಾತ್ರವನ್ನೇ ವಹಿಸಲು ಸಾಧ್ಯ. ಯಾರು ಬದುಕಿನಲ್ಲಿ ಕೈಬಿಟ್ಟವರಿದ್ದಾರೋ ನಾವು ಅವರ ಕೈಬಿಡದಿರೋಣ. ಪ್ರತಿಯೊಂದು ಕಣ್ಣಿನ ಕಂಬನಿಯನ್ನೂ ನಾವು ಒರೆಸಲು ಸಾಧ್ಯವೇ ಎನ್ನುವುದು ನಮ್ಮ ಅಂಕಿತಕ್ಕೆ ಮೀರಿದ್ದು. ಆದರೆ ಎಲ್ಲಿಯವರೆಗೆ ಜಗತ್ತಿನಲ್ಲಿ ಕಣ್ಣೀರು ಇದೆಯೋ, ಎಲ್ಲಿಯವರೆಗೆ ನಮ್ಮ ಉಸಿರು ಇರುತ್ತದೆಯೋ, ಅಲ್ಲಿಯವರೆಗೆ ನಮ್ಮ ಕೆಲಸವನ್ನು ಮುಂದುವರಿಸೋಣ.

ಇದು ನಾನಲ್ಲ, ನಾನು ಯಾವುದನ್ನು ಪ್ರತಿನಿಧೀಕರಿಸುತ್ತೇನೋ ಅದು ನನ್ನ ನಿರ್ವಚನೆ. ಸಾಮಾನ್ಯ ಮನುಷ್ಯರು ಅಸಾಮಾನ್ಯ ಸಾಧ್ಯತೆಗಳಿಗೆ ತೆರೆದುಕೊಳ್ಳುವಾಗ ಅವರು ತಮಗಿಂತ ದೊಡ್ಡದಾದ ಗುರಿಯ ಜೊತೆಗೆ ಗುರುತಿಸಿಕೊಂಡಿರುತ್ತಾರೆ. ಯಾವುದೇ ಕೆಲಸ ನನ್ನನ್ನು ಮೀರಿ ಮತ್ತೊಬ್ಬನಿಗೆ ದಕ್ಕಿದಾಗ, ನನ್ನಲ್ಲಿರುವ ವಿರಾಟ್ ವ್ಯಕ್ತಿತ್ವ ನನ್ನೊಳಗೆ ತೆರೆದುಕೊಳ್ಳುತ್ತದೆ. ಯಾವುದೇ ಕೆಲಸವನ್ನು ನಿಸ್ವಾರ್ಥತೆಯಿಂದ ಮಾಡಿದಾಗ ಅದು ದೇವರ ಕೆಲಸವಾಗುತ್ತದೆ. ಬ್ಯಾರಿಷ್ಟರುಗಳು ಮತ್ತು ಶಾಲಾ ಅಧ್ಯಾಪಕರು ಮತ್ತು ಪತ್ರಕರ್ತರು ಮತ್ತು ಬಡಗಿ ಸ್ತುತ್ಯರ್ಹ ದಂತಕಥೆಯಾಗಿ ಗುರುತಿಸಲ್ಪಡುವುದು ಯಾವಾಗ ಅಂದರೆ, ಅವರು ತಮಗಿಂತ ದೊಡ್ಡದಾದ ಕಾರ್ಯಕ್ಕೆ ಭಾಜನರಾದಾಗ. ಹೃದಯದ ಉದ್ದೇಶವಿರುವುದೇ ಇನ್ನೊಂದು ಹೃದಯಕ್ಕೆ ಜೋಡಿಸುವಂಥದ್ದು. ನಾವು ಇನ್ನೊಮ್ಮೆ ಪ್ರತಿಸ್ಪಂದಿಸಲು ಕಲಿಯೋಣ... ಮತ್ತೊಮ್ಮೆ... ನೀವು ಯಾವಾಗ ಸೃಷ್ಟಿಯೊಂದಿಗೆ ಪ್ರತಿಸ್ಪಂದನ ತೋರಿಸುತ್ತೀರೋ, ದೇವರು ನಿಮ್ಮೊಂದಿಗೆ ಪ್ರತಿಸ್ಪಂದಿಸುತ್ತಾನೆ.

• • •

ನೀವೇನನ್ನು ಅಪೇಕ್ಷಿಸುವಿರೋ ಅದು ನಿಮಗೆ ಸಿಗಲಾರದು. ನೀವು ಯಾವುದಕ್ಕೆ ಅರ್ಹರೋ ಅದು ಮಾತ್ರ ನಿಮಗೆ ಸಿಗುತ್ತದೆ.

ನಿಮ್ಮ ಹೊಸ ವರ್ಷದ ಸಂಕಲ್ಪದಂತೆ, ನಿಮ್ಮೆಲ್ಲ ದುರಿತಗಳೂ ಅಲ್ಪ ಕಾಲವಷ್ಟೇ ಉಳಿಯಲಿ." ಎಂಬುದು ಒಂದು ಇಟಾಲಿಯನ್ ಗಾದೆ ಮಾತು. ಪ್ರತಿಯೊಬ್ಬ ಆರೋಗ್ಯವಂತನಾಗುವುದಕ್ಕೆ ಅಪೇಕಿಸುತ್ತಾನೆ. ಆದರೆ ಅದಕ್ಕೆ ಅವನು ಅರ್ಹನೇ? ಪ್ರತಿಯೋರ್ವ ಯಶಸ್ವೀ ವ್ಯಕ್ತಿಯಾಗುವುದಕ್ಕೆ ಬಯಸುತ್ತಾನೆ, ಆದರೆ ಅದಕ್ಕೆ ಅವನು ಅರ್ಹನೇ?

ನೀವೇನನ್ನು ಅಪೇಕ್ಷಿಸುವಿರೋ ಅದು ನಿಮಗೆ ಸಿಗಲಾರದು. ನೀವು ಯಾವುದಕ್ಕೆ ಅರ್ಹರೋ ಅದು ಮಾತ್ರ ನಿಮಗೆ ಸಿಗುತ್ತದೆ. ನಿಮ್ಮ ಅಪೇಕ್ಷೆಗಳನ್ನು ಅರ್ಹತೆಗಳನ್ನಾಗಿ ನೀವು ಹೇಗೆ ತಾನೇ ಪರಿವರ್ತಿಸಬಲ್ಲಿರಿ? ಯಾವಾಗ ಸ್ಥಿರವಾದ ಸ್ವಪ್ರೇರಣಾತ್ಮಕ ಪ್ರಯತ್ನದ ನಿರ್ದೇಶದಿಂದ ನೀವು ಬೆಂಬಲಿಸಲ್ಪಡುತ್ತೀರೋ, ಆವಾಗ ಅಪೇಕ್ಷೆಗಳು ಅರ್ಹತೆಗಳಾಗಿ ಪರಿವರ್ತಿಸಲ್ಪಡುತ್ತದೆ.

ಪ್ರಯತ್ನವಿಲ್ಲದೇ ಇರುವುದನ್ನು ಪ್ರಯತ್ನದಿಂದಲೇ ಸಾಧಿಸಬೇಕಾಗಿದೆ– "1% ಪ್ರೇರಣೆ ಮತ್ತು 99% ಬೆವರಿನಿಂದ ಮೇಧಾವಿಯಾಗುತ್ತಾನೆ." ಎಂದು ಥಾಮಸ್ ಎಡಿಸನ್ ಹೇಳಿಕೆ. ನನ್ನೊಬ್ಬ ಗೆಳೆಯ ಒಮ್ಮೆ ಹೀಗೆಂದ, "ನಾನು ಇತರರಂತೆ ಬುದ್ಧಿಶಾಲಿಯಾಗಿಲ್ಲವಾದರೆ, ನನಗೇನೂ ಮಾಡಲು ಸಾಧ್ಯವಿಲ್ಲ– ಅದು ದೇವರ ತಪ್ಪು. ನಾನು ಭಾವನಾತ್ಮಕವಾಗಿ ಸ್ಥಿರವಾಗಿಲ್ಲವಾದರೆ, ನಾನು ಅದನ್ನು ಸ್ವೀಕರಿಸಬಲ್ಲೆ. ಇದು ಹೆತ್ತವರ ತಪ್ಪು. ಏನಿದ್ದರೂ, ಒಂದು ವೇಳೆ ನಾನು ಇತರರಿಗಿಂತ ಹೆಚ್ಚು

ಶ್ರಮ ಹಾಕದಿದ್ದಲ್ಲಿ, ನನ್ನನ್ನು ನಾನು ಕಂಡಿತವಾಗಿಯೂ ಕ್ಷಮಿಸಲಾಗದು, ಯಾಕೆಂದರೆ ಅದು ನನ್ನ ತಪ್ಪಾಗಿರುತ್ತದೆ."

ಹೊಸ ವರ್ಷದ ಸಂಕಲ್ಪದ ಕುರಿತಂತೆ ಹಾಕಿದ ಶ್ರಮ ಎಂದಿಗೂ ಫೆಬ್ರುವರಿ ತಿಂಗಳನ್ನು ಕಂಡಿದ್ದಿಲ್ಲ. ಯಶಸ್ಸಿನ ರಹಸ್ಯಗಳಲ್ಲಿ ಒಂದು ಏನಂದರೆ, ಅದು ಸೆಲ್ಫ್ ಸ್ಟಾಟರ್ ಆಗಬೇಕೇ ಹೊರತು ಕಿಕ್ ಸ್ಟಾಟರ್ ಆಗಿರಬಾರದು. ಸ್ವಯಂ ಪ್ರೇರಣೆಯೇ ಸ್ಥಿರವಾದ ಪ್ರೇರಣೆ. ಆ ಕಿಡಿ ಒಳಗಿನಿಂದಲೇ ಬರಬೇಕು. "ಯಾವುದನ್ನು ಯಾವತ್ತೂ ಮಾಡಬಾರದೋ, ಅದನ್ನು ಸಕ್ರಿಯವಾಗಿ ಮಾಡುವುದು ನಿರರ್ಥಕ." ಎನ್ನುತ್ತಾರೆ ಪೀಟರ್ ಡ್ರಕ್ಕರ್. ಸೂಕ್ತ ನಿರ್ದೇಶವಿಲ್ಲದೆ ಸ್ವಯಂ ಪ್ರೇರಣೆಯಿಂದ ಹಾಕುವ ಶ್ರಮ, ನಿರರ್ಥಕ ಶ್ರಮ. ಏಣಿಯನ್ನು ಹತ್ತಿ ತುತ್ತತುದಿಗೆ ತಲುಪಿದ ಮೇಲೆ, ಆ ಏಣಿ ಬೇರೆ ಗೋಡೆಯ ಮೇಲೆ ಆನಿಸಿಟ್ಟಿದ್ದು ಎಂದು ತಿಳಿದಾಗ, ಏನು ಸಾಧಿಸಿದಂತಾಯಿತು? ಸಮಯ ಮತ್ತು ಶ್ರಮದ ನಿರ್ವಹಣೆಯನ್ನು ಬೇರ್ಪಡಿಸಲಾಗದು. ನಿಮಗೆ ಬದುಕಿನಲ್ಲಿ ಏನು ಬೇಕು ಮತ್ತು ನಿಮ್ಮ ಬದುಕು ಎಲ್ಲಿಗೆ ತಲುಪಬೇಕು ಎಂಬುದರ ಸಹಚರ್ಯದಲ್ಲೇ ಯಾವತ್ತೂ ಚಿಂತಿಸುವುದು ಶ್ರೇಯಸ್ಕರ. ನಿರ್ದಿಷ್ಟ ದಿಕ್ಕಿಲ್ಲದ ಚಟುವಟಿಕೆ ಬದಲಾವಣೆ ಎಂದಾದರೆ, ನಿರ್ದೇಶಿತ ಚಟುವಟಿಕೆ ಪ್ರಗತಿ ಎಂದಾಗುತ್ತದೆ.

ಯಾರೂ ಕೂಡಾ ಒಮ್ಮೊಮ್ಮೆ ಮಹಾನ್ ಕೆಲಸವನ್ನು ಮಾಡುತ್ತಾರೆ. ನಿಜವಾದ ಮಹಾನ್ ವ್ಯಕ್ತಿ ಯಾರೆಂದರೆ, ಅವರು ಸದಾ ಕಾಲ ಮಹಾನ್ ಕೆಲಸಗಳನ್ನೇ ಮಾಡುವವರು. ಒಮ್ಮೊಮ್ಮೆ ನೀವು ಸಾಧಿಸಿದಿರಿ ಎಂಬುದಕ್ಕಾಗಿ ನಿಮ್ಮನ್ನು ನೆನಪಿಸಿಕೊಳ್ಳಲಾರರು, ಸದಾ ಕಾಲ ನೀವು ಏನನ್ನು ಸಾಧಿಸುತ್ತಲೇ ಇದ್ದಿರಿ ಎಂಬುದಕ್ಕಾಗಿ ನಿಮ್ಮನ್ನು ಜ್ಞಾಪಿಸಿಕೊಳ್ಳುವರು.

'ನೀವೇನು ಬಯಸುತ್ತೀರೋ, ಅದನ್ನು ಪಡೆಯಲಾರಿರಿ; ನೀವು ಯಾವುದಕ್ಕೆ ಅರ್ಹರೋ ಅದನ್ನು ಪಡೆಯುವಿರಿ' ಎಂಬುದು ಅವನ ನಿಯಮ; ಅದಿರಲಿ, ನಮ್ಮ ನಿಯಮ ಹೀಗಿರಲಿ, 'ನನ್ನ ನಿರಂತರ ನಿರ್ದೇಶಿತ ಸ್ವಯಂ ಪ್ರೇರಿತ ಶ್ರಮದಿಂದಾಗಿ ನನ್ನ ಬದುಕಿನಲ್ಲಿ ನನ್ನ ಅರ್ಹತೆಯ ಅತೀ ಉತ್ತಮವಾದುದನ್ನು ಮತ್ತು ಅತೀ ಉತ್ತಮವಾದುದನ್ನೇ ಪಡೆಯುತ್ತೇನೆ.'

•••

ಸತ್ಯಕ್ಕೆ ತಡೆಯೊಡ್ಡಿದರೆ ಅದಕ್ಕಾಗಿ ಸಮರ ಸಾರಬೇಕಾಗುತ್ತದೆ.

ಬದುಕು ಅದರಷ್ಟಕ್ಕೇ ಶಮನವಾಗುತ್ತದೆ, ಯಾವಾಗ ಅಂದರೆ, ಪ್ರಾಮಾಣಿಕವಾಗಿ ಬದುಕನ್ನು ಸಾಗಿಸಿದರೆ, ಸತ್ಯಕ್ಕೆ ತಡೆಯೊಡ್ಡಿದರೆ, ಅದಕ್ಕಾಗಿ ಸಮರ ಸಾರಬೇಕಾಗುತ್ತದೆ.

ವಾಷಿಂಗ್ ಮೆಷಿನ್‌ನಲ್ಲಿ ನೀವು ಬಟ್ಟೆಗಳನ್ನು ಹಾಕಿದ್ದೀರಿ. ಮೆಷಿನ್ ಅದರ ಕೆಲಸವನ್ನು ಮಾಡಿದೆ. ಈಗ ಬಟ್ಟೆಗಳನ್ನು ಹೊರಕ್ಕೆ ತೆಗೆದು ಒಣಗಿಸಲು ಹಾಕಬೇಕಾಗಿದೆ. ಎಷ್ಟು ಹೊತ್ತು ನೀವು ಬಟ್ಟೆಗಳನ್ನು ಮೆಷಿನ್‌ನ ಒಳಗಡೆ ಇರಿಸುತ್ತೀರೋ, ಅಷ್ಟು ಹೊತ್ತು ಅದರಲ್ಲಿ ಕೆಟ್ಟ ವಾಸನೆ ಹೊರಡುತ್ತದೆ. ಕೆಲವು ದಿನಗಳವರೆಗೆ ನೀವು ಬಟ್ಟೆಗಳನ್ನು ಹೊರಕ್ಕೆ ತೆಗೆಯದೇ ಹೋದಲ್ಲಿ, ಕೆಟ್ಟ ವಾಸನೆ ಸಹಿಸಲು ಸಾಧ್ಯವಾಗದಷ್ಟು ಹೆಚ್ಚಿರುತ್ತದೆ. ನಮ್ಮ ಯೋಚನೆಗಳೂ ಭಾವನೆಗಳೂ ಹಾಗೆಯೇ. ಸತ್ಯವನ್ನು ಅದುಮಿಟ್ಟರೆ ನೀವು ಮುಂದೆ ಹೆಣಗಾಡಬೇಕಾದೀತು. ಹೆಚ್ಚು ಹೆಚ್ಚು ನಾವು ನಮ್ಮ ಯೋಚನೆಗಳನ್ನು ಅದುಮಿ ಹಿಡಿಯುತ್ತ, ವ್ಯಕ್ತಪಡಿಸದೆ ಹೋದರೆ, ಹೆಚ್ಚು ಹೆಚ್ಚು ನಮ್ಮ ಭಾವನೆಗಳನ್ನು ಅನುಭವಿಸುತ್ತ, ಪ್ರಕಟಿಸದೆ ಹೋದರೆ, ಸಂಬಂಧಗಳ ನಡುವಿನ ಅಂತರ ಅಧಿಕವಾಗುತ್ತ ಹೋಗುತ್ತದೆ. ನೆಲಹಾಸಿನ ಕೆಳಗೆ ಎಷ್ಟೊಂದು ಕಸವನ್ನು ಶೇಖರಿಸಿಡಲು ಸಾಧ್ಯ? ಇದ್ದಕ್ಕಿದ್ದಂತೆ ಅದು ಹೊರಬರಬಹುದು; ಒಂದೊಮ್ಮೆ ಅದು ಹೊರಬಂದಲ್ಲಿ, ಅದನ್ನು ನಿರ್ವಹಿಸಲು ಅಸಾಧ್ಯವಾದ ಪ್ರಮಾಣದಲ್ಲಿ ಅದು ಹೇಸಿಗೆಯಾಗಿ ಹೊರಬರಬಹುದು.

ಯೋಚನೆಗಳು ಉಂಟಾಗಿ ಅವನ್ನು ವ್ಯಕ್ತಪಡಿಸದೆ ಇದ್ದಲ್ಲಿ ಮತ್ತು ಭಾವನೆಗಳು ಅನುಭವಕ್ಕೆ ಬಂದು ಅವನ್ನು ಪ್ರಕಟಿಸದೆ ಹೋದಲ್ಲಿ, ಅದು ಅಪೂರ್ಣ ಆವರ್ತನವಾಗಬಲ್ಲುದು. ಇಂತಹ ಅಪರಿಪೂರ್ಣ ಆವರ್ತನಗಳು ಸುಪ್ತಪ್ರಜ್ಞೆಯಲ್ಲಿ ಜೀವಂತವಾಗಿ ಎಳೆದಾಡುತ್ತಲೇ ಇರುತ್ತವೆ. ಉಪಮೆಯಾಗಿ ಹೇಳುವುದಾದರೆ, ಇಂತಹ ಎಳೆದಾಡುವ ಆವರ್ತನಗಳು ಕನ್ನಡಕದ ಗಾಜಿನ ಮೇಲೆ ಬಿದ್ದ ಗೀಚಿನ ತರಹ– ಯಾವುದನ್ನೇ ಆಗಲಿ ಮತ್ತು ಪ್ರತಿಯೊಂದನ್ನೂ ಅಂತಹ ಕನ್ನಡಕದ ಮೂಲಕ ನೋಡಿದರೆ, ಎಲ್ಲದರಲ್ಲೂ ಗೀಚು ಕಾಣಿಸುತ್ತದೆ. ವಿಪರ್ಯಾಸವೆಂದರೆ, ವಸ್ತುಗಳ ಮೇಲೆ ಗೀಚು ಇಲ್ಲದೆ ಹೋದರೂ, ಯಾವ ಮಾಧ್ಯಮದ ಮೂಲಕ ನೋಡುವಿರೋ ಅದರಲ್ಲಿರುವಂಥದ್ದು ಕಾಣಿಸುತ್ತದೆ. ಏನಿದ್ದರೂ, ಅದು ನಮ್ಮ ದೃಷ್ಟಿಗೆ ಕುಂದು ತರುತ್ತದೆ.

ಯಾವಾಗ ನೀವು ನಿಮ್ಮ ಯೋಚನೆಗಳನ್ನು ತಕ್ಷಣ ವ್ಯಕ್ತಪಡಿಸುವುದಿಲ್ಲವೋ ಮತ್ತು ನಿಮ್ಮ ಭಾವನೆಗಳನ್ನು ಪ್ರಕಟಿಸುವುದಿಲ್ಲವೋ, ನೀವು ಅದನ್ನು ವಿರೂಪಗೊಳ್ಳಲು ಬಿಟ್ಟಂತಾಗುತ್ತದೆ. ಸತ್ಯವನ್ನು ನೀವು ವೈಭವೀಕರಿಸಬಹುದು ಅಥವಾ ಕುಗ್ಗುವಂತೆ ಮಾಡಿ ಅದುಮಿಹಿಡಿದ ಭಾವನೆಗಳನ್ನು ಸಂತೈಸುವಂತೆ ಮಾಡಬಹುದು. ನೀವು ಯಾವಾಗ ಅದನ್ನು ಎದುರಿಸಲು ಅಶಕ್ತರೋ ಆಗ ಅದನ್ನು ಅಲ್ಲಗಳೆಯುತ್ತೀರಿ. ಎಂದು ನೀವು ಸ್ವೀಕರಿಸಲು ಸಿದ್ಧರಿಲ್ಲವೋ, ಆವಾಗ ಅದನ್ನು ನಿರ್ಲಕ್ಷಿಸುವಂತೆ ನಟಿಸುವಿರಿ. ಅಪರಿಪೂರ್ಣ ಆವರ್ತನಗಳಿಗೆ ಸಂಬಂಧಿಸಿದಂತೆ ಹೇಳುವುದಾದರೆ, ಸಮಯ, ನಮ್ಮೆಲ್ಲರನ್ನು ಸುಳ್ಳುಗಾರರನ್ನಾಗಿ ಮಾಡುತ್ತದೆ ಎಂದೆನಿಸುತ್ತದೆ.

ಭಾವನಾತ್ಮಕ ಆರೋಗ್ಯದ ಗುಟ್ಟು ಏನಂದರೆ, ಯಾವತ್ತಾದರೂ ಯಾರಾದರೂ ನಿಮ್ಮನ್ನು ನೋಯಿಸುವಂತೆ ಆಡಿದರೆ, ಆ ನೋಯಿಸಿದ ವ್ಯಕ್ತಿಯಲ್ಲಿ, ನೀವು ನನ್ನನ್ನು ನೋಯಿಸಿದ್ದೀರಿ ಎಂದು ಹೇಳುವುದು ಕ್ಷೇಮ. ಇಲ್ಲವಾದರೆ, ಈ ಅಪರಿಪೂರ್ಣ ಆವರ್ತನಗಳು ಭವಿಷ್ಯದಲ್ಲಿ ಧುತ್ತೆಂದು ಪ್ರಕಟವಾಗಿ ನಮ್ಮ ಒಳ್ಳೆಯ ಸಮಯವನ್ನು ಹಾಳುಗೆಡಹಬಹುದು.

ಭಾವನಾತ್ಮಕ ಹೊರೆಯ ಭಾರ ಪ್ರಸ್ತುತಕ್ಕೂ ಹೊರೆಯಾಗಿರುತ್ತದೆ. ಪ್ರಸ್ತುತದ ಸಂಗತಿಗಳು ನಿಮಗೆ, ನೀವು ಅದುಮಿಟ್ಟ ಅಪರಿಪೂರ್ಣತೆಯನ್ನೂ, ಹಳೆಯ

ಅನುಭವಗಳನ್ನೂ ಎಬ್ಬಿಸಲು ಸಾಧ್ಯ. ಅಂತಹ ಎಬ್ಬಿಸಲ್ಪಟ್ಟ ಭಾವನೆಗಳಿಂದ ಪ್ರಚೋದಿತರಾದ ನೀವು ಇಂದಿನ ನಿಮ್ಮ ಪ್ರಸಕ್ತ ಬದುಕಿನಲ್ಲಿ ವಿಚಿತ್ರ ರೀತಿಯಿಂದ ನಡೆದುಕೊಳ್ಳುವಂತೆ ಮಾಡಬಲ್ಲುದು. ಏನಿದ್ದರೂ, ಇದರಲ್ಲಿ ನೀವು ನೆನಪಿಡಬೇಕಾದ ಮುಖ್ಯ ಅಂಶವೆಂದರೆ, ಹಳೆಯ ಅನುಭವಗಳು ಮತ್ತೆ ಪ್ರಕಟಗೊಳ್ಳುವುದು ಯಾಕಂದರೆ ಅವನ್ನು ಪರಿಹರಿಸಬೇಕೆಂದೇ ಹೊರತು ನಿಮ್ಮನ್ನು ಶಿಕ್ಷಿಸುವುದಕ್ಕಾಗಿ ಅಲ್ಲ. ಯೋಚನೆಗಳನ್ನು ವ್ಯಕ್ತಪಡಿಸದೆ ಹೋದಲ್ಲಿ ಮತ್ತು ಭಾವನೆಗಳನ್ನು ಪ್ರಕಟಿಸದಿದ್ದಲ್ಲಿ, ಭಾವನಾತ್ಮಕ ಆತಂಕ ನಿಜವಾಗಿಯೂ ಉಂಟಾಗುತ್ತದೆ. ಭಾವನಾತ್ಮಕ ಅಸೌಖ್ಯ ಒಂದು ಕೂಡಿಟ್ಟ ಭಂಡಾರವೆಂದರೂ ಸರಿಹೋದೀತು.

ನೀವು ನನಗೆ ಹೇಳಬಹುದು, "ಪ್ರಾಮಾಣಿಕವಾಗಿ, ನನ್ನೆಲ್ಲ ಯೋಚನೆಗಳನ್ನೂ ಭಾವನೆಗಳನ್ನೂ ವ್ಯಕ್ತಪಡಿಸಲು ನಾನು ತೊಡಗಿದರೆ, ನನಗೆ ಅತ್ಯಂತ ಆತ್ಮೀಯ ವ್ಯಕ್ತಿಯನ್ನು ನೋಯಿಸಿದಂತಾಗುತ್ತದೆ ಅಲ್ಲವೇ?" ನಾನು ನಿಮಗೆ ಹೇಳುವುದಿಷ್ಟೇ, "ಹಾಗೆ ನೀವು ಮಾಡದೆ ಹೋದಲ್ಲಿ, ಕಾಲಕ್ರಮದಲ್ಲಿ ನೀವು ನಿಮ್ಮ ಸಂಬಂಧವನ್ನೇ ಕೆಡಿಸಿಕೊಂಡಂತಾಗುತ್ತದೆ."

ನೋವಿಗೆ ಈಡುಮಾಡಿದರೂ, ಸತ್ಯವನ್ನು ಎದುರಿಸಲು ನಾವು ಕಲಿಯೋಣ. ನಮ್ಮ ಆತ್ಮೀಯರು ಕೂಡಾ ಅವರಿಗೆ ನೋವಾದರೂ, ಸತ್ಯವನ್ನು ಎದುರಿಸಲು ಅವರೂ ಕಲಿಯಲಿ. ಯೋಚನೆಗಳನ್ನೂ ಭಾವನೆಗಳನ್ನೂ ಯಾರು ಅದನ್ನು ಪ್ರಚೋದಿಸಿದರೋ, ನೇರವಾಗಿ ಅವರಲ್ಲಿ ವ್ಯಕ್ತಪಡಿಸಿ. ಕ್ಷಿಪ್ರವಾಗಿರಲಿ. ಸೂಕ್ತ ಸನ್ನಿವೇಶಕ್ಕಾಗಿ ಕಾಯದಿರಿ. ಸರಳವಾಗಿ. ನಿಮ್ಮ ದೂರನ್ನು ಮುಗಿಸಿಬಿಡಿ ಮತ್ತು ಅದು ಹೊರಟು ಹೋಗಲಿ. ವೈಭವೀಕರಿಸುವುದು ಬೇಡ, ಮೂದಲಿಸುವುದು ಬೇಡ; ಮಾನಸಿಕ ಹಿಂಸೆಗೆ ಒಳಗಾಗುವುದನ್ನು ತಪ್ಪಿಸಿ. ಆ ವ್ಯಕ್ತಿ ನಿಮ್ಮೊಂದಿಗೆ ಭಾವಾಭಿವ್ಯಕ್ತಿ ತೋರಿದರೆ, ನೀವು ಗೆದ್ದಂತೆಯೇ ಸರಿ. ಹಾಗಿಲ್ಲದಿದ್ದಲ್ಲಿ, ನೀವು ಯಾರೊಂದಿಗೆ ವ್ಯವಹರಿಸುತ್ತಿದ್ದೀರಿ ಅವರನ್ನು ಅರ್ಥಮಾಡಿಕೊಳ್ಳಿ. ಏನು ಬಂತೋ ಸ್ವೀಕರಿಸಿ. ಕ್ಷಮಿಸಿ ಮತ್ತು ನಿಮ್ಮ ನೋವು ಶಮನವಾಗಲಿ. ಮುಂದುವರಿಯಿರಿ... ನೀವು ರುಜುವಾತು ಪಡಿಸುವುದಕ್ಕೆ ಏನೂ ಇರುವುದಿಲ್ಲ.

ನಾವು ಪರಿಹಾರ ನೀಡದೇ ಹೋದರೂ
ಕನಿಷ್ಠ ನಾವು ಸಂತೃಸುವಂತಿರಲಿ.
ಉಪಕಾರ ಮಾಡಲಾಗದಿದ್ದರೂ, ಉಪದ್ರವಿಸದೆ
ಇರೋಣ. ಸಮಸ್ಯೆಯನ್ನು ಬಗೆಹರಿಸದೆ ಇದ್ದಲ್ಲೂ
ಸಮಸ್ಯೆಗೆ ಕಾರಣರಾಗುವುದು ಬೇಡ.
ನಾವು ಪ್ರೇರಕ ಶಕ್ತಿಯಾಗದೆ ಹೋದರೂ,
ನಾವು ತಡೆಯುಂಟುಮಾಡುವುದು ಬೇಡ.

ಸತತ ಹೊಡೆತ ಅನುಭವಿಸಿದಂಥ ಜೀವಗಳಿಗೆ
ಅವರ ತಲೆನೋವಿಗೆ ಕಾರಣವಾಗದೆ,
ನೀವು ನೋವಿನ ಮುಲಾಮು ಆದರೆ,
ಜಗತ್ತೇ ನಿಮ್ಮನ್ನು ಹುಡುಕಿಕೊಂಡು ಬರಬಹುದು.

ನುಡಿಯಲ್ಲೂ ನಡೆಯಲ್ಲೂ ಕರುಣೆ ಇರಲಿ,
ಪ್ರತಿಯೊರ್ವ ಮನುಷ್ಯನ ಸಮಸ್ಯೆಗೂ
ಪರಿಹಾರ ಕಂಡುಕೊಳ್ಳಲು ಶ್ರಮಿಸಿ.
ಹಾಗಾದಾಗ, ಈ ಜಗತ್ತು ನಿಮ್ಮದಾಗುತ್ತದೆ.

• • •

ನಂಬಿಕೆಯ ಬೀಗದ ಕೈಯಿಂದ ಮಾತ್ರ ಶಾಂತಿಯ ಬಾಗಿಲನ್ನು ತೆರೆಯಲು ಸಾಧ್ಯ.

ನಿನ್ನೆ ಏನು ಸಂಭವಿಸಿತೋ, ಅದಕ್ಕೆ ಹೊರತಾಗಿ, ಪ್ರಪಂಚಕ್ಕೆ ನೀವೇನನ್ನು ಕೊಡಮಾಡಿದಿರೋ, ಅಥವಾ ಪ್ರಪಂಚ ನಿಮಗೇನನ್ನು ಕೊಟ್ಟಿತೋ, ಅದಕ್ಕೆ ಹೊರತಾಗಿ, ಅಷ್ಟಕ್ಕೂ, ಎಲ್ಲದಕ್ಕೂ ಹೊರತಾಗಿ, ನೀವು ಜಗತ್ತನ್ನೇ ಮತ್ತೆ ಮತ್ತೆ ನಂಬುತ್ತ ಪ್ರತಿ ಬೆಳಿಗ್ಗೆ ಎಚ್ಚರಗೊಂಡಿದ್ದೀರಿ. ಮಾಡುವುದಕ್ಕಿಂತ ಹೇಳುವುದು ಸುಲಭ ಎಂದು ನಾನು ಬಲ್ಲೆ, ಆದರೆ ನಿಮಗೆ ಬೇರೆ ಆಯ್ಕೆ ಇಲ್ಲ– ಇನ್ನೊಂದು ಬದಲಿ ಇಲ್ಲ– ಯಾಕೆಂದರೆ ನಿಮ್ಮ ಶಾಂತಿ ನಿಮ್ಮ ನಂಬಿಕೆಯೊಂದಿಗೆ ಹೆಣೆದುಕೊಂಡಿದೆ. ನಂಬಿಕೆ ಇಲ್ಲದೆ ಶಾಂತಿ ಇಲ್ಲ. ಅಪನಂಬಿಕೆ ನಿಮ್ಮನ್ನು ಆತಂಕಕ್ಕೆ ತಳ್ಳುತ್ತದೆ.

ಸಾವಿರಾರು ಸಲ ನೀವು ಸಾರ್ವಜನಿಕ ಸಾರಿಗೆಯಲ್ಲಿ ಪ್ರಯಾಣ ಮಾಡುವ ವೇಳೆ, ಒಂದೆರಡು ಸಲ ನಿಮ್ಮ ಹಣದ ಪರ್ಸ್‌ನ ಕಳ್ಳತನವಾಗಿರಬಹುದು. ನೀವು ಜಗತ್ತನ್ನು ನಂಬದೇ ಇದ್ದರೂ, ನಿಮ್ಮ ಪರ್ಸಿನ ಬಗ್ಗೆ ಪ್ರತಿ ಕ್ಷಣಕ್ಕೂ ಜಾಗ್ರತೆವಹಿಸಿದರೂ, ಒಬ್ಬ ಚತುರ ಮತ್ತು ಕಸುಬುದಾರ ಕಳ್ಳ ನಿಮ್ಮ ಪರ್ಸ್‌ನ್ನು ಒಂದಲ್ಲ ಒಂದು ದಿನ ಕಳ್ಳತನ ಮಾಡಿಯೇ ಮಾಡುತ್ತಾನೆ.... ನಿಮ್ಮ ನೆಮ್ಮದಿಗೆ ಭಂಗವಾಗದಂಥ ಸಹಸ್ರಾರು ಸಂದರ್ಭಗಳಿಂದ ನೀವು ವಂಚಿತರಾದಿರಿ ಎಂಬುದಂತೂ ಸತ್ಯ. ನಿಮ್ಮ ಸಹಪ್ರಯಾಣಿಕ ಓರ್ವ ನುರಿತ ಕಳ್ಳನಾಗಿರಬಹುದೆಂಬ ಗುಮಾನಿ ನಿಮ್ಮ ನೆಮ್ಮದಿಯನ್ನು ಬಹಳ ಸಲ ಕೆಡಿಸಿರಬಹುದು. ಅದಕ್ಕೆ ಬದಲು, ಜಗತ್ತನ್ನು ವಿಶ್ವಾಸದಿಂದ ಕಂಡಿದ್ದರೆ, ನಿಮ್ಮ ಪ್ರತಿಯೊಂದು ಪ್ರಯಾಣ ಸುಖಕರವಾಗುತ್ತಿತ್ತು. ಜಾಣರಾಗಿ ಹೊರತು ಅಜ್ಞಾನಿಗಳಾಗಬೇಡಿ.

ಒಬ್ಬ ನಾಥೂರಾಮ್ ಗೋಡ್ಸೆ ತನ್ನ ಕೃತ್ಯವನ್ನು ಸಾಧಿಸಿಕೊಂಡಿರಬಹುದು, ಆದರೆ, ಪ್ರತಿಯೊಬ್ಬನನ್ನು ಗೋಡ್ಸೆಯಂತೆ ಕಾಣಲು ಹೊರಟರೆ, ನೀವು ಲಕ್ಷಗಟ್ಟಲೆ ಗಾಂಧಿಯಂಥವರನ್ನು ಕಳಕೊಳ್ಳುವಿರಿ. ಅದು ಸೂಕ್ತವಲ್ಲ. ಒಬ್ಬ ಒಸಾಮಾನ ಹುಡುಕಾಟದಲ್ಲಿ, ಪ್ರತಿ ಪವಿತ್ರಾತ್ಮವನ್ನು ನೀವು ಶಂಕಿಸಿ ನೋಡಬೇಕಾಗುತ್ತದೆ. ಅದು ಸೂಕ್ತವಾದುದಲ್ಲ.

ಒಬ್ಬ ಸಿಬ್ಬಂದಿ ನಿಮ್ಮ ವಿಶ್ವಾಸಕ್ಕೆ ದ್ರೋಹ ಬಗೆದಿರಬಹುದು. ಮಿಕ್ಕುಳಿದವರನ್ನು ವಿಶ್ವಾಸಕ್ಕೆ ತೆಗೆದುಕೊಳ್ಳಿ. ಒಂದು ಪ್ರಮುಖ ಸಂಬಂಧ ನಿಮ್ಮ ಒಳ್ಳೆಯತನವನ್ನು ದೌರ್ಬಲ್ಯವೆಂದು ಪರಿಗಣಿಸಿ, ನಿಮ್ಮ ನಂಬಿಕೆಯನ್ನು ದುರುಪಯೋಗ ಪಡಿಸಿರಬಹುದು. ಇನ್ನೊಂದು ಮುಂಜಾನೆ ಎದ್ದಾಗ, ಎಲ್ಲರನ್ನೂ ವಿಶ್ವಾಸಕ್ಕೆ ತೆಗೆದುಕೊಂಡು ಸಾಧಿಸಿ. ನಾನು ನಿಷ್ಕಪಟಿ ಎಂದು ತೋರಬಹುದು, ಆದರೆ ನಾನು ವಿಶ್ವಾಸದ ಬೀಗದ ಕೈಯಿಂದ ಮಾತ್ರ ಶಾಂತಿಯ ಬಾಗಿಲನ್ನು ತೆರೆಯಲು ಸಾಧ್ಯವೆಂದು ತೋರಿಸಿಕೊಡುತ್ತಿದ್ದೇನೆ.

ನಿನ್ನೆ ತಾನೇ ನೀವು ಮೋಸಹೋದಿರಿ ಮತ್ತು ನಿಮಗೆ ನೆಮ್ಮದಿ ಬೇಕೆಂದಾದರೆ, ಮುಂದಿನ ಬೆಳಿಗ್ಗೆ ನೀವು ಏಳುವಾಗ ಜಗತ್ತನ್ನು ಮತ್ತೊಮ್ಮೆ ವಿಶ್ವಾಸಕ್ಕೆ ತೆಗೆದುಕೊಂಡು ಎಚ್ಚರಗೊಳ್ಳಬೇಕೇ ವಿನಾ ನಿಮಗೆ ಬೇರೆ ಮಾರ್ಗವಿಲ್ಲ. ಯಾವತ್ತಾದರೂ ನಾನು ಮೋಸಹೋದರೆ ಅಥವಾ ವಿಶ್ವಾಸದ್ರೋಹಕ್ಕೆ ಬಲಿಯಾದರೆ, ನಾನು ನನ್ನಷ್ಟಕ್ಕೆ ಹೇಳಿಕೊಂಡಿದ್ದಿದೆ, "ದೇವರೆ, ನಿನಗೆ ಕೃತಜ್ಞತೆಗಳು, ಯಾಕೆಂದರೆ ನಾನು ತಾನೆ ಮೋಸಹೋಗಿದ್ದು, ನಾನು ಮೋಸಗಾರನಲ್ಲವಲ್ಲ; ನಾನು ತಾನೆ ವಿಶ್ವಾಸದ್ರೋಹಕ್ಕೆ ಬಲಿಯಾದದ್ದು, ನಾನು ವಿಶ್ವಾಸ ದ್ರೋಹ ಮಾಡಿಲ್ಲವಲ್ಲ, ನಾನು ತಾನೆ ನೋವಿಗೆ ಈಡಾದದ್ದು, ನಾನು ನೋಯಿಸಲಿಲ್ಲವಲ್ಲ. ನಾನು ತಪ್ಪಿಗೆ ಎರವಾದರೂ, ನಾನು ತಪ್ಪಿತಸ್ಥನಾಗುವುದು ಬೇಡ."

ಪ್ರತಿದಿನ ಬೆಳಿಗ್ಗೆ ಇವತ್ತಿನಿಂದ ಜಗತ್ತು ನಂಬಿಕೆಗೆ ಅರ್ಹವೆಂದು ನಾವು ಭಾವಿಸುತ್ತ ಎಚ್ಚರಗೊಳ್ಳುವ. ಜಗತ್ತು ಸಾವಿರಾರು ಸಲ ನಮ್ಮ ನಂಬಿಕೆಗೆ ಅರ್ಹವಾಗುತ್ತದೆ ಮತ್ತು ಕೆಲವೇ ಸಲ ವ್ಯತಿರಿಕ್ತವಾಗುತ್ತದೆ. ಒಡಕುಗಳೆಲ್ಲವೂ ಉತ್ಕಟವಾಗಿ ನಮ್ಮ ಕ್ಷೇಮಕ್ಕಾಗಿಯೇ ಇರುತ್ತವೆ. ನಮ್ಮ ಹೃದಯ ವಿಶ್ವಾಸದ ದಿಕ್ಕಿನಲ್ಲಿ ಹೊರಳಲಿ.

ಶಾಂತಿಗೆ ಇರುವ ಒಂದೇ ಒಂದು ಮಾರ್ಗವೆಂದರೆ– ನಂಬಿಕೆ.

ನಾಳಿನ ಪಕ್ವತೆಯ ಅಂದಾಜಿನಲ್ಲಿ ನಿಮ್ಮ ಇಂದನ್ನು ಜೀವಿಸಿ. ಅಂಥವನಿಗೆ ಭವಿಷ್ಯ ಕಾದಿರುತ್ತದೆ.

ಒಂದು ತ್ರಿಕೋಣ ಪೂರ್ತಿಯಾಗುವುದಕ್ಕೆ ಎರಡು ಬಾಹುಗಳು ಮಾತ್ರ ಸಾಕಾಗದು. ಗಂಡ, ತನ್ನ ಹೆಂಡತಿ ಮತ್ತು ತಾಯಿಯ ಜತೆಗೆ ಪ್ರತ್ಯೇಕವಾದ ಸುಲಲಿತ ಸಂಬಂಧವನ್ನು ಬೆಳೆಸಿಕೊಳ್ಳಲು ಶಕ್ತನಾಗಿದ್ದಾನೆ ಎಂದು ತಿಳಿಯುವ. ಅತ್ತೆ ಮತ್ತು ಸೊಸೆ ಪರಸ್ಪರ ಸುಲಲಿತವಾದ ಸಂಬಂಧವನ್ನು ಬೆಳೆಸಿಕೊಳ್ಳದಿದ್ದಲ್ಲಿ, ಸಾಂಸಾರಿಕ ತ್ರಿಕೋಣ ಪೂರ್ತಿಯಾಗುವುದಿಲ್ಲ. (ಆಶ್ಚರ್ಯವೆಂದರೆ, ಮಾವ... ಐತಿಹಾಸಿಕವಾಗಿ ಈ ಬಗೆಯ ಕೌಟುಂಬಿಕ ನಾಟಕದ ಭಾಗವಾಗಿರುವುದಿಲ್ಲವೇಕೋ). ಪ್ರತಿ ಸಲ ನಾನು ಹೆಂಡತಿಯ ಪಕ್ಷದ ಕಥೆಯನ್ನು ಕೇಳಿದ್ದೇನೆ, ಅಂತೆಯೇ, ಅತ್ಯಂತ ಮುಖ್ಯವಾಗಿ ಅತ್ತೆಯ ಕಡೆಯಿಂದಲೂ ಕಥೆಯನ್ನು ಆಲಿಸಿದ್ದೇನೆ. ಎಲ್ಲಕ್ಕೂ ಭಿನ್ನವಾದ ಕಥೆ, ಈ ಎರಡರ ನಡುವೆ ಅಪ್ಪಚ್ಚಿಯಾದ ಗಂಡನದಾಗಿರುತ್ತದೆ.... ಎಲ್ಲದರಲ್ಲೂ ಸಾಮಾನ್ಯ ಅಂಶವೇನೆಂದರೆ– 'ನಾನು ಸರಿ, ಮತ್ತೊಬ್ಬರು ತಪ್ಪು. ಮನವರಿಕೆ ಮಾಡಿಕೊಳ್ಳಿ.'

ದೇಶದ ವಿವಿಧ ಭಾಗಗಳಿಂದ ಆಗಮಿಸಿದ 50 ಸಿ.ಇ.ಓ.ಗಳಿಗೆ 'ಸಾಂಸ್ಥಿಕ ನಾಯಕತ್ವ' ಕುರಿತಂತೆ, ನಾನೊಂದು ಮೂರು ದಿನಗಳ ಕಾರ್ಯಕ್ರಮವನ್ನು ಹಮ್ಮಿಕೊಂಡಿದ್ದೆ. ಭಾಗವಹಿಸಿದ ಹೆಚ್ಚಿನವರು, ಕೇಳಿದ ಪ್ರಶ್ನೆಗಳು, ಸಿಬ್ಬಂದಿಗಳ ಸಾಮನ್ಯ ನಡವಳಿಕೆ ಮತ್ತು ಅವರ ದುಡಿಮೆಯ ನೈತಿಕತೆಗೆ ಸಂಬಂಧಿಸಿದಂತೆ ಇದ್ದವು. ಮತ್ತೆ 300 ಔದ್ಯೋಗಿಕ ಮಾರಾಟಗಾರ ಸಿಬ್ಬಂದಿಗಳ ಒಂದು ದಿನದ ಕಾರ್ಯಾಗಾರವನ್ನು ಸಂಘಟಿಸಿದೆ. ಪ್ರತಿಯೋರ್ವ ಪ್ರತಿನಿಧಿಯೊಂದಿಗೆ ವೈಯಕ್ತಿಕ ಸಮಾಲೋಚನೆ ನಡೆಸಿದಾಗ, ಹೆಚ್ಚಿನವರು ಅವರ ಸಂಸ್ಥೆಗಳ ಧೋರಣೆ ಮತ್ತು ಸ್ಥಿತ್ಯಂತರಗಳ ಕುರಿತಂತೆ ಅತೃಪ್ತಿಯನ್ನು ವ್ಯಕ್ತಪಡಿಸಿದರು. ಎರಡೂ ಸಂದರ್ಭದಲ್ಲಿ ಒಂದೇ ಸಂಗತಿ ಸಾವಮಾನ್ಯವಾಗಿದ್ದುದು– 'ನಾನು ಸರಿ; ಮತ್ತೊಬ್ಬ ತಪ್ಪು. ಮನವರಿಕೆಮಾಡಿಕೊಳ್ಳಿ.'

ಹಲವು ವರ್ಷಗಳ ಕಾಲ, ನಾನು ನನ್ನ ಮಗನನ್ನು ಶಾಲೆಯಿಂದ ಮನೆಗೆ ತರಲು ಅವನ ಶಾಲೆಯ ಹೊರಗಡೆ ಕಾಯುವಂಥ ಸಂದರ್ಭ ಒದಗಿ ಬಂದಿತ್ತು. ಹಾಗೆ ಕಾದಿರುವಾಗ, ನನ್ನ ಕಿವಿಗೆ ಬಿದ್ದದ್ದು ಏನಂದರೆ, ಹೆತ್ತವರು ಈ ಶಾಲೆಯ ವ್ಯವಸ್ಥೆ ಸರಿಯಾಗಿಲ್ಲವೆಂದು ಪದೇ ಪದೇ ಹೇಳುತ್ತಲೇ ಇರುತ್ತಿದ್ದರು ಮತ್ತು ಆ ಅಧ್ಯಾಪಕ ಯಾಕೆ ಸರಿಯಾಗಿಲ್ಲವೆಂದೂ ಹೇಳುತ್ತಿದ್ದರು. ಇದನ್ನು ವೈಯಕ್ತಿಕವಾಗಿಯೂ ಕೇಳಿದ್ದೇನೆ. ಹೆತ್ತವರು–ಅಧ್ಯಾಪಕರುಗಳ ಪುನರ್ಮನನ ಕಾರ್ಯಕ್ರಮಗಳಲ್ಲಿ, ಯಾಕೆ ಹೆತ್ತವರಿಂದ ತಾವು ಇಂಥದ್ದನ್ನು ನಿರೀಕ್ಷಿಸುವುದಿಲ್ಲ, ಮತ್ತು ಯಾಕೆ ಹೆತ್ತವರ ನಡವಳಿಕೆ ಸ್ವಾಗತಾರ್ಹವಲ್ಲವೆಂದು ಶಾಲಾ ಅಧಿಕಾರಿಗಳು ಹೇಳುವುದನ್ನೂ ಕೇಳಿದ್ದೇನೆ. ಅಂದರೆ, ಮಾಮೂಲು ಅಂಶ ಒಂದೇ– 'ನಾನು ಸರಿ; ಮತ್ತೊಬ್ಬ ತಪ್ಪು. ಅದನ್ನು ನೀವು ಮನವರಿಕೆ ಮಾಡಿಕೊಳ್ಳುವ ಅವಶ್ಯಕತೆಯೂ ಇಲ್ಲ... ಯಾಕೆಂದರೆ ಅದು ನಮಗೆ ಗೊತ್ತು.'

ದುರ್ದೈವವಶಾತ್, ಬದುಕು ಸರಿ ಮತ್ತು ತಪ್ಪಿನಲ್ಲೇ ಕಳೆಯುವುದಿಲ್ಲ. ಅದು ಪಕ್ವತೆಯಿಂದ ನಡೆಯುವಂಥದ್ದು. ಯಾವುದೇ ಸನ್ನಿವೇಶದಲ್ಲೂ, ಯಾರು ಸರಿ ಮತ್ತು ಯಾರು ತಪ್ಪು ಎಂಬುದು ಅಲ್ಲ; ಅಗತ್ಯವಾದ ಮನಸ್ಸು ಅಂದರೆ, ಅದು ಪಕ್ವತೆ ಪಡೆದ ಮನಸ್ಸಾಗಿರಬೇಕು, ಯಾವುದೇ ತಾರತಮ್ಯವನ್ನು ಸ್ವೀಕರಿಸುವಂಥ ಮನಸ್ಥಿತಿ ಇರಬೇಕು ಹಾಗೂ ಅಂತಹ ಸನ್ನಿವೇಶವನ್ನು ನಿಭಾಯಿಸುವಂತಿರಬೇಕು.

ನಿಮ್ಮ ಅತ್ತೆ ಪ್ರತಿಯೊಂದರ ಕುರಿತೂ ದೂರುತ್ತಿದ್ದಲ್ಲಿ ಅದು ಆಕೆಯ ನಡವಳಿಕೆ ಎಂದು ತಿಳಿಯೋಣ... ನಿಮ್ಮ ಸೊಸೆ ನಿಮ್ಮನ್ನು ಪ್ರತಿಯೊಂದಕ್ಕೂ ದೋಷಾರೋಪಣೆ ಮಾಡುತ್ತಿದ್ದಲ್ಲಿ... ಅದು ಆಕೆಯ ಸೀಮಿತ ಪರಿಜ್ಞಾನ ಎನ್ನೋಣ. ನಿಮ್ಮ ಹೆಂಡತಿ ಮತ್ತು ತಾಯಿ ಇಬ್ಬರೂ ವಿರುದ್ಧ ದಿಕ್ಕಿನಲ್ಲಿದ್ದಾರೆ, ನೀವು ನಿರ್ವಹಿಸಬೇಕಾದ ಒಂದು ಸನ್ನಿವೇಶ ಸನ್ನಿಹಿತವಾಗಿದೆ ಎಂದು ತಿಳಿಯುವ... ನೀವು ತೀರ್ಮಾನಿಸಬೇಕು ಮತ್ತು ನಿಮ್ಮ ನಿಲುವನ್ನು ದೃಢಪಡಿಸಿಕೊಳ್ಳಬೇಕು. ಮೂಲೆಗೊತ್ತುವುದರಿಂದಲೋ, ಖಂಡಿಸುವುದರಿಂದಲೋ, ಕೂಗಾಡುವುದರಿಂದಲೋ ಯಾವುದೇ ಬದಲಾವಣೆ ಅಸಾಧ್ಯ. ಕುಟುಂಬದಲ್ಲಿ ಸಮಸ್ಯೆಗಳು ತಲೆದೋರುವುದು ಅದರಲ್ಲಿ ಮನುಷ್ಯರು ಪಾಲುಗೊಳ್ಳುತ್ತಾರೆ ಎಂಬುದರಿಂದಲ್ಲ, ಅದರಲ್ಲಿ ಅಪಕ್ವತೆಯ ಮಂದಿ ಪಾಲ್ಗೊಳ್ಳುತ್ತಾರೆ ಎಂಬುದರಿಂದ. ಒಂದೇ ಒಂದು ಪಕ್ವ ಮನಸ್ಸಿದ್ದಲ್ಲಿ, ಸನ್ನಿವೇಶವನ್ನು ಹತೋಟಿಗೆ ತಂದು ಸೌಹಾರ್ದತೆಯನ್ನು ನೆಲೆಗೊಳಿಸಲು ಸಾಧ್ಯ. ಒಬ್ಬ ಸಿಬ್ಬಂದಿ ಎಂಬ ನೆಲೆಯಲ್ಲಿ, ಸಂಸ್ಥೆಯ ರೀತಿನೀತಿಗಳಿಗೆ ಅನುಗುಣವಾಗಿ ಶ್ರೇಷ್ಠತೆ ತಂದುಕೋ ಇಲ್ಲವೇ, ನಿಮ್ಮ ಧೋರಣೆಗೆ ಅನುಗುಣವಾದ ಸಂಸ್ಥೆಯನ್ನು ಸೇರಿಕೋ.

ಹೆಚ್ಚಿನ ಸಂದರ್ಭದಲ್ಲಿ, ಜನರನ್ನು ಅವರ ದಾರಿಗೆ ಅವರಷ್ಟಕ್ಕೇ ಬಿಟ್ಟುಬಿಟ್ಟರೆ, ನಿಮ್ಮ ದಾರಿ ಸುಗಮವಾಗುತ್ತದೆ. ನಿಜಕ್ಕೂ ಇದು ಸರಳ ಮತ್ತು ನೇರವಾದುದು. ಸಮಸ್ಯೆ ಇದ್ದಲ್ಲಿ, ಅಲ್ಲೊಂದು ಅಪಕ್ವ ಮನಸ್ಸು ಕೆಲಸ ಮಾಡುತ್ತದೆ ಎಂದು ಎಣಿಸಬೇಕು. ಅಲ್ಲೊಂದು ಪರಿಹಾರ ಕಂಡುಕೊಂಡಿದ್ದಲ್ಲಿ, ಸರಿ ಮತ್ತು ತಪ್ಪುಗಳ ನಡುವೆ ಅಂಗೀಕರಿಸಲು ಯೋಗ್ಯವಾದ ಒಂದು ಮಟ್ಟವಿದೆ ಎಂದು ಭಾವಿಸಬೇಕು. ಅದಕ್ಕೂ ಹೆಚ್ಚಾದ ಒಂದು ಮಟ್ಟವಿದೆ– ಅಲ್ಲಿ ಪರಿಹಾರಗಳು ಮಾತ್ರ ತೋರಿಬರುವುದು. ಆ ಸಾಮಾನ್ಯ ಮಟ್ಟದಿಂದ ನೀವು ಸ್ವಲ್ಪ ಎತ್ತರಕ್ಕೆ ಏಳಿ. ಅಲ್ಲೊಂದು ಬೇರೆ ನೈಜತೆ ನಿಮ್ಮನ್ನು ಕಾದುಕೊಂಡಿರುತ್ತದೆ.

ನಿಮ್ಮ ನಿನ್ನೆಯನ್ನು ಇಂದಿನ ನಿಮ್ಮ ಪಕ್ವತೆಯಿಂದ ನೋಡಿದರೆ ಸಾಲದು. ನಾಳೆಯ ಪಕ್ವತೆಯಿಂದ ನೀವು ನಿಮ್ಮ ಇಂದನ್ನು ಜೀವಿಸಬೇಕು. ಅಂಥವನಿಗೆ ಭವಿಷ್ಯ ಕಾದಿರುತ್ತದೆ....

●●●

ನಿಮ್ಮನ್ನು ಮುಕ್ತಿಗೆ ಒಯ್ಯುವವನೇ ಗುರು.

ಅದು ಅತೀವವಾದ ಪ್ರೇಮದ ಒಂದು ಸಂಬಂಧ,
ಪೂಜ್ಯತೆ, ಶರಣಾಗತಿ ಮತ್ತು ನಂಬಿಕೆಯದ್ದು.

ಸಾಧಕನನ್ನು ಓರ್ವ ಗುರು ಪರಿವರ್ತಿಸುತ್ತಾನೆ
ಮತ್ತು ಅವನಿಗೆ ಹೊಸ ಜನ್ಮವನ್ನು ನೀಡುತ್ತಾನೆ.

ಗುರುವಿನಲ್ಲಿ ವರ್ಣಿಸಲಾಗದಂಥ ಆಕರ್ಷಣೆ
ಇರುತ್ತದೆ. ಅಲ್ಲೊಂದು ಸತತ ಸೆಳೆತವಿರುತ್ತದೆ....
ಒಂದು ಆಹ್ವಾನ. ಅದೊಂದು ವಿಧವಾದ
ನೈಜ ಅಯಸ್ಕಾಂತ.

ಗುರು ಒಂದು ಅಸ್ತಿತ್ವ,
ಆ ಅಸ್ತಿತ್ವ ನಿಮ್ಮ ವ್ಯಕ್ತಿತ್ವದ
ರಸಾಯನಿಕವನ್ನು ಪರಿವರ್ತಿಸಬಲ್ಲುದು.

• • •

ಪ್ರತಿ ಉತ್ತಮ ಮನುಷ್ಯನಿಗೆ ಧನಿಕನಾಗುವ ನೈತಿಕ ಜವಾಬ್ದಾರಿ ಇರುತ್ತದೆ.

ಅನೇಕ ಉತ್ತಮ ಮನುಷ್ಯರೇ, ನಾವು ಕಳಂಕಿತ ಸಮಾಜದಲ್ಲಿ ಜೀವಿಸುತ್ತಿರುವುದಕ್ಕೆ ಬಾಧ್ಯಸ್ಥರು. ಉತ್ತಮರ ಒಂದು ಸಮಸ್ಯೆ ಏನಂದರೆ, ಅವರೆಲ್ಲ ಸ್ವಯಂ ತೃಪ್ತರು ಮತ್ತು ಸಮಾಧಾನದ ಬದುಕನ್ನು ಜೀವಿಸುವವರು.... ತಮ್ಮಷ್ಟಕ್ಕೆ ಎಷ್ಟು ಅನುಕೂಲಸ್ಥರು ಅಂದರೆ ಅವರಿಗೆ ತಾವು ಧನಿಕರಾಗಬೇಕೆಂಬ ಆಸಕ್ತಿ ಇರುವುದಿಲ್ಲ.... ಆರ್ಥಿಕ ಸಮೃದ್ಧಿಗೆ ಅವರಿಗೆ ಭಾವನಾತ್ಮಕ ನಿರ್ಬಂಧ ಇರುವುದಿಲ್ಲ.

ಹಾದಿಯ ಮೇಲೆ ನೂರು ರೂಪಾಯಿಯ ನೋಟೊಂದು ಬಿದ್ದಿದೆ ಎಂದು ಎಣಿಸುವ. ಓರ್ವ ಒಳ್ಳೆಯ ಮನುಷ್ಯ ಅದನ್ನು ದಾಟುತ್ತ ತನ್ನಷ್ಟಕ್ಕೇ ಹೇಳುತ್ತಾನೆ, “ಇದು ನನ್ನ ಹಣವಲ್ಲ. ಅದನ್ನು ನಾನು ಮುಟ್ಟಲಾರೆ.” ಈತ ಬಿಟ್ಟು ಹೋದ ಹಣವನ್ನು ಘಟಿಂಗನೊಬ್ಬ ಎತ್ತಿಕೊಳ್ಳುತ್ತಾನೆ. ಒಳ್ಳೆಯ ಮನುಷ್ಯ ಆ ಹಣ ತನಗೆ ಬೇಡ ಎಂದು ಅಂದುಕೊಂಡಿದ್ದರೂ, ಅದನ್ನು ಬಡವರಿಗೆ ಊಟಹಾಕುವ ಸಲುವಾಗಿ ಎತ್ತಿಕೊಳ್ಳಬಹುದಿತ್ತು. ಅದನ್ನು ನಗಣ್ಯವೆಂದು ಬಿಟ್ಟು ಹೋಗಿರುವುದರಿಂದ, ಆ ಘಟಿಂಗ ಅದನ್ನು ಹಾನಿಕಾರಕ ಉದ್ದೇಶಕ್ಕೆ ಉಪಯೋಗಿಸುತ್ತಾನೆ.

ಒಂದು ದೇಶದ ಚಲಾವಣೆಯಲ್ಲಿರುವ ಅಧಿಕೃತ ಹಣದ ಮೊತ್ತ ಸ್ಥಿರವಾಗಿರುತ್ತದೆ. ಆ ಹಣ ಓರ್ವ ಉತ್ತಮ ಮನುಷ್ಯನಲ್ಲಿ ಇರಬಹುದು ಅಥವಾ ಓರ್ವ ಖದೀಮನ

ಕೈಯ್ಯಲ್ಲೂ ಇರಬಹುದು. ಒಳ್ಳೆಯ ಮನುಷ್ಯ ತನ್ನ ಸಂಪತ್ತಿನಲ್ಲೇ ತೃಪ್ತನಾಗಿ ಹೆಚ್ಚು ಸೊತ್ತನ್ನು ಜಮಾಯಿಸಲು ಇಷ್ಟಪಡದೆ ಇರಬಹುದು. ಇದರಿಂದ ದುಷ್ಟ ಶಕ್ತಿಗಳ ಕೈಗೆ ಬಹುದೊಡ್ಡ ಮೊತ್ತ ಶೇಖರಣೆಗೊಳ್ಳಲು ಅನುವು ಮಾಡಿಕೊಟ್ಟಂತಾಗುತ್ತದೆ. ಒಂದು ಹಂತದ ಬಳಿಕ, ಯಾರಿಗಾದರೂ ಸಂಪತ್ತು ಮಿಗತೆಯಾಗಿ ಉಳಿಯುವ ಸಂಭವವಿರುತ್ತದೆ. ಈ ಮಿಗತೆ ಸಂಪತ್ತು ಒಳ್ಳೆಯ ಮನುಷ್ಯನಲ್ಲಿದ್ದಾಗ, ಉತ್ತಮ ಜಗತ್ತಿನ ನಿರ್ಮಾಣಕ್ಕೆ ವಿನಿಯೋಗಿಸಲ್ಪಡುತ್ತದೆ; ಅದೇ ಮಿಗತೆ ಸಂಪತ್ತು, ಅನೈತಿಕ, ಅಪ್ರಬುದ್ಧ, ದುಷ್ಟ ಮನಸ್ಸಿನ ವ್ಯಕ್ತಿಯ ಕೈಗೆ ಹೋದರೆ, ಅದು ಜಗತ್ತಿನ ನಾಶಕ್ಕೆ ಕಾರಣವಾಗುತ್ತದೆ. ಉತ್ತಮ ಮನುಷ್ಯ ತನ್ನ ಮಿಗತೆ ಹಣವನ್ನು ಶಾಲೆಗಳ ನಿರ್ಮಾಣಕ್ಕಾಗಿ, ಪರಿಸರದ ಸುಧಾರಣೆಗೆ, ಶೈಕ್ಷಣಿಕ ಧನ ಸಹಾಯಕ್ಕಾಗಿ, ಬಡವರ ಪೋಷಣೆಗಾಗಿ, ವೈದ್ಯಕೀಯ ಸಹಾಯಕ್ಕಾಗಿ ಉಪಯೋಗಿಸುತ್ತಾನೆ. ವಿವೇಚನೆಯಿಲ್ಲದ ವ್ಯಕ್ತಿ ಅದನ್ನು ಬಾಂಬ್ ಎಸೆಯುವುದಕ್ಕೋ, ಆತ್ಮಹತ್ಯಾ ದಳಗಳ ತರಬೇತಿಗೋ, ಮತೀಯ ಗಲಭೆಗಳನ್ನು ಹುಟ್ಟುಹಾಕುವುದಕ್ಕಾಗಿಯೋ, ಮುಗ್ಧ ಜನರ ಹತ್ಯೆಗೋ ಉಪಯೋಗಿಸುತ್ತಾನೆ.

ಮದರ್ ಥೆರೆಸಾ ಅವರ ಕೈಯ್ಯಲ್ಲಿ ಮಿಗತೆ ಹಣವಿದೆ ಎಂದು ತಿಳಿಯಿರಿ. ಅಂತೆಯೇ, ಒಸಾಮಾ ಹತ್ತಿರ ಮಿಗತೆ ಸಂಪನ್ಮೂಲವಿದೆ ಎಂದು ಯೋಚಿಸಿರಿ.

ಉತ್ತಮ ಮನುಷ್ಯರಿಗೆ ನನ್ನ ಕರೆ ಏನಂತಂದರೆ, ಅವರೆಲ್ಲ ಜತೆಗೂಡಿ ಒಂದು ಶ್ರೀಮಂತ ಜನರ ಸಮುದಾಯವನ್ನು ಹುಟ್ಟುಹಾಕಲಿ.... ತಮ್ಮ ಪ್ರಜ್ಞೆಯನ್ನು ಮಾರದ ಜನರು. ದುಷ್ಟ ಶಕ್ತಿಗಳಿಗಾಗಿ ಒಂದು ನೂರು ರೂಪಾಯಿಯ ನೋಟನ್ನು ಬಿಟ್ಟುಬರುವುದು ಬೇಡ. ಅಂಥವರನ್ನು ದುರ್ಬಲಗೊಳಿಸಿ. ಆರ್ಥಿಕತೆಯ ಮೇಲೆ ಹಿಡಿತ ಸಾಧಿಸೋಣ. ಸಾಂಪತ್ತಿಕ ಮಿಗತೆಯನ್ನು ಸಾಧಿಸೋಣ. ನಿಮಗೆ ಅಷ್ಟು ಬೇಕಾಗುವುದಿಲ್ಲ ನಿಜ. ಆದರೇನು? ಒಂದು ಉತ್ತಮ ಜಗತ್ತಿನ ನಿಮಾಣಕ್ಕಾಗಿ ವಿನಿಯೋಗಿಸೋಣ.

ನಾನು ನಿಶ್ಚಯವಾಗಿ ಹೇಳುತ್ತೇನೆ. ಪ್ರತಿ ಉತ್ತಮ ಮನುಷ್ಯನಿಗೆ, ಧನಿಕನಾಗುವ ನೈತಿಕ ಜವಾಬ್ದಾರಿ ಇರುತ್ತದೆ.

• • •

ನಮ್ಮಲ್ಲಿರುವ ಬೋಧಕರ ಬೋಧನೆಗಳನ್ನು ನೀಗಿಸಿದರೆ, ನಮ್ಮಲ್ಲಿ ಏನೂ ಉಳಿಯದು.

ಅಚರೇಕರ್ ರಮಾಕಾಂತ್ ಅವರು, ಸಚಿನ್ ತೆಂಡೂಲ್ಕರ್‌ಗಿಂತ ನುರಿತ ಕ್ರಿಕೆಟ್ ಪಟು ಏನೂ ಆಗಿರಲಿಲ್ಲ. ಆದರೂ, ಅವರ ತರಬೇತಿ ಸಚಿನ್‌ಗೆ, ಸಚಿನ್ ಯಾರು ಮತ್ತು ಆ ಮೂಲಕ ಜಗತ್ತಿಗೆ ಅವರನ್ನು ತೋರಿಸಿಕೊಟ್ಟರು. ಪಿ.ಟಿ.ಉಷಾರಿಗೆ ಓ.ಎಂ.ನಂಬ್ಯಾರ್ ಸರಿಸಾಟಿಯಲ್ಲ, ಆದರೆ, ಭಾರತಕ್ಕೆ ಓರ್ವ ಮಹಾಕ್ರೀಡಾಪಟುವನ್ನು ಅವರು ನೀಡಿದರು. ದ್ರೋಣಾಚಾರ್ಯರ ಪ್ರತಿಭೆ ಅರ್ಜುನನ ಪ್ರಗತಿಗೆ ಎಲ್ಲಿಯವರೆಗೆ ಪ್ರೇರೇಪಿಸಿತೆಂದರೆ, ಯುದ್ಧದಲ್ಲಿ ಆತ ತನ್ನ ಗುರುವಿನ ವಿರುದ್ಧವೇ ಜಯಶಾಲಿಯಾದ.

ನಮ್ಮಿಂದ ಹೊರಗಿನವರೊಬ್ಬರು ನಮಗೆ ಮಾರ್ಗದರ್ಶಕರು ಬೇಕಾಗಿದ್ದಾರೆ. ನಾವು ನಮ್ಮೊಳಗೆ ಪ್ರತಿಫಲಿಸಿಕೊಳ್ಳಲು ಅವರು ಕನ್ನಡಿಯಾಗುತ್ತಾರೆ. ನಮ್ಮ ಕೌಶಲ್ಯಗಳನ್ನು ಹರಿತಗೊಳಿಸಲು ನಮಗೆ ತರಬೇತುದಾರರು ಬೇಕಾಗುತ್ತಾರೆ. ನಮ್ಮ ಜ್ಞಾನವನ್ನು ವೃದ್ಧಿಸಲು ಬೋಧಕರು ಬೇಕಾಗುತ್ತಾರೆ. ನಮ್ಮ ಆತ್ಮಸಾಕ್ಷಾತ್ಕಾರದ ಸಾಧನೆಗೆ ಗುರುಗಳು ಬೇಕಾಗುತ್ತಾರೆ.

ನಿಮ್ಮ ಬದುಕಿನಲ್ಲಿ ಈಗ ನೀವೇನಿದ್ದೀರಿ, ಆ ಮಟ್ಟಕ್ಕೆ ನಿಮ್ಮ ನರ್ಸರಿ ಶಾಲೆಯ ಅಧ್ಯಾಪಕರು ನಿಮ್ಮನ್ನು ಬೆಳೆಸಿರಲಾರರು, ಆದರೆ ನಿಮ್ಮ ಬದುಕು ಆ ಬುನಾದಿಯ ಮೇಲಷ್ಟೇ ಬೆಳೆದಿದೆ. ನಮ್ಮ ದಾರಿದೀಪದೊಂದಿಗೆ ನಮ್ಮನ್ನು ತುಲನೆ ಮಾಡದಿರೋಣ. ಸೂರ್ಯನನ್ನು ಅವನ ಕಿರಣಗಳಿಂದ ಪ್ರತ್ಯೇಕಿಸಿದರೆ, ಏನೂ ಉಳಿಯುವುದಿಲ್ಲ. ಮಡಕೆಯಿಂದ ಮಣ್ಣನ್ನು ನೀಗಿಸಿದರೆ, ಏನೂ ಉಳಿಯುವುದಿಲ್ಲ. ಕಾರ್ಯದಿಂದ ಕಾರಣವನ್ನು ಹೊರತುಪಡಿಸಿದರೆ, ಏನೂ ಉಳಿಯುವುದಿಲ್ಲ. ನಮ್ಮಲ್ಲಿರುವ ಬೋಧಕರ ಬೋಧನೆಗಳನ್ನು ನೀಗಿಸಿದರೆ, ನಮ್ಮಲ್ಲಿ ಏನೂ ಉಳಿಯಲಾರದು.

ತರಗತಿಯಲ್ಲಿ ಯಾವಾಗಲೂ ಕೀಟಲೆ ಮಾಡುತ್ತಿದ್ದ ವಿದ್ಯಾರ್ಥಿಗೆ, ಗಣಿತದ ಅಧ್ಯಾಪಕರು ಕಪ್ಪು ಹಲಗೆಯ ಮೇಲೆ '1000' ಸಂಖ್ಯೆಯನ್ನು ಬರೆಯುವಂತೆ ಹೇಳಿ, "ಇದು ಎಷ್ಟು?" ಅಂತ ಕೇಳಿದರು. ಪ್ರಶ್ನೆ ಸಾಧಾರಣವಾಗಿದ್ದುದರಿಂದ ಮುಜುಗರಪಟ್ಟ ವಿದ್ಯಾರ್ಥಿ ಉತ್ತರಿಸಿದ, "ಒಂದು ಸಾವಿರ" ಅಂತ. ಅಧ್ಯಾಪಕರು ಅದಕ್ಕೆ ಒಂದು ಸೊನ್ನೆಯನ್ನು ಸೇರಿಸಿ, '10000'ವನ್ನು ತೋರಿಸಿ, "ಇದು ಎಷ್ಟು?" ಅಂತ ಕೇಳಿದರು. "ಹತ್ತು ಸಾವಿರ" ಎಂಬ ನಿಖರವಾದ ಉತ್ತರ ಬಂತು. ಈಗ ಅಧ್ಯಾಪಕರು ಇನ್ನೊಂದು ಸೊನ್ನೆಯನ್ನು ಸೇರಿಸಿದರು, ಆದರೆ ಅದನ್ನು ಒಂದರ ಹಿಂಬದಿಗೆ ಸೇರಿಸಿ, '010000' ಎಷ್ಟು ಎಂದು ಕೇಳಿದರು. "ಅದೇ....ಹತ್ತು ಸಾವಿರ" ಎಂದು ಹುಡುಗ ಉತ್ತರಿಸಿದ. ಅಧ್ಯಾಪಕರು ಕಣ್ಣುಮಿಟುಕಿಸಿ ನಕ್ಕರು ಮತ್ತು ಹೇಳಿದರು, "ಒಂದು ಬೆಲೆಯಿಲ್ಲದ ಸಂಖ್ಯೆ ಬೆಲೆಯುಳ್ಳ ಸಂಖ್ಯೆಯ ಮುಂದೆ ಯಾವಾಗ ಬರುತ್ತದೋ ಆಗ ಅದರ ಬೆಲೆ ವೃದ್ಧಿಯಾಗುತ್ತದೆ. ಅದೇ ಬೆಲೆಯಿಲ್ಲದ ಸಂಖ್ಯೆ, ಬೆಲೆಯುಳ್ಳ ಸಂಖ್ಯೆಯ ಹಿಂದೆ ಉಳಿಯುತ್ತದೋ ಆಗ ಅದಕ್ಕೆ ಬೆಲೆ ಬರುವುದಿಲ್ಲ. ಗುರುಗಳು ಮತ್ತು ವಿದ್ಯಾರ್ಥಿಗಳ ನಡುವಿನ ಸಂಬಂಧವೂ ಹೀಗೆಯೇ. ಯಾವ ವಿದ್ಯಾರ್ಥಿ, ಅಧ್ಯಾಪಕರನ್ನು ಅನುಸರಿಸುತ್ತಾನೋ, ಅವನಿಗೆ ಬೆಲೆ ಬರುತ್ತದೆ. ಅದಕ್ಕೆ ಹೊರತಾದರೆ.... ನಿಚ್ಚಳವಾಗಿರುವ ಅದನ್ನು ನಾನು ಹೇಳಬಯಸುವುದಿಲ್ಲ."

ಆಟಗಾರನೊಬ್ಬನ ಕ್ಷಮತೆಯನ್ನು ಹೊರತರುವುದರಲ್ಲಿ ತರಬೇತುದಾರನ ಮಹತ್ತಿಕೆ ಇರುತ್ತದೆ. ಆಟಗಾರ ಯಾವ ಮಟ್ಟಕ್ಕೆ ತನ್ನ ಸಾಮರ್ಥ್ಯವನ್ನು ಎತ್ತರಿಸಬಲ್ಲನೋ ಅದರಲ್ಲಿ ಅವನ ಮಹತ್ತಿಕೆ ಇರುತ್ತದೆ.

•••

ಎಚ್ಚರಿಕೆಯಿಂದ ವೀಕ್ಷಿಸಿದರೆ ಅದು ಬದಲಾವಣೆ ಮತ್ತು ದೀರ್ಘಕಾಲಕ್ಕೆ ಉಳಿಸಿಕೊಂಡರೆ ಅದು ಸಂಸ್ಕೃತಿ.

ಬದಲಾವಣೆಯ ವಿಷವರ್ತುಲದೊಳಗೆ ಸಿಲುಕಿಕೊಳ್ಳುವುದು ಎಷ್ಟೊಂದು ಶ್ರಮದಾಯಕ ಮತ್ತು ಆ ಬದಲಾವಣೆಯನ್ನು ಕಳಕೊಳ್ಳುವುದು ಮತ್ತೆ ಬದಲಾಯಿಸುವುದಕ್ಕೋಸ್ಕರ ಮತ್ತು ಅದನ್ನು ಕಳಕೊಳ್ಳುವುದಕ್ಕೆ....

ಸ್ವಲ್ಪ ಸಮಯದ ಹಿಂದೆ ಚೆನ್ನೈಯಲ್ಲಿ ಸಾರ್ವಜನಿಕ ಸ್ಥಳಗಳಲ್ಲಿ ಧೂಮಪಾನ ನಿಷೇಧದ ನಿಯಮವನ್ನು ಜ್ಯಾರಿಗೆ ತರಲಾಯಿತು. ಅದನ್ನು ಯಾರೂ ಗಣನೆಗೆ ತೆಗೆದುಕೊಳ್ಳಲಿಲ್ಲ. ಇಲ್ಲಿ ಎಲ್ಲೆಡೆ ಧೂಮಪಾನ ಮಾಡುವವರನ್ನು ನೀವು ಕಾಣುವಿರಿ. ಸಿಂಗಾಪುರದಲ್ಲಿ ಕೆಲವು ದಶಕಗಳ ಹಿಂದೆ ಕಸಕಡ್ಡಿ ಎಸೆಯುವುದನ್ನು ನಿಷೇಧಿಸಲಾಯಿತು. ಪ್ರತಿಯೊಬ್ಬರೂ ಅದನ್ನು ಅನುಸರಿಸಿದರು. ಯಾಕೆ? ವ್ಯತ್ಯಾಸವೇನು? ಚೆನ್ನೈಯಲ್ಲಿ ಕಾನೂನು ಬಾಧಕವಲ್ಲ, ಆದರೆ ಸಿಂಗಾಪುರದಲ್ಲಿ ಕಾನೂನನ್ನು ಪರಿಪಾಲಿಸುತ್ತಾರೆ.

ಬದಲಾವಣೆಯನ್ನು ಎಚ್ಚರಿಕೆಯಿಂದ ಅನುಸರಿಸಿ ಪಾಲಿಸಿದರೆ, ಅದು ಸಂಸ್ಕೃತಿಯಾಗುತ್ತದೆ. ಬದಲಾವಣೆ ಪಂಥಾಹ್ವಾನವಲ್ಲ, ಅದು ಬದಲಾವಣೆ ಸಂಸ್ಕೃತಿಯಾಗಿ ಮಾರ್ಪಡುವಂಥದ್ದು.

ಸಾರ್ವಜನಿಕ ಸ್ಥಳಗಳಲ್ಲಿ ಧೂಮಪಾನ ನಿಷೇಧದ ಕಾನೂನನ್ನು ಸೂಕ್ತ ವ್ಯವಸ್ಥೆ ಅಥವಾ ಕರ್ಮಚಾರಿಗಳಿಂದ ಜ್ಯಾರಿಗೆ ತರಲು ಸಾಧ್ಯವಾಗಲಿಲ್ಲ. ಹಾಗಾಗಿ ಕಾನೂನು ಕೇವಲ ಪುಸ್ತಕದಲ್ಲಿ ಉಳಿಯಿತೇ ವಿನಾ ಅನುಷ್ಠಾನಕ್ಕೆ ಬರಲಿಲ್ಲ. ಸಿಂಗಾಪುರದಲ್ಲಿ

ಕಸಕಡ್ಡಿ ಎಸೆಯುವುದನ್ನು ಕಟ್ಟು ನಿಟ್ಟಾಗಿ ನಿರ್ಬಂಧಿಸಲಾಯಿತು. ಹಾಗಾಗಿ ಬದಲಾವಣೆ ಉಳಿಯಿತು ಮತ್ತು ಅದು ಸಿಂಗಾಪುರದ ಸಂಸ್ಕೃತಿಯಾಗಿ ಬೆಳೆದಿದೆ.

ಒಂದು ಒಳ್ಳೆಯ ತರಬೇತಿ ಕಾರ್ಯಕ್ರಮ, ಒಂದು ಒಳ್ಳೆಯ ಪುಸ್ತಕ, ಒಂದು ಆಧ್ಯಾತ್ಮಿಕ ಪ್ರವಚನ ಅಥವಾ ಹೊಸ ವರ್ಷದ ಆದಿಯಲ್ಲಿ ಒಂದು ಸಂಕಲ್ಪದ ಬಾಹ್ಯ ಪ್ರೇರಣೆ, ಖಂಡಿತವಾಗಿಯೂ ನಾವು ಬದಲಾಯಿಸಿಕೊಳ್ಳುವುದಕ್ಕೆ ಪ್ರೋತ್ಸಾಹ ನೀಡುತ್ತದೆ. ಇಂತಹ ಬದಲಾವಣೆಗಳ ಒಂದೇ ಒಂದು ದೌರ್ಬಲ್ಯವೆಂದರೆ, ಅವನ್ನು ಎಚ್ಚರಿಕೆಯಿಂದ ಪಾಲಿಸದಿದ್ದಲ್ಲಿ ತನ್ನಿಂದ ತಾನೇ ಸತ್ತು ಹೋಗುತ್ತದೆ. ಬದಲಾಯಿಸಿ ಮತ್ತೆ ಆ ಬದಲಾವಣೆ ಕಳೆದು ಹೋದಲ್ಲಿ ಮಾನಸಿಕವಾಗಿ ಅದು ನಿರ್ವೀರ್ಯವಾಗುತ್ತದೆ– ಅದು ಸರಕಾರವಿರಲಿ, ಸಂಸ್ಥೆಯಿರಲಿ ಅಥವಾ ಯಾವುದೇ ಸಂಘವಿರಲಿ.

ಐತಿಹ್ಯಗಳು ಮಿಕ್ಕುಳಿದ ಜಗತ್ತಿನಿಂದ ಹೇಗೆ ಬೇರ್ಪಡುತ್ತದೆ? ಐತಿಹ್ಯಗಳು ಬದಲಾವಣೆಯನ್ನು ಆತುಕೊಳ್ಳುವಾಗ, ಅವನ್ನು ಎಚ್ಚರಿಕೆಯಿಂದ ವೀಕ್ಷಿಸಲಾಗುವುದು ಮತ್ತು ಅದು ಸಂಸ್ಕೃತಿಯಾಗಿ ಮಾರ್ಪಡುವವರೆಗೆ ಉಳಿಸಬೇಕಾಗುತ್ತದೆ. ಅದೇ ವೇಳೆ, ಮಿಕ್ಕುಳಿದ ಜಗತ್ತು ತಾತ್ಕಾಲಿಕ ಬದಲಾವಣೆಯನ್ನು ಅದನ್ನು ಕಳೆದುಕೊಳ್ಳುವ ಸಲುವಾಗಿಯೇ ಆತುಕೊಳ್ಳುತ್ತದೆ ಮತ್ತು ಅವನ್ನು ಎಚ್ಚರದೊಂದಿಗೆ ವೀಕ್ಷಿಸುವ ಸಲುವಾಗಿ. ಹಾಗಾಗಿ ಅವರು ಮತ್ತೊಮ್ಮೆ ಅಂತಹುದೇ ಸಂದರ್ಭಕ್ಕಾಗಿ, ಅಂದರೆ, ಹೊಸವರ್ಷಕ್ಕಾಗಿ ಅಥವಾ ಇನ್ನೊಂದು ಪ್ರೇರಕ ಕಾರ್ಯಕ್ರಮ ಮುಂತಾದುವುದಕ್ಕೆ ಕಾಯುವಂತಾಗುತ್ತದೆ. ಯಾವುದನ್ನು ಜ್ಯಾರಿಗೆ ತರಲು ಪ್ರಯತ್ನಿಸಿ ಸೋತಿರುತ್ತಾರೋ, ಮತ್ತೆ ಅದೇ ಬದಲಾವಣೆಯನ್ನು ಜ್ಯಾರಿಗೆ ತರುತ್ತಾರೆ.

ಬದಲಾವಣೆಯನ್ನು ಎಚ್ಚರಿಕೆಯಿಂದ ವೀಕ್ಷಿಸಿ ಅದು ನಿಮ್ಮ ಸಂಸ್ಕೃತಿಯಾಗುವ ತನಕ ಉಳಿಸಿಕೊಂಡಾಗ ನಿಮ್ಮ ಬದುಕು ಊರ್ಧ್ವಮುಖವಾಗಿ ಬೆಳೆಯುತ್ತದೆ. ಅಲ್ಲದೇ ಹೋದರೆ ಅದೊಂದು ವಿಷವರ್ತುಲವಾಗಿರುತ್ತದೆ.

ನೀವು ತೊಡಗಿದ್ದಲ್ಲಿಂದಲೇ ಮುಗಿಸುವಿರಾದರೆ, ಮತ್ತೆ ತೊಡಗಿಸುವುದಾದರೂ ಏತಕ್ಕೆ?

ಇತರರನ್ನು ಗೌರವದಿಂದ ಕಾಣುವುದೇನೋ ಸಕಾರಾತ್ಮಕ; ಆದರೆ ಅದು ಶರಣಾಗತಿಗೆ ನಿಮ್ಮನ್ನು ಒಯ್ಯುವುದಾದರೆ, ದೌರ್ಬಲ್ಯವೆನಿಸುತ್ತದೆ. ಶರಣಾಗದೆ ಗೌರವಿಸಲು ಕಲಿಯಿರಿ. ನೀವು ನಿಮ್ಮ ಯಜಮಾನನಿಗಿಂತ ಹೆಚ್ಚಿನವರಾಗುವುದಕ್ಕೆ ಸಾಧ್ಯ. ಒಬ್ಬ ವ್ಯಕ್ತಿಗೆ ಏನು ಸಾಧ್ಯವೋ ಅದು ಎಲ್ಲರಿಗೂ ಸಾಧ್ಯ. ಒಬ್ಬ ವ್ಯಕ್ತಿಗೆ ಏನು ಸಾಧ್ಯವೋ, ಅದನ್ನು ಎಲ್ಲರೂ ಮಾಡಬಲ್ಲರು, ಇನ್ನೂ ಸಮರ್ಥವಾಗಿ. ನೀವು ಅನುಸರಿಸಲು ಹುಟ್ಟಿಲ್ಲ. ನೆನಪಿರಲಿ, ನೀವು ವೀರ್ಯಾಣುಗಳಲ್ಲೇ ಮುಂದಾಳುವಾಗಿದ್ದಿರಿ. ವೀರ್ಯಾಣುವಾಗಿಯೂ ನೀವು ಹಿಂಬಾಲಕ ಆಗಿರಲಿಲ್ಲ. ನೀವು ನೇತೃತ್ವ ವಹಿಸಲು ಹುಟ್ಟಿದ್ದೀರಿ. ನಿಮ್ಮ ಪರಂಪರೆಗೆ ತಕ್ಕಂತೆ ಜೀವಿಸಿರಿ.

ಇನ್ಫಿನಿಮಿನಿಟ್
11:11

ಬಹುತೇಕ ಜನರು ಬೆಳಗ್ಗಿನ 11:11 ಗಂಟೆಯ ಆಧ್ಯಾತ್ಮಿಕ ಸಂಬಂಧದ ಶಕ್ತಿಯ ಮಹತ್ವವನ್ನು ತಿಳಿಯುವುದಕ್ಕೆ ತೊಡಗಿದ್ದಾರೆ. ಅವರೆಲ್ಲ ಪ್ರತಿದಿನ ಸರಿಯಾಗಿ ಇದೇ ಸಮಯಕ್ಕೆ ಒಂದು ನಿಮಿಷ ಕಾಲ ಶಾಂತ ಚಿತ್ತತೆಯಿಂದ, ಆಸುಪಾಸಿನ ಅಸ್ವವ್ಯಸ್ಥತೆಗಳಿಗೆ ಎರವಾಗದೆ ಇನ್ಫಿನಿಪ್ರೇಯರ್ (ಪ್ರಾರ್ಥನೆ)ಯನ್ನು ಸಲ್ಲಿಸುತ್ತಾರೆ. ಮಹಾತ್ರಯ ರಾ ಅವರು ಕೂಡಾ ಈ ಒಂದು ನಿಮಿಷ ಕಾಲ ಧ್ಯಾನಸ್ಥರಾಗಿ, ಈ ಬ್ರಹ್ಮಾಂಡದ ಶಾಂತಿಯಲ್ಲಿ ಸಂಯೋಗಗೊಳ್ಳುತ್ತಾರೆ ಅಂತ ಅವರಿಗೆಲ್ಲ ಗೊತ್ತು.

11:10 ರಿಂದ 11:11 – ಇನ್ಫಿನಿಪ್ರೇಯರ್ (ಪ್ರಾರ್ಥನೆ)ಯನ್ನು ಮಾಡಿ
11:11 ರಿಂದ 11:12 – ಧ್ಯಾನಸ್ಥರಾಗಿ

ಹೆಚ್ಚಿನ ವಿವರಗಳಿಗೆ www.infinitheism.comನ್ನು ನೋಡಿ

ಇನ್ಫಿನಿಪ್ರೇಯರ್(ಪ್ರಾರ್ಥನೆ)

ನಿಮ್ಮ ಉಪಸ್ಥಿತಿಯ ಅನುಭವವಾಗುತ್ತಿದೆ.
ನಿಮ್ಮ ಅನುಕಂಪದ ಅನುಭವವಾಗುತ್ತಿದೆ.
ನಿಮ್ಮ ತೇಜಸ್ಸಿನ ಅನುಭವವಾಗುತ್ತಿದೆ.
ನೀವು ನನ್ನ ನಂಬಿಕೆ ಮತ್ತು ಶಕ್ತಿಯ ಸಂಪನ್ಮೂಲ.
ನೀವೇ ನನ್ನ ಹಾದಿ ಮತ್ತು ಗುರಿ.
ಮತ್ತು ನಾನು ಸದಾ ನಿಮ್ಮೊಂದಿಗೆ ಸೇರಿಕೊಂಡಿರುತ್ತೇನೆ.
ನನ್ನದು ಏನೂ ಇಲ್ಲ ಮತ್ತು ಎಲ್ಲವೂ ನಿಮ್ಮದೇ.
ನನ್ನನ್ನು ಹೆಚ್ಚು ಎತ್ತರಕ್ಕೇರಿಸಿರಿ...
ನನ್ನನ್ನು ಹೆಚ್ಚು ಆಳಕ್ಕಿಳಿಸಿರಿ...
ನನ್ನನ್ನು ಅಪಾರಕ್ಕೆ ಹೋಗಿಸಿರಿ...
ನನ್ನನ್ನು ನಿಮ್ಮ ಕಡೆಗೆ ಕರೆಸಿಕೊಳ್ಳಿ...

ಇನ್ಫಿನಿಪ್ರೇಯರ್‌ನ್ನು www.infinitheism.comನಿಂದ ಉಚಿತವಾಗಿ ಡೌನ್ ಲೋಡ್ ಮಾಡಿಕೊಳ್ಳಿ